सकाळ प्रकाशन

AF900559

सीरिया : एक रक्तरंजित पट

अतुल कहाते

माहिती तंत्रज्ञान क्षेत्रातील तज्ज्ञ, लेखक

बी.एस्सी. (स्टॅटिटिक्स) व एमबीए झालेल्या अतुल कहाते यांना माहिती तंत्रज्ञान क्षेत्राचा दीर्घानुभव आहे. सिंटेल, अमेरिकन एक्सप्रेस, डॉयचे बँक अशा विविध मान्यवर संस्थांमध्ये त्यांनी महत्त्वाच्या पदांवर काम केले आहे. आयफ्लेक्स सोल्यूशन्स (ओरॅकल) येथे कन्सल्टिंग प्रॅक्टिस डायरेक्टर म्हणून ते बारा वर्षे कार्यरत होते. सिंबायोसिस, पुणे तसेच इतर अनेक महाविद्यालयांमध्ये अभ्यागत प्राध्यापक म्हणून ते अध्यापन करतात.

लेखन हा त्यांचा छंद असून आजवर ६०हून अधिक पुस्तके त्यांनी लिहिली आहेत. संगणक क्षेत्रातील विद्यार्थी आणि तंत्रज्ञांसाठी नेटवर्क सिक्युरिटी, वेब टेक्नॉलॉजी, ऑपरेटिंग सिस्टिम्स, डेटाबेस मॅनेजमेंट, सी++ अशा अनेक विषयांवर आधारित पाठ्यपुस्तकांचे लेखन त्यांनी केले आहे. भारतातील तसेच परदेशांतील ५०हून अधिक विद्यापीठांमध्ये त्यांच्या पुस्तकांचा अंतर्भाव पाठ्यपुस्तके म्हणून करण्यात आला आहे. याखेरीज, इतिहास, अर्थकारण, वैद्यकशास्त्र, राजकारण, विज्ञान, तंत्रज्ञान अशा विविध विषयांवरील पुस्तके त्यांनी लिहिली असून अनेक ख्यातनाम पुरस्कारांचे ते मानकरी आहेत. विविध वृत्तपत्रांत नियमित लेखन, दूरचित्रवाहिन्यांवरही विविध कार्यक्रम यांमध्ये ते व्यस्त असतात. क्रिकेटच्या आंतरराष्ट्रीय सामन्यांमध्ये स्कोअरर आणि आकडेवारीतज्ज्ञ म्हणून काम करण्याचाही त्यांना अनुभव आहे.

सीरिया

एक रक्तरंजित पट

अतुल कहाते

सकाळ प्रकाशन

सकाळ प्रकाशन

Syria : Ek Raktaranjit Pat
© Atul Kahate

सीरिया : एक रक्तरंजित पट
© अतुल कहाते

© All rights reserved.
No part of this publication may be reproduced or transmitted in any form or by any means, electronically or mechanically, including photocopying, recording, broadcasting, podcasting of any information storage or retrieval system without prior permission in writing form the writer or in accordance with the provisions of the Copy Right Act (1956) (as amended). Any person who does any unauthorised act in relation to this publication may be liable to criminal prosecution and civil claims for damages.

सकाळ मीडिया प्रा. लि.
५९५, बुधवार पेठ, पुणे ४११ ००२
०२०-२४४० ५६७८/८८८८८ ४९०५०
www.sakalmediagroup.com
sakalpublications.com
sakalprakashan@esakal.com

प्रथम आवृत्ती : मे २०२१
द्वितीय आवृत्ती : ऑक्टोबर २०२२

The views expressed in this book are those of the Authors and do not necessarily reflect the views of the Publishers.

ISBN : 978-93-89834-38-3

संपादन : ऐश्वर्या कुमठेकर

मुखपृष्ठ : शिवदास मोरे

मुद्रितशोधन व मांडणी : अश्विनी महाजन

प्रिय बालमित्र आणि अत्यंत नावाजलेला, हुशार अस्थिरोगतज्ज्ञ

डॉ. आशिष रानडे

आणि

असंख्य रुग्णांना संकटातून बाहेर काढणारी

डॉ. गौरी रानडे

यांना

प्रास्ताविक

सीरिया या देशामध्ये सुरू असलेल्या अत्यंत धक्कादायक घडामोडींविषयी कुतूहल बऱ्याच काळापासून होतं. त्याविषयी थोडंफार वाचलंही होतं. हे सगळं इतक्या काळापासून सुरू आहे, की आता त्यात अगदी सर्वसामान्य लोकांनाही कुतूहल वाटायला लागलं आहे. 'अरब स्प्रिंग' म्हणून ओळखला गेलेला उठाव अरब देशांमध्ये सुरू झाल्यावर त्याची धग सीरियापर्यंतही पोहोचली. इतर अनेक देशांमध्ये अरब स्प्रिंगनं सत्ताबदल घडवून आणला असला, तरी सीरियामध्ये मात्र हा मजकूर लिहिला जात असेपर्यंत बशर अल-असादचीच हुकूमशाही टिकून राहिली. दरम्यानच्या काळात विलक्षण संहार, नासधूस, विषारी वायू अर्थात रासायनिक शस्त्रांचा वापर, आयसिसचा धुमाकूळ हे सगळं घडत राहिलं.

हा समकालीन घटनाक्रम आणि त्याबरोबर सीरियाचा सुटसुटीत इतिहास मराठी वाचकांसमोर आणण्याचा हा प्रयत्न आहे. ज्यांना फार तपशील नको असतील त्यांनी फक्त पहिलं प्रकरण वाचून नंतर हव्या त्याच मजकुराचे तपशील वाचावेत, अशी सोय मुद्दाम केली आहे. म्हणजेच पहिलं प्रकरण हे पुस्तकाचा सारांश आहे. इतर सगळ्यांनी अर्थातच पहिलं प्रकरण वाचल्यावर इतर पुस्तक विस्तारित तपशिलांसाठी वाचावं, असं सुचवावंसं वाटतं.

'सकाळ प्रकाशन'चे आशुतोष रामगीर, पुस्तकाचं संपादन करणाऱ्या ऐश्वर्या कुमठेकर, मुद्रितशोधन आणि अक्षरजुळणी करणाऱ्या अश्विनी महाजन आणि मुखपृष्ठकार शिवदास मोरे या सगळ्यांचे मन:पूर्वक आभार!

या पुस्तकाच्या कामादरम्यान लागणारी एकाग्रता आणि त्यासाठी आवश्यक असलेला निवांतपणा हे सगळं सातत्यानं पुरवणारे अनिता, जुई आणि हर्षू यांचे

औपचारिक आभार! माझे बाबा डॉ. शशिकांत कहाते, भाऊ-वहिनी केदार-गौरी कहाते यांच्या सततच्या प्रोत्साहनासाठी त्यांनाही धन्यवाद! तसंच माझी आई मीना कहाते हिच्या स्मृतीचीही आठवण! शुभदा गुंडेवार यांच्या कौतुकाच्या शब्दांसाठी आणि अविनाश गुंडेवार यांच्या स्मृतीसाठी कृतज्ञता! याखेरीज सगळे मित्र, नातेवाईक आणि सुहृद यांची यादी करत बसत नाही; पण तुम्ही सगळे आहात म्हणून लिहित राहावंसं वाटतं, हे नक्कीच नमूद करावंसं वाटतं.

अतुल कहाते

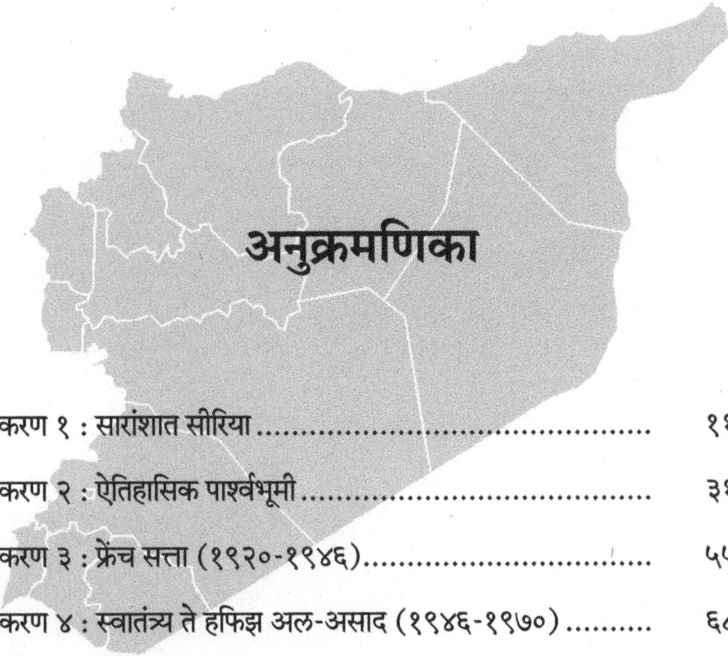

अनुक्रमणिका

प्रकरण १

सारांशात सीरिया

सीरियाची लोकसंख्या दोन कोटींहून कमी आहे. यापैकी तब्बल ३८% लोक १४ वर्षांहून कमी वयाचे आहेत. एकूण लोकसंख्येपैकी सुमारे ९०% लोक अरब आहेत. तसंच पंथांच्या आधारे वर्गीकरण करायचं तर सुन्नी लोक ७४% आणि आलवाईट लोक १२% आहेत. अमेरिकेमधल्या नॉर्थ डेकोटा राज्याइतका सीरियाचा भौगोलिक आकार आहे. दमास्कस या राजधानीत सगळ्यांत जास्त म्हणजे ५० लाख लोक राहतात. त्याखालोखाल अलेप्पोमध्ये ४५ लाख, होम्समध्ये १८ लाख, तर हमामध्ये १६ लाख लोक राहतात.

सोळाव्या आणि सतराव्या शतकात मध्यपूर्व आशियामध्ये 'ऑटोमन' टोळ्यांनी आपली सत्ता मोठ्या प्रमाणावर प्रस्थापित केली. मूळच्या तुर्कस्थानमधल्या लोकांनी एकत्र येऊन मोठ्या प्रमाणावर मध्यपूर्व आशियामधल्या अनेक प्रदेशांवर आपला कब्जा केलाच; पण थेट युरोपमध्ये घुसून त्यांनी हंगेरी आणि व्हिएन्ना अशा ठिकाणांपर्यंत मजल मारली! पहिलं महायुद्ध सुरू होईपर्यंत ऑटोमन साम्राज्य एकदम प्रबळ मानलं जाई; पण नंतर त्याची ताकद घटत गेली. ऑटोमन सुलतानांचं सीरियावर १५१७ ते १९१८ असं तब्बल चार शतकं राज्य होतं. स्थानिक अरब नेत्यांना ऑटोमन साम्राज्यानं काही प्रमाणात स्वायत्तता दिली. आताचं इस्तंबूल, म्हणजे तेव्हाचं कॉन्स्टंटिनोपल, इथे ऑटोमन साम्राज्याचं केंद्र होतं. तिथे अरब नेत्यांनी अपेक्षेइतका कर भरला की त्यांच्या कारभारात ऑटोमन साम्राज्य फार लुडबूड करत नसे. तसंच ख्रिस्ती, ज्यू आणि मुस्लीम लोकांना त्यांचं खासगी,

सीरियामध्ये अमीर फैझल याच्याकडे या चळवळीचं नेतृत्व आलं. सीरियामधल्या दमास्कस शहरात फैझलनं आपलं सरकार स्थापन करत असल्याची घोषणा केली. म्हणजेच, तो सीरियाचा नवा राजा असेल, असं जाहीर करण्यात आलं. केवळ सीरियाच नव्हे; तर पॅलेस्टाईनसुद्धा आपल्या आधिपत्याखाली असला पाहिजे अशी फैझल आणि त्याचे समर्थक यांची इच्छा होती. पूर्वी ऑटोमन साम्राज्याच्या शासनव्यवस्थेत तसंच लष्करामध्ये काम केलेले लोक, तसंच तरुण अरब क्रांतिकारी या सगळ्यांनी फैझलला साथ द्यायचं ठरवलं. १९२०च्या मार्च महिन्यात सीरियामधल्या अनेक प्रांतांमधले नेते आणि प्रतिनिधी एकत्र जमले आणि त्यांनी स्वतंत्र सीरियाची तसंच त्याच्या राजेपदी फैझलची निवड झाल्याची घोषणा केली. फ्रान्सच्या दृष्टीनं हा मोठा धक्काच होता.

कौटुंबिक आणि धार्मिक आयुष्य आपापल्या पद्धतीनं जगण्याचं स्वातंत्र्यही दिलं जाई.

दरम्यान युरोपीय देशांचं इतर प्रांतांमध्ये घुसून त्यांचं वसाहतीकरण करण्याचं काम पूर्वीपासूनच जोरात सुरू होतं. यामुळे ब्रिटिश आणि फ्रेंच वसाहती मध्यपूर्व आशियामध्ये निर्माण झाल्या. ऑटोमन साम्राज्य युरोपीय देशांमध्ये वाटून घेण्यात आलं. यासाठी १९१९-२०मध्ये करार झाले. त्यानुसार इजिप्त, इराक आणि पॅलेस्टाईन यांच्यावर ब्रिटिशांचं; तर सीरिया आणि आजूबाजूचे प्रदेश यांच्यावर फ्रान्सचं वर्चस्व निर्माण झालं. खरं म्हणजे तेव्हा इराक हा देशच अस्तित्वात नव्हता; पण बसरा, बगदाद आणि मोसूल अशा पूर्णपणे भिन्न प्रदेशांना कृत्रिमरीत्या एकत्र आणून त्यांच्या खिचडीतून इराकची निर्मिती करण्यात आली.

अरब देशांना अचानकपणे ऑटोमन साम्राज्यातून बाहेर पडून युरोपीय देशांचं नवं वर्चस्व सहन करणं अजिबातच मान्य नव्हतं. यामुळे ठिकठिकाणी चळवळी सुरू झाल्या. सीरियामध्ये अमीर फैझल याच्याकडे या चळवळीचं नेतृत्व आलं. सीरियामधल्या दमास्कस शहरात फैझलनं आपलं सरकार स्थापन करत असल्याची घोषणा केली. म्हणजेच, तो सीरियाचा नवा राजा असेल, असं जाहीर करण्यात

आलं. केवळ सीरियाच नव्हे; तर पॅलेस्टाईनसुद्धा आपल्या आधिपत्याखाली असला पाहिजे अशी फैझल आणि त्याचे समर्थक यांची इच्छा होती. पूर्वी ऑटोमन साम्राज्याच्या शासनव्यवस्थेत तसंच लष्करामध्ये काम केलेले लोक, तसंच तरुण अरब क्रांतिकारी या सगळ्यांनी फैझलला साथ द्यायचं ठरवलं. १९२०च्या मार्च महिन्यात सीरियामधल्या अनेक प्रांतांमधले नेते आणि प्रतिनिधी एकत्र जमले आणि त्यांनी स्वतंत्र सीरियाची तसंच त्याच्या राजेपदी फैझलची निवड झाल्याची घोषणा केली. फ्रान्सच्या दृष्टीनं हा मोठा धक्काच होता. ब्रिटिशांसह अरब भूमी जवळपास समसमान हिस्से करून वाटून घेतलेली असताना अचानकपणे आपल्या वाट्याला आलेल्या भागामधल्या सीरियानं अशा प्रकारची कृती करणं फ्रान्सला पचण्यासारखं नव्हतं. यामुळे फैझलचं कृत्य त्यांनी बेकायदेशीर ठरवलं. फैझलनं इंग्लंड, फ्रान्स आणि इतर देश भरवत असलेल्या 'शांतता परिषदां'ना हजेरी लावली आणि अनेकदा आपली बाजू समजावून सांगण्याचा प्रयत्न केला. अर्थातच, त्याचं म्हणणं ऐकून घ्यायची कुणाचीच तयारी नव्हती. ब्रिटिशांनी कदाचित फैझलला सहानुभूती दाखवत पाठिंबा दिलाही असता; पण आपल्या या कृतीमुळे फ्रान्स आपल्या विरोधात आपल्या वाट्याला आलेल्या अरब देशांना भडकवू शकतो, याची कल्पना असल्यामुळे ब्रिटिशांनी असं करायचं टाळलं. यावर 'सॅन रेमो' परिषदेनं शिक्कामोर्तब करून सीरियाला फ्रेंचांच्या हवाली करून टाकलं.

फ्रेंचांचंच आपल्यावर वर्चस्व कायम राहणार, हे समजताच सीरियामध्ये संतापाची लाट उसळली. यात दोन मतप्रवाह होते : एका मतानुसार, कट्टर अरब विचारसरणीच्या लोकांनी फ्रेंचांचा दावा उधळून लावण्याची आणि सीरियामध्ये फैझलचं राज्य बळकट करण्याची शपथ घेतली. दुसरीकडे, जरा सबुरीनं वागावं अशा मताच्या लोकांनी मात्र यातून मध्यममार्ग काढण्यावर भर दिला. एकीकडे फैझलचीच सीरियामध्ये सत्ता राहील; पण दुसरीकडे फ्रेंचही दुखावले जाणार नाहीत असं काहीतरी केलं पाहिजे, असं त्यांचं मत होतं. यामधला नक्की कुठला मार्ग स्वीकारावा हे नीटसं कळत नसल्यामुळे गोंधळात पडलेल्या फैझलनं बैरुतमध्ये असलेल्या फ्रेंच लष्करी अधिकाऱ्याशी बोलणी केली. संबंधित फ्रेंच अधिकारी काहीही ऐकून घेण्याच्या मन:स्थितीत नव्हता आणि त्यानं सीरियामधून उठाव होत असल्याचं दिसत असल्यामुळे हा उठाव ठेचून काढण्यासाठी आपलं लष्कर तिथे धाडलं. २४ जुलै १९२० या दिवशी फ्रेंच फौजांनी सीरियामधल्या फैझलच्या लष्कराचा अगदी सहज पराभव करून दमास्कसवर आपलं वर्चस्व प्रस्थापित केलं.

फ्रेंचांनी सीरियावर कब्जा करण्यामागे आर्थिक कारणंसुद्धा होती. ऑटोमन साम्राज्याच्या काळात फ्रेंचांनी या भागात रेल्वे, बंदरं आणि इतर व्यापारी केंद्रं उभी करण्यामध्ये मोठी गुंतवणूक केली होती. त्यातच ब्रिटिशांचं वाढतं वर्चस्व रोखण्यासाठी आपणही मध्यपूर्व आशियामध्ये आपलं सत्ताकेंद्र उभं केलं पाहिजे, अशी फ्रेंच राज्यकर्त्यांची धारणा होती. यासाठीच सीरियामध्ये फैझलला बेदखल करून फ्रेंचांनी आपलं लष्करी साम्राज्य उभं केलं.

फैझलला युरोपमध्ये आश्रय घेण्यासाठी पळून जावं लागलं. फक्त पाच महिन्यांच्या काळातच 'स्वतंत्र' झालेला सीरिया फ्रेंच वर्चस्वाखाली आला.

ब्रिटिश आणि फ्रेंच सरकारांची अरब देशांवरच्या वर्चस्वासंबंधीची धोरणं वेगवेगळी होती. ब्रिटिशांनी या वसाहतींमध्ये थेट लष्कर तैनात करण्यापेक्षा अप्रत्यक्षरीत्या आपलं वर्चस्व राजकीय धोरणांनी कायम ठेवण्यावर भर दिला. फ्रेंचांनी मात्र आपलं लष्कर या प्रांतांमध्ये उभं केलं. सीरिया आणि लेबेनॉन इथे फ्रेंच लष्कराखेरीज सगळी शासनव्यवस्था बघण्यासाठी फ्रेंच अधिकारी आणि त्यांच्या हाताखाली काम करण्यासाठीचा नोकरवर्ग अशी सगळी उतरंड होती. साहजिकच, खासकरून सीरियामध्ये स्थानिक जनतेच्या मागण्यांना काही अर्थ नव्हता. तिथे राजकीय नेतृत्व जन्मणं कठीण होतं. सगळं पूर्णपणे फ्रेंचांच्या मर्जीनुसार घडणार हे उघड होतं. लेबेनॉनमधलं दृश्य जरासं वेगळं असलं तरी तो आपला इथे विषय नाही. दरम्यान याच काळात सौदी अरेबिया या इस्लाममधल्या वहाबी पंथाचं वर्चस्व असलेल्या हुकूमशाही देशाचाही जन्म झाला.

पहिल्या महायुद्धाच्या काळात सीरियाला जोरदार तडाखा बसला होता. १९१५ ते १८ या काळात इथे तब्बल सहा लाख लोक दगावले असल्याचा अंदाज व्यक्त केला जातो. यात दुष्काळ आणि रोगराई यामुळे मरण पावलेले सर्वसामान्य नागरिक, तर युद्धात ऑटोमन साम्राज्याच्या वतीनं लढायला गेलेले सैनिक यांचा समावेश आहे. यामुळे सीरियामधला जवळपास एक-पंचमाश समाज नष्ट झाला. यात महायुद्धानंतरच्या फ्रेंच वर्चस्ववादाची भर पडली. अन्नधान्याचा

तुटवडा आणि त्याच्या जोडीला सततची मानहानी यामुळे सीरियामधली जनता पार पिचून गेली. या भागातल्या ख्रिस्ती समाजाची जबाबदारी आपल्यावर असल्याच्या नैतिक कारणापोटी फ्रेंचांनी तिथे धार्मिक आणि शैक्षणिक धोरणं त्यानुसारच राबवली. अर्थातच, यामुळे स्थानिक मुसलमान लोकांच्या मनातली फ्रेंचांविषयीची उरलीसुरली सद्भावना संपुष्टात आली. फ्रेंचांनी सीरियावर कब्जा करण्यामागे आर्थिक कारणंसुद्धा होती. ऑटोमन साम्राज्याच्या काळात फ्रेंचांनी या भागात रेल्वे, बंदरं आणि इतर व्यापारी केंद्रं उभी करण्यामध्ये मोठी गुंतवणूक केली होती. त्यातच ब्रिटिशांचं वाढतं वर्चस्व रोखण्यासाठी आपणही मध्यपूर्व आशियामध्ये आपलं सत्ताकेंद्र उभं केलं पाहिजे, अशी फ्रेंच राज्यकर्त्यांची धारणा होती. यासाठीच सीरियामध्ये फैझलला बेदखल करून फ्रेंचांनी आपलं लष्करी साम्राज्य उभं केलं.

आपल्या शासनकाळात सीरिया पूर्णपणे आपल्यावर अवलंबून तर राहीलच; पण भविष्यातसुद्धा सीरियाला स्वत:च्या पायांवर उभं राहणं जड होईल यासाठीची व्यूहरचना फ्रेंचांनी आखली. म्हणजे सीरिया स्वातंत्र्याची मागणी करण्याच्या परिस्थितीतच नसेल, असा फ्रेंचांचा डाव होता. शक्य तितका काळ आपली या भागातली सत्ता टिकवून धरण्यासाठीची ही चाल होती. अर्थातच, धार्मिक, पंथीय, सामाजिक, भौगोलिक मुद्द्यांचा आधार घेत 'फोडा आणि झोडा'चं धोरण फ्रेंचांनी चतुराईनं वापरलं. सीरियन समाजात एकी निर्माण होता कामा नये आणि स्वातंत्र्याची ललकारी देणारं नेतृत्व तिथे जन्मता कामा नये, यासाठी फ्रेंचांनी सगळे प्रयत्न केले. याचं मुख्य उदाहरण म्हणजे १९२०मध्येच फ्रेंचांनी दमास्कस आणि अलेप्पो या दोन सीरियन शहरांना पूर्णपणे वेगळं करून ते दोन वेगळे देश असावेत, अशा प्रकारचा दर्जा दिला. या दोन प्रांतांचं नेतृत्व दोन वेगळ्या फ्रेंच अधिकाऱ्यांकडे सोपवण्यात आलं. तिथली शासनव्यवस्थाही वेगळी ठेवण्यात आली. तसंच 'आलवाईट' आणि 'ड्रझ' या दोन वेगळ्या पंथीयांमध्येही फूट पडत राहील याची फ्रेंचांनी काळजी घेतली. आलवाईट हा शिया पंथामधला एक उपपंथ मानला जातो. पण आलवाईट लोक बरेचदा इस्लामपासून इतके दूर जातात, की सुन्नी लोक त्यांना सरळ 'धर्मबुडवे'च म्हणतात! सीरियामध्ये या दोन्ही पंथीयांना भौगोलिकरीत्या विभागण्यात आलं. १९४२पर्यंत जवळपास पूर्ण काळ या प्रांतांचं व्यवस्थापनही स्वतंत्रपणे करण्यात आलं. दरम्यान १९२४मध्ये आलवाईट आणि ड्रझ पंथीयांना वेगळं पाडत दमास्कस आणि अलेप्पो यांना एकत्र आणून फ्रेंचांनी सीरिया हा एकच

देश असल्याचं जाहीर करून आणखी गोंधळ वाढवला. याखेरीज होम्स आणि हमा ही त्याखालोखाल मोठी असलेली शहरंही त्यात समाविष्ट करण्यात आली. या सगळ्या भागांमध्ये सुन्नी पंथीयांचं वर्चस्व होतं. म्हणजेच आलवाईट आणि ड्रुझ लोक इतर सीरियाई नागरिकांपासून वेगळे झाले. एकूणच सगळीकडे सुन्नी लोकांना महत्त्वाचं स्थान मिळेल याकडे फ्रेंचांनी लक्ष दिलं.

सीरियावरचं आपलं वर्चस्व टिकवण्यासाठी फ्रेंचांनी प्रचंड खर्च केला. प्रशासकीय यंत्रणेवरच्या खर्चाखेरीज तिथे कायमस्वरूपी १५,००० सैनिकांची फौज टिकवून ठेवणं काही सोपं काम नव्हतं. आपल्या आधिपत्याखाली फ्रेंचांनी ६,००० स्थानिक सीरियाई तरुणांची एक फौज उभी केली. गरज भासेल तेव्हा या लोकांचा आपल्याला वापर करून घेता येईल असा फ्रेंचांचा यामागचा उद्देश होता. ऐतिहासिक घडामोडींच्या दृष्टीनं यातला महत्त्वाचा मुद्दा म्हणजे समाजामध्ये त्यातल्या त्यात प्रतिष्ठित आणि बहुसंख्याक असलेल्या सुन्नी पंथीयांना अशा फौजेमध्ये भरती होणं कमीपणाचं वाटे. यामुळे त्यांनी या पर्यायाकडे पार दुर्लक्ष केलं. परिणामी, या फौजेमध्ये इतर पंथीयांचंच वर्चस्व निर्माण झालं. १९४६मध्ये सीरिया स्वतंत्र झाल्यावर हा मुद्दा महत्त्वाचा ठरला. सुन्नी पंथीयांची या फौजेमधली संख्या अगदी नगण्य राहिली आणि याचा फायदा इतर पंथीयांनी उचलला.

अर्थातच, फ्रेंचांना सीरियामध्ये अगदी निरंकुश सत्ता गाजवणं शक्य झालं असंही नाही. अधूनमधून असंतोष भडकून येई आणि स्थानिक लोक क्रांती करण्यासाठी धडपडत. दुर्दैवानं त्यांच्यामध्ये एकी नसे, तसंच बलाढ्य फ्रेंच लष्कराशी दोन हात करण्याची त्यांची तयारी नसे. १९२५ ते १९२७ या काळातल्या उठावानं मात्र जरा उग्र रूप धारण केलं. हाही उठाव स्थानिक पातळीवरच सुरू झाला; पण लवकरच तो सीरियाभर पसरला. ड्रुझ पंथीयांवर सक्तीनं काही एकतर्फी नियम लागू करण्याचे फ्रेंच प्रयत्न उठाव करणाऱ्यांनी सुरुवातीला उधळून लावले. इतकंच नव्हे; तर फ्रेंच सैन्यालाही या ड्रुझ पंथीयांनी तिथून हाकलून देण्यात यश मिळवलं. या अत्यंत उत्साहवर्धक बातमीमुळे सीरियात इतरत्रही बंडाचे झेंडे वर काढण्यात आले. फ्रेंचांना विरोध सुरू झाला. वैतागून १९२५च्या ऑक्टोबर महिन्यात फ्रेंच सैनिकांनी विमानातून आणि पायदळाद्वारे दमास्कस शहरावर तब्बल ४८ तास बॉम्बहल्ले करून १४०० सीरियाई नागरिकांना ठार केलं; तसंच फ्रेंच मालमत्तेचं नुकसान केल्याप्रकरणी प्रत्येक नागरिकाकडून ३५ ब्रिटिश पौंड इतका दंडही फ्रेंचांनी वसूल केला! दमास्कसमधलं जवळपास प्रत्येक घर फ्रेंचांनी

लपवलेली शस्त्रास्त्रं शोधून काढण्यासाठी म्हणून पिंजून काढलं. तरीसुद्धा आणखी दोन वर्षं या उठावाची धग कमी प्रमाणात का होईना; पण टिकून राहिली.

या उठावाला अखेर फ्रेंचांनी ठेचून काढलं असलं तरी सीरियामध्ये फ्रेंचांविरुद्ध एकजुटीनं लढण्यासंबंधीचा राजकीय विचार 'नॅशनल ब्लॉक' या नावानं सुरू झाला. या राजकीय हालचालींमागे पूर्वी ऑटोमन साम्राज्याच्या काळात वर्चस्व गाजवणाऱ्या घराण्यांमधलेच लोक होते. म्हणजेच परंपरेनं आणि वारसा हक्कानं त्यांना आता हळूहळू सीरियावर आपली पकड बसवायची होती. यासाठी त्यांना अतिशय धूर्तपणे वागणं भाग होतं. स्थानिक सीरियाई जनतेच्या मनात फ्रेंचांविषयी निर्माण झालेला उद्रेक भडकवत असल्याचं त्यांना वरकरणी भासवायचं होतं; त्याशिवाय स्थानिक लोकांकडून त्यांना साथ मिळणं अशक्य होतं. जर हे नेते फ्रेंचांच्या आदेशांनुसार वागतात, असं चित्र स्थानिक सीरियाई लोकांना दिसलं असतं तर त्यांनी लगेचच या नेत्यांना धुडकारलं असतं. प्रत्यक्षात मात्र आपण खरोखरच क्रांतिकारी विचारसरणीचा एका प्रमाणापलीकडे अवलंब करू शकणार नसल्याची या नेत्यांनाही जाणीव होती. फ्रेंचांशी जुळतं घेऊनच आपल्याला वाटचाल करणं भाग आहे, हे त्यांना माहीत होतं. म्हणजेच ही एक प्रकारची तारेवरची कसरतच होती. याखेरीज सीरियाच्या स्वातंत्र्यासाठी जरी हे नेते वरवर मागणी करत असले तरी देशामधली सगळी सामाजिक घडी विसकटू न देता हे करणं भाग असल्याची त्यांना कल्पना होती. ही घडी व्यवस्थित असेपर्यंतच आपलं अर्थकारण आणि समाजकारण टिकून राहील, हे त्यांना माहीत होतं. खरोखर मोठी क्रांती घडली आणि या क्रांतीनं सामाजिक रचनेपासून इतर सगळ्या बाबतीत मोठे फेरबदल घडवून आणले, तर नव्या परिस्थितीत आपण स्वतःच टिकून राहू शकण्याविषयी त्यांना खात्री वाटत नव्हती. यातून सीरियामध्ये राष्ट्रपती, पंतप्रधान आणि मंत्रीमंडळ अशा सगळ्या शासनव्यवस्था निर्माण करण्यात आल्या; पण त्यांच्यावर अंतिम नियंत्रण फ्रेंचांचंच होतं. फ्रेंच अधिकाऱ्याला सीरियाई मंत्रीमंडळानं घेतलेला कुठलाही निर्णय रद्दबातल ठरवण्यासाठीचा विशेष कायदेशीर नकाराधिकार होता.

हळूहळू संपूर्ण स्वातंत्र्याकडे सीरियाची वाटचाल सुरू झाली. दुसऱ्या महायुद्धाची चाहूल लागेपर्यंत फ्रान्स खूपच क्षीण होत गेला. पहिल्या महायुद्धातून सावरण्याआधीच दुसऱ्या महायुद्धाचे वारे वाहत असल्यामुळे फ्रेंचांनी आपलं घर सावरण्याकडे लक्ष केंद्रित केलं. जसं इराकला ब्रिटिशांनी मर्यादित स्वातंत्र्य दिलं होतं त्याच धर्तीवर सीरियाला फ्रेंचांनी मर्यादित स्वातंत्र्य द्यावं, असा मार्ग

निघाला. म्हणजेच सीरियानं आपला कारभार स्वत: चालवावा; पण इतर देशांनी त्यात ढवळाढवळ करण्याचा प्रयत्न केला तर फ्रेंच लष्कर सीरियाच्या मदतीला धावून येईल आणि सीरियाई सीमारेषांचं रक्षण करेल, असा त्याचा अर्थ होता. तेव्हाच्या जागतिक पातळीवरच्या 'लीग ऑफ नेशन्स' या संघटनेचं सदस्यत्वसुद्धा सीरियाला मिळेल, असं ठरलं. यासाठीची सगळी तयारी होत आली खरी; पण ऐन वेळी फ्रेंच सरकारनं याला नकार दिला आणि सीरियाच्या आशांवर अशा प्रकारे १९३८मध्ये पुन्हा एकदा विरजण पडलं. याच्या पुढच्या वर्षी तर फ्रेंचांनी सीरियाला आधी दिलेलं मर्यादित स्वातंत्र्यसुद्धा हिरावून घेत सीरियाई संसद बरखास्त करून टाकली. इतकंच नव्हे; तर सीरियाचा भाग असलेला एक प्रदेश तुर्कस्थानमध्ये समाविष्ट करून फ्रेंचांनी सीरियाच्या जखमेवर मीठ चोळलं.

दरम्यान हिटलरनं फ्रान्सवर यशस्वी चढाई केल्यामुळे नवी गुंतागुंत निर्माण झाली. आता सीरियासारख्या फ्रेंच वसाहतींचं काय होणार, हे समजत नव्हतं. दरम्यान, स्थानिक सीरियाई जनतेला विलक्षण हालअपेष्टांना तोंड द्यावं लागलं. अन्नधान्याच्या तुटवड्यापासून सततची अनिश्चितता आणि इतरांच्या पटावरची प्यादी असल्यासारखी सुरू असलेली ससेहोलपट यामुळे सीरिया एकदम अडचणीत आला. स्थानिक सीरियाई लोकांनी आंदोलनं पुकारून फ्रेंचांना आपला देश सोडण्यासाठी प्रवृत्त करण्याचे जोरदार प्रयत्न केले. दरम्यान, दुसऱ्या महायुद्धात इंग्लंड गुंतला असल्याचा फायदा घेत इराकमध्ये रशीद अली या नेत्यानं यशस्वी उठाव घडवून आणला. इराक आपल्या ताब्यातून निसटला आणि सीरिया फ्रेंचांच्या ताब्यातून निसटला, तर जर्मनांना इथे आपलं बस्तान सहजपणे बसवता येईल आणि आपली मोठी पीछेहाट होईल याची ब्रिटिशांना कल्पना होती. यामुळे त्यांनी इराकमधला रशीद अलीचा उठाव ठेचून काढला; तसंच फ्रेंचांचं सीरियावरचं वर्चस्व टिकवून धरण्यासाठी मदत केली. सीरियाई लोकांचे मात्र संपूर्ण स्वातंत्र्यासाठीचे प्रयत्न सुरूच होते. फ्रेंचांनी त्याला पुन्हा एकदा साफ नकार दिला; पण आता ब्रिटिशांचाही दबाव असल्यामुळे फ्रेंचांनी सीरियामधली स्थानिक संसद पुन्हा आपलं कामकाज बघेल इतपत सूट दिली. यामुळे सीरियामध्ये पुन्हा एकदा जुना 'नॅशनल ब्लॉक' सत्तेवर आला आणि दमास्कसमध्ये अनेक दशकांपासून राजकारणामध्ये प्रभाव गाजवणाऱ्या घराण्यातल्या शुक्री अल-कव्वात्लीची राष्ट्रपतिपदी निवड झाली. अर्थात, सत्तेची सूत्रं अजूनही फ्रान्सच्याच हाती होती. दुसऱ्या महायुद्धाची व्याप्ती वाढत गेल्यावर फ्रान्सच्या अडचणींमध्ये प्रचंड वाढ होत

गेली. १९४६मध्ये मात्र सीरियाला स्वातंत्र्य देण्यावाचून दुसरा पर्याय फ्रान्ससमोर शिल्लक राहिला नाही.

दुसऱ्या महायुद्धानंतर स्वतंत्र झालेल्या सीरियामध्ये नक्की कशी शासनव्यवस्था टिकाव धरेल, हे सांगणं कठीण होतं. सत्तेची सूत्रं संसदेकडे आली होती खरी; पण राज्यकारभार चालवण्याचा कुणालाच अनुभव नव्हता. त्यातच फ्रेंचांनी अनेक दशकांपासून पेरलेल्या आंतरपंथीय वैरामुळे एकोप्याचं वातावरण अजिबातच नव्हतं. या सगळ्यात भर पडली ती १९४८च्या युद्धाची. पॅलेस्टिनी भूमीवर इस्त्रायल या नव्या देशाची स्थापना झाल्यावर सगळ्या अरब देशांनी या अन्यायाविरुद्ध एकत्र येऊन लढावं, असं वातावरण निर्माण झालं होतं. अर्थातच, सीरियानं त्यात पॅलेस्टिनी बांधवांच्या वतीनं उतरणं भाग होतं. या युद्धात अरब देशांचा दारुण पराभव झाला. सीरियाचं पेकाट इस्त्रायलनं पार मोडलं. यामुळे सीरियाई जनता खवळली. आपल्या देशातल्या भ्रष्ट कारभारामुळेच आपल्या लष्कराची अशी दुर्दशा झाल्याचं मत सगळीकडे पसरलं. पुढच्याच वर्षी सीरियाई लष्करानं राष्ट्रपती कव्वात्लीला पदच्युत करून सत्ता आपल्याकडे घेतली. साहजिकच, सीरियाई उच्चवर्गाकडे असलेली सत्ता आता अचानकपणे लष्करी अकादमीमध्येच घडलेल्या अननुभवी तरुणांकडे आली. याचा अपेक्षित परिणाम झाला.

त्याच वर्षी आणखी दोन वेळा उठाव आणि सत्ताबदल झाले. यातल्या दुसऱ्या उठावाचं नेतृत्व करणाऱ्या कर्नल अदिब शिशाक्लीनं १९५४पर्यंत सीरियावर आपली सत्ता टिकवून धरण्यात यश मिळवलं. लष्करी हुकूमशाहीच्या जोरावर त्यानं किमान लष्करामधल्या वेगवेगळ्या पंथीयांमधल्या मतभेदांना दूर करण्यात यश मिळवलं. इतर अरब देशांशी जुळवून घेत त्यानं पाश्चिमात्य देशांच्या आमिषांपुढे झुकायला नकार दिला. म्हणजेच त्यांच्या खेळातलं प्यादं सीरिया बनणार नाही याकडे त्यानं लक्ष दिलं. पहिली दोन वर्षं साहजिकच शिशाक्लीची लोकप्रियता वाढत गेली; पण अखेर सगळ्याच हुकूमशहांप्रमाणे आपली सत्ता काही झालं तरी टिकवून धरण्यासाठी त्यानं चोखाळलेले मार्ग त्याला अडचणीत आणणारे ठरले. आपल्याच जनतेच्या विरोधात अत्यंत क्रूर हिंसक कारवाया करून त्यानं जनक्षोभ निर्माण केला. अखेर लष्करामधल्याच एका गटानं त्याला पदच्युत करण्यात यश मिळवलं.

आता सीरियामध्ये पुन्हा एकदा संसदप्रणालीनं मुळं धरली. अर्थात, हे नावापुरतंच होतं. प्रत्यक्षात लष्कराच्या इशाऱ्यांवरच सगळा कारभार चाले. या सुमाराला बाथ पक्षानं सीरियामध्ये आपलं वर्चस्व निर्माण केलं. बाथचा अर्थ

पुनर्निर्माण असा होतो. या पक्षाची निर्मिती १९३०च्या दशकात पॅरिसमध्ये एकत्र शिकत असताना एका ख्रिस्ती धर्माच्या तरुणानं आणि एका सुन्नी पंथाच्या तरुणानं एकत्रितरीत्या केली. सीरियामध्ये परतल्यावर त्यांनी हा पक्ष अधिकृतरीत्या स्थापला. राष्ट्रवाद आणि समाजवाद यांचं मिश्रण असलेल्या संकल्पना त्याच्या मुळाशी होत्या. बाथ पक्षाच्या जोडीला सीरियामधला कम्युनिस्ट पक्षही लोकप्रिय होता. बाथ पक्षाचं मुख्य उद्दिष्ट मात्र अरब देशांमध्ये क्रांती घडवून नवी शासनव्यवस्था रुजवण्याचं होतं. निरनिराळ्या अरब देशांनी स्वतंत्रपणे आगेकूच करण्याचा प्रयत्न फारसा यशस्वी ठरू शकणार नाही, असं म्हणून या पक्षानं सगळ्या अरब देशांच्या एकीवर भर दिला. अरब समाजामध्ये आमूलाग्र बदल घडवण्याचं स्वप्न या पक्षाचे संस्थापक बघत असत. यामुळे हा पक्ष फक्त सीरियापुरताच मर्यादित न राहता इतर अरब देशांमध्ये पसरला. समाजामध्ये सुधारणावादी दृष्टिकोन रुजावा आणि तळागाळापर्यंत समृद्धीचे फायदे झिरपावेत यासाठीची धोरणं अवलंबण्यावरही हा पक्ष भर देई.

१९५०च्या दशकात अरब देशांपैकी कोण सगळ्यांत वर्चस्व गाजवेल यासाठीची एक अघोषित स्पर्धाही सुरू होती. यात इजिप्त आणि इराक हे मुख्य दावेदार होते. सीरियाला आपल्या अमलाखाली आणण्यासाठी हे दोन्ही देश म्हणूनच धडपडत होते. याचं कारण म्हणजे आपोआपच आपली ताकद वाढेल आणि अरब देशांमधलं आपलं वर्चस्व आणखी वाढेल असा इजिप्त आणि इराक यांचा प्रयत्न होता. सीरियाचे नेते आणि लष्करी अधिकारी यांच्यात या प्रश्नावरून मतभेद होते. काही जणांना आपण इजिप्तची बाजू घ्यावी असं वाटे; तर इतरांना मात्र आपण इराकची साथ देणं योग्य ठरेल असं वाटे. यामुळे सीरियाची विनाकारणच फरफट झाली. ही गुंतागुंत सोडवण्यासाठी सीरियामधल्या बाथ पक्षाच्या नेत्यांनी इजिप्तच्या नासरशी संपर्क साधला. जर सीरियाची ही संदिग्ध भूमिका अशीच राहिली तर लवकरच देशामध्ये पुरता गोंधळ माजेल आणि याचा फायदा सीरियामधला कम्युनिस्ट पक्ष उठवेल, अशी भीती बाथ पक्षाच्या नेत्यांनी नासरपाशी व्यक्त केली. आपली सीरियामधली सत्ता कायम राखण्यासाठी आपल्या विचारसरणीशी जुळणारी विचारसरणी असलेला नासर मदत करेल, अशी त्यांना आशा वाटत होती. यातून इजिप्त आणि सीरिया यांच्या 'संयुक्त अरब प्रजासत्ताक' या संकल्पनेची १९५८च्या फेब्रुवारी महिन्यात घोषणा करण्यात आली. इराक, इराण, पाकिस्तान आणि तुर्कस्थान यांनी मात्र यात सहभागी न होता त्या काळात इजिप्तशी शत्रुत्व

घेणाऱ्या इंग्लंडची साथ द्यायचं ठरवलं. या संयुक्त अरब प्रजासत्ताकावर इजिप्तचं इतकं वर्चस्व होतं, की सीरियाची प्रचंड घुसमट सुरू झाली आणि तीनच वर्षांत हे प्रजासत्ताक कोलमडून पडलं.

स्वतंत्र झालेल्या सीरियामध्ये अर्थातच शांती नव्हती. एकमेकांवर कुरघोडी करण्यासाठीचे अनेक नेत्यांचे प्रयत्न सुरू राहिले. याला मूर्त स्वरूप हफीझ अल असादच्या उठावानं दिलं. १९३०मध्ये आलवाईट समाजाच्या दुर्लक्षित भागात असादचा जन्म झाला. सीरियाच्या एकूण लोकसंख्येच्या फक्त १०% जनता आलवाईट उपपंथातली आहे. आधी उल्लेख केल्याप्रमाणे, सीरियामध्ये सुन्नी लोकांचं वर्चस्व आहे आणि आलवाईट हा उपपंथ शिया पंथातून निर्माण झालेला आहे. साहजिकच, आलवाईट लोकांना सीरियामधल्या मुख्य सामाजिक जीवनात पूर्वीपासूनच फारसं स्थान नसे. त्यातच आपल्यावर अन्यायकारी सत्ता गाजवलेल्या फ्रेंचांना आलवाईट लोकांनी मदत केल्याचा सुन्नी लोकांचा आधीपासूनचा संशय होता. हे वाळीत टाकलं जाणं आणि गरिबी यांचे आपल्यावर जन्मापासूनच पडलेले डाग धुऊन काढण्याचा असादचा निर्धार होता. त्याच्या कुटुंबात तोपर्यंत कुणीच प्राथमिक शालेय शिक्षणाची पायरी ओलांडून माध्यमिक शिक्षणापर्यंत जाऊ शकलेलं नसूनसुद्धा असादनं हा पराक्रम करून दाखवला. इतकंच नव्हे; तर त्यानं कायम उत्कृष्ट शैक्षणिक कामगिरी करून दाखवली. आपल्या पिढीतल्या इतर तरुणांप्रमाणेच असाद 'बाथ' पक्षाच्या विचारसरणीनं भारून गेला आणि त्यानं या पक्षाचं सदस्यत्व स्वीकारलं. शालेय शिक्षण पूर्ण केल्यानंतर मात्र इतर सगळ्या मागासलेल्या मुलांप्रमाणेच त्याच्यासमोर पुढचं शिक्षण कसं घ्यायचं, हा प्रश्न उभा राहिला. त्याच्या कुटुंबाची आर्थिक क्षमता अगदी मर्यादित होती. यातून मार्ग काढण्यासाठी असादनं लष्करी प्रशिक्षण अकादमीमध्ये प्रवेश घेतला. इथे शिक्षण फुकट मिळे. तिथला अभ्यासक्रम पूर्ण करून असादनं १९५१मध्ये सीरियाच्या कमजोर हवाईदलात नोकरी धरली. तिथेही चमक दाखवल्यामुळे त्याला सोव्हिएत युनियनमध्ये जाऊन लढाऊ विमानं चालवण्याचं प्रशिक्षण घेण्यासाठी धाडण्यात आलं. यामुळे एके काळी अत्यंत मागासलेल्या आणि दुर्लक्षित पार्श्वभूमीमध्ये खितपत पडलेला असाद सीरियाई आयुष्याच्या मुख्य प्रवाहामध्ये आला. सीरियामधल्या त्या काळातल्या प्रथेप्रमाणे लष्करात प्रगती करता-करता असाद राजकारणामध्येही प्रगती करत होता. बाथ पक्षाचा सक्रिय कार्यकर्ता म्हणून लोक त्याला ओळखायला लागले.

या काळात अरब देशांनी एकत्र यावं यासाठी जोरदार प्रयत्न सुरू होते. इजिप्तमध्ये क्रांती घडल्यावर जमाल अब्देल नासरनं अत्यंत धडाडीचे निर्णय घेतले आणि देशात चैतन्य निर्माण केलं. हा जोर फक्त इजिप्तपुरता मर्यादित न राहता तो इतर अरब देशांमध्ये पसरावा यासाठी नासरनं कंबर कसली. याचा दुसरा भाग म्हणजे या सगळ्या अरब देशांचं नेतृत्व आपण करावं, अशी नासरची इच्छा असणं स्वाभाविक होतं. म्हणूनच त्यानं सीरियालाही या प्रस्तावात सहभागी होण्याचं आवाहन केलं आणि तिथला बाथ पक्ष बरखास्त करून टाकावा असं सुचवलं. हे मात्र असादला अजिबात मान्य नव्हतं. त्यानं नासरच्या या आक्रमक पवित्र्याचा निषेध करायला सुरुवात केली. नासर तेव्हा खूपच प्रभावी बनलेला असल्यामुळे इतर देशांमधल्या आपल्या विरोधकांनाही तो नामोहरम करू शके. बहुधा यामुळेच असादला इजिप्तच्या कैरो शहरात एका अत्यंत दुय्यम कामासाठी पाठवण्यात आलं. सीरियामध्ये राहून असाद आपल्याला डोईजड ठरू शकतो याची नासरला कल्पना आली असावी. याचा परिणाम उलटाच झाला. आपल्यासारखेच वैतागलेले इतर सीरियाई लष्करी अधिकारी कैरोत आहेत हे असादच्या लक्षात आलं. त्यानं त्यांच्या मदतीनं सीरियामध्ये दुबळ्या होत चाललेल्या बाथ पक्षाचं पुनरुज्जीवन करण्याचा विडा उचलला.

असादसारखा दृष्टिकोन असलेल्या लोकांना १९५८ ते ६१ या काळात इजिप्तच्या वर्चस्वाखाली करण्यात आलेला 'संयुक्त अरबी प्रजासत्ताका'चा फसलेला प्रयोग अजिबातच नको होता. अरबी एकतेसाठी नासर प्रयत्न करत असलेला बघून असाद त्याचं कौतुक करे; पण या एकतेवर आपली पकड असावी, ही नासरची इच्छा त्याला मान्य नव्हती. तसंच सीरियामधला बाथ पक्ष विसर्जित करण्याची नासरची मागणी तर असादला एकदम धक्कादायकच वाटे. हळूहळू जमवाजमव करत १९६३मध्ये असाद आणि लष्करामधले त्याचे सहकारी अधिकारी यांनी बंड घडवून आणलं आणि सीरियाची सत्ता आपल्याकडे खेचून घेतली. आपल्या आलवाईट पंथीय सहकाऱ्यांना ३३ वर्षीय असादनं अर्थातच खूप महत्त्व दिलं. यामुळे सीरियामध्ये अचानकपणे आलवाईट पंथीयांचीच सत्ता स्थापन झाली. असादकडे सीरियाच्या हवाईदलाचं प्रमुखपद आलं. त्याचे इतर दोन आलवाईट सहकारीसुद्धा महत्त्वाच्या पदांवर नेमले गेले. देशाच्या प्रमुखपदी तेव्हा असाद आणि त्याचे सहकारी यांनी एका सुन्नी मुसलमान नेत्याला बसवलं असलं तरी त्याचा काटा काढणं फार अवघड नसल्याची असादला कल्पना होती.

बाथ पक्षाला मजबूत करणं आणि सीरियामधल्या मागासलेल्या सामाजिक घटकांना महत्त्व प्राप्त करून देणं, ही उद्दिष्टं असादनं आपल्या नजरेसमोर ठेवली. नव्या सरकारनं बँकांचं मोठ्या प्रमाणावर राष्ट्रीयीकरण केलं, तसंच खासगी जमीनदारांकडे प्रमाणाबाहेर असलेल्या जमिनीचं वाटपही करण्यात आलं. पूर्वीपासून सरकारी धोरणांवर वर्चस्व गाजवत असलेल्या घराण्यांना सुतासारखं सरळ करण्यात आलं. बाथ पक्षानं ग्रामीण जनता आणि सर्वसामान्य नागरिक यांना आपलं मानून त्यांच्या विकासावर भर द्यायला सुरुवात केली.

१९६६मध्ये आणखी एक उठाव झाला. यामुळे असादची ताकद अजून वाढली; तर त्याचे दोन प्रतिस्पर्धी सहकारी सीरिया सोडून पळून गेले. असादकडे आता हवाईदलाबरोबरच एकूणच संरक्षण खात्याची जबाबदारी आली. यानंतर काही महिन्यांनंतर झालेल्या नव्या अरब-इस्रायल युद्धात इस्रायलनं सीरियाच्या हवाईदलाचं प्रचंड नुकसान केलं आणि काही सीरियन भूमीसुद्धा गिळंकृत केली. साहजिकच, असादची छी-थू झाली. तरीसुद्धा असाद बचावात्मक पवित्रा घेतच नव्हता. आपला पराभव आपल्या सहकाऱ्यांच्या आणि आपल्या हाताखाली काम करणाऱ्या लोकांच्या चुकांमुळे झालेला असून, जर आपल्याकडे देशाची सगळी सूत्रं आली, तर आपण सगळं ठीकठाक करू, असा आत्मविश्वास असादनं व्यक्त केला. या दृष्टीनं पावलं टाकत त्यानं आपल्या विरोधकांना अटक करवली आणि १९७१च्या सुरुवातीला सात वर्षांसाठी म्हणून असादची सीरियाच्या राष्ट्रपतिपदी नेमणूक झाली.

असाद अत्यंत धूर्त आणि हिशेबी माणूस होता. आपली सत्ता भक्कम करण्यासाठी एकदम टोकाची भूमिका स्वीकारून काही वेडंवाकडं करण्याऐवजी त्यानं मध्यममार्ग स्वीकारला आणि बाथ पक्षाच्या मूळ तत्त्वांना अनुसरून वाटचाल सुरू केली. सीरियाई जनतेनं आपल्याला पाठिंबा द्यावा यासाठी त्यांचा विश्वास संपादित करण्याची गरज असल्याचं त्यानं पुरतं ओळखलं. समाजवादी अर्थव्यवस्था प्रस्थापित होईल या दृष्टीनं असादनं प्रयत्न सुरू केले; पण याचबरोबर खासगी उद्योगांना अगदी जगणंसुद्धा मुश्कील होईल अशा स्वरूपाचं धोरण मात्र त्यानं स्वीकारलं नाही. निदान दिखाव्यापुरती तरी त्यानं सीरियामध्ये लोकशाही पद्धत रुजवत असल्याचं भासवलं. यासाठी १९७३मध्ये त्यानं नवी राज्यघटना अमलात आणली आणि त्यानुसार लोकांनी प्रतिनिधी निवडलेल्या संसदेसारख्या एका परिषदेची घोषणा केली. अर्थात, या परिषदेला नावापुरते अधिकार देण्याची

आणि खरी सत्ता आपल्याच हाती एकवटण्याची चाल असादनं चतुरपणे खेळली होती, हे वेगळं सांगायला नको. नव्या राज्यघटनेमधला एक अत्यंत महत्त्वाचा मुद्दा 'सीरियाई राष्ट्रपती मुसलमान धर्माचाच असला पाहिजे' अशी अट नसण्याचा होता. यामुळे सीरियामधल्या आधीच पिचलेल्या सुन्नी पंथीयांना नवा धक्का बसला. सीरिया हे मुस्लीम राष्ट्र नसेल आणि ते निधर्मी तत्त्वांवर चालेल, तसंच देशावर आलवाईट लोकांचीच पकड असेल, असा असादचा सुप्त संदेश त्यांनी लगेचच ओळखला. यामुळे प्रकरण तापू शकतं हे लक्षात येताच असाद नवी चाल खेळला. सीरियाचा राष्ट्रपती मुसलमानच असावा, अशी अट राज्यघटनेत समाविष्ट करायला आपण तयार असल्याचं सांगून त्यानं तशी दुरुस्ती करूनही घेतली; पण त्याच्या जोडीला आलवाईट माणूस हा मुसलमानच असतो, असा निर्णय शिया पंथामधल्या एका मान्यवर धर्मगुरूकडून जाहीर करून घेतला. यामुळे त्याची स्थानिक जनतेला न दुखावणं आणि राष्ट्रपतिपद आपल्याकडेच राखणं, ही दोन्ही उद्दिष्टं साध्य झाली.

एकीकडे असादनं अत्यंत पद्धतशीरपणे देशाला स्वतःच्या फायद्यासाठी वेठीला धरलेलं असलं तरी दुसरीकडे त्यानं काही धाडसी सामाजिक सुधारणाही केल्या. स्त्रियांना सीरियामध्ये दुय्यम स्थान मिळत असे. यात असादनं बदल केले. स्त्रियांना अनेक क्षेत्रांमध्ये संधी उपलब्ध करून देण्यात आल्या. अर्थातच, असादच्या विरोधकांनी सीरियामध्ये अशा प्रकारे स्त्रियांचं वर्चस्व वाढवण्याच्या या प्रकाराला धर्मभ्रष्ट करण्याची उपमा दिली. अर्थातच, एकीकडे आपली हुकूमशाही कायम ठेवण्यासाठी धडपडणं आणि दुसरीकडे सामाजिक न्यायासाठी चांगल्या उपाययोजना करणं अशा दुहेरी कात्रीत सीरिया सापडला. देशामधलं वातावरण मोकळंढाकळं असूच शकणार नाही, हे अधिकाधिक स्पष्ट होत गेलं.

बाथ पक्षाचं प्रमुखपदही असादनं लवकरच स्वतःकडे घेतलं. याखेरीज आपली राज्यकारभारावरची पकड घट्ट व्हावी आणि सहजासहजी आपल्या विरोधात उठाव उफाळून वर येऊ नये यासाठी असादनं आपल्या नातेवाइकांना

तसंच मित्रांना महत्त्वाची पदं दिली. याखेरीज सुन्नी लोकांनाही असादनं सामावून घेतलं; पण यासाठी त्यानं मुद्दाम दुर्लक्षित आणि ग्रामीण भागातून आलेले लोक निवडले. प्रस्थापित सुन्नी लोकांना त्यानं दूरच ठेवलं. याचं कारण म्हणजे अशा लोकांना सत्ता उपभोगण्याची चटक लागलेली असत; आणि म्हणूनच ती परत मिळवण्यासाठी आपल्या विरोधात कटकारस्थानं रचण्यासाठी हे लोक धडपडू शकतील, अशी भीती असादला अनेकदा वाटे.

असादकडे सीरियाचं नेतृत्व आलं त्या सुमाराला सीरियामधली अर्थव्यवस्था शेतीप्रधान होती. कापसाची मोठ्या प्रमाणावर निर्यात होत असे. असादनं यात बदल घडवून आणले. शेतीवरून इतर वस्तूंचं उत्पादन करण्यावर त्यानं भर दिला. तेलाची मोठ्या प्रमाणावर निर्यात व्हायला लागली. काही काळ सीरियाच्या अर्थव्यवस्थेत भरभराट दिसली; पण इतर अरब देशांच्या सहकार्यावरच सीरियाचं भवितव्य अवलंबून असल्यामुळे काही काळानंतर असादची धोरणं त्यांना जाचक ठरायला लागल्यावर त्यांनी सीरियाला सहकार्य करायचं बंद केलं. यामुळे सीरियाई अर्थव्यवस्था अडचणीत सापडली. त्यातच असादच्या राजवटीत प्रचंड भ्रष्टाचार आणि गुणवत्तेपेक्षा ओळखी-नाती यांना जास्त महत्त्व आल्यामुळे दुय्यम दर्जाच्या लोकांचा सुळसुळाट माजला. तरीसुद्धा, बहुधा आपल्या लहानपणीच्या कटू आठवणींमुळे असादनं सीरियामधल्या ग्रामीण लोकांचं आयुष्य सुसह्य करण्यासाठी बरेच प्रयत्न केले. तिथल्या सोयीसुविधांमध्ये बऱ्याच सुधारणा करण्यात आल्या. दुर्दैवानं बहुतेक शेतकरी भूमिहीन असल्यामुळे आणि शेतीविषयीचे निर्णय घेणारे सरकारी लोक शेतीविषयी अजिबात जाण नसलेले असल्यामुळे शेतीचा मूळ प्रश्न सुटू शकला नाही. अन्नधान्याचा तुटवडा निर्माण झाला आणि सातत्यानं सीरियाला मोठ्या प्रमाणावर अन्नधान्याची आयात करण्याची गरज भासत राहिली. लोकसंख्यावाढीचा दर घटत नसल्यामुळे मूलभूत सुविधा, आरोग्य, शिक्षण या सगळ्यांवरच वाढता ताण जाणवत राहिला. विद्यार्थ्यांना स्वतंत्रपणे विचार करणं अशक्य व्हावं यासाठी शिक्षणपद्धतीत बाथ पक्षाची धोरणंच कशी आदर्श आहेत आणि तीच जीवनपद्धती कशी स्वीकारली पाहिजे, या गोष्टी लहानपणापासून सगळ्यांच्या मनावर कोरल्या गेल्या.

एकीकडे असादनं अत्यंत पद्धतशीरपणे देशाला स्वतःच्या फायद्यासाठी वेठीला धरलेलं असलं तरी दुसरीकडे त्यानं काही धाडसी सामाजिक सुधारणाही केल्या. स्त्रियांना सीरियामध्ये दुय्यम स्थान मिळत असे. यात असादनं बदल

केले. स्त्रियांना अनेक क्षेत्रांमध्ये संधी उपलब्ध करून देण्यात आल्या. अर्थातच, असादच्या विरोधकांनी सीरियामध्ये अशा प्रकारे स्त्रियांचं वर्चस्व वाढवण्याच्या या प्रकाराला धर्मभ्रष्ट करण्याची उपमा दिली. अर्थातच, एकीकडे आपली हुकूमशाही कायम ठेवण्यासाठी धडपडणं आणि दुसरीकडे सामाजिक न्यायासाठी चांगल्या उपाययोजना करणं अशा दुहेरी कात्रीत सीरिया सापडला. देशामधलं वातावरण मोकळंढाकळं असूच शकणार नाही, हे अधिकाधिक स्पष्ट होत गेलं.

सातत्यानं इस्रायल हाच आपला मुख्य शत्रू आहे असं मानून असादनं त्या दृष्टीनं परकीय धोरणांची आखणी केली. पॅलेस्टाईनवर इस्रायलनं अमेरिकेच्या साथीनं केलेल्या जबरी अन्यायाचा सीरियामध्ये सगळ्यांत मोठ्या प्रमाणावर निषेध केला जात असे. सीरियाई जनता या बाबतीत असादच्या पाठीशी उभी असे. अरब देशांचा इस्रायलशी सुरू असलेला लढा यशस्वी करायचा असेल तर त्यासाठी सीरियाई लष्कर भरभक्कम केलं पाहिजे, याची असादला जाण होती. म्हणूनच त्यानं सोव्हिएत युनियन या आपल्याला शस्त्रास्त्रांचा पुरवठा करणाऱ्या देशाला आणखी मोठ्या प्रमाणावर अत्याधुनिक शस्त्रास्त्रं पुरवण्याचा आग्रह केला. तसंच १९६७मध्ये सीरियाई लष्करामध्ये ५०,००० जवान होते; तर १९८०च्या दशकात हा आकडा तब्बल आठ पटींनी वाढला! अर्थातच, सीरियाई अर्थकारणावर याचे दुष्परिणाम झाले आणि एकूण राष्ट्रीय उत्पादनापैकी २०% खर्च लष्करावरच व्हायला लागला. साहजिकच, अनेक समाजोपयोगी कामांवरचा खर्च कमी होत गेला. १९६७च्या युद्धात इस्रायलनं सीरियासकट इतर अरब देशांना पार नमवलं तर होतंच; शिवाय, सीरियाचा 'गोलान हाईट्स' नावाचा प्रांतही जिंकला होता. तो काहीही करून परत मिळवण्यासाठी असाद धडपडत होता. रणांगणावर लढूनच हे शक्य होईल असं त्याला वाटत होतं. नासरनंतर इजिप्तच्या राष्ट्रपतिपदी आलेल्या अन्वर सदातच्या रूपानं त्याला एक समविचारी सहकारी लाभला. संयुक्तपणे इस्रायलवर हल्ला करायचा बेत त्यांनी आखला आणि १९७३च्या ऑक्टोबर महिन्यात इस्रायलमध्ये राष्ट्रीय सण सुरू असताना अत्यंत अनपेक्षितपणे त्यांनी आपली मोहीम तडीला नेली. या मोहिमेची सुरुवात सीरिया आणि इजिप्त यांच्यासाठी लाभदायी ठरली; पण इस्रायलनं लगेचच जमवाजमव करून आपलं लष्करी वर्चस्व परत एकदा सिद्ध केलं. तरीसुद्धा, सीरियाई लष्करानं गोलान हाईट्सचा प्रदेश परत मिळवण्यासाठी चांगली झुंज दिली. यामुळे भविष्यात इतर अरब देशांच्या मदतीनं आपण गोलान हाईट्स परत मिळवू असा विश्वास असादच्या मनात टिकून राहिला. त्याचा हा भ्रमनिरास

ठरला. काही वर्षांनी सदातनं अत्यंत धक्कादायकरीत्या आणि नाट्यमयपणे इस्त्रायलशी इजिप्तचं असलेलं वैर संपुष्टात आणण्यासाठीचा करार केला. आपल्या कट्टर शत्रूशी त्यानं समझोता केल्यामुळे इतर अरब देश अवाक् झाले. यामुळे आता आपल्याला एकट्यालाच इस्त्रायलशी लढणं भाग आहे, असं म्हणून असादनं सीरियाई लष्कराला अजूनच मजबूत करण्यासाठीची पावलं उचलली. इजिप्तच्या अनुपस्थितीत आपण अरब देशांच्या वतीनं इस्त्रायलशी लढायचं आणि इतर अरब देशांना आपल्या पाठीशी उभं राहायला भाग पाडायचं, असा असादचा यामागचा हेतू होता.

खरं म्हणजे इस्त्रायलच्या विरोधात ठामपणे उभं राहण्याचा निर्णय घेतलेला असाद सीरियामध्ये लोकप्रिय तर होताच; पण अरब देशांमधली त्याची प्रतिमासुद्धा चांगली होती. १९७६मध्ये लेबेनॉनमध्ये सुरू असलेल्या यादवी युद्धात सीरियाई लष्कर धाडण्याची त्याची चूक मात्र त्याला चांगलीच भोवली. सीरियाई लष्कर लेबेनॉनमध्ये इस्त्रायलचा कट्टर शत्रू असलेल्या पॅलेस्टिनी मुक्ती संघटनेशी लढलं; म्हणजे आपल्याच मित्राशी! यामुळे असाद पॅलेस्टिनी लोकांच्या नजरेतून पार उतरला. शिवाय, सीरियामध्येही असादविषयी संतापजनक प्रतिक्रिया उमटल्या. याहून मोठा प्रकार १९८० ते ८८ या काळातल्या इराण-इराक युद्धात बघायला मिळाला. खरं म्हणजे सीरियाप्रमाणेच इराकमध्येही बाथ पक्षाचीच सत्ता होती. तरीसुद्धा, बाथ पक्षाच्या मूळ उद्दिष्टांपासून आणि ध्येयांपासून फारकत घेतल्याबद्दल हे दोन्ही देश एकमेकांवर टीका करत होते. साहजिकच, फक्त नावापुरतीच दोन्ही देशांमध्ये एकाच पक्षाची सत्ता उरली. प्रत्यक्षात त्यांच्यामधले संबंध बिघडत गेले. १९७९मध्ये इराणमध्ये इस्लामी क्रांती झाली आणि अमेरिकेनं अनेक वर्षांपासून सत्तेवर बसवलेला नेता पळून गेला. इराणमध्ये शिया पंथीयांचं वर्चस्व असल्यामुळे इराणमधली धार्मिक क्रांती शेजारीच असलेल्या आपल्या देशातही पसरेल अशी भीती इराकच्या सद्दाम हुसेनला वाटत होती. इराकमध्ये शिया पंथीय बहुसंख्य असूनसुद्धा आपल्या सुन्नी पंथीयांची सत्ता असल्यामुळे या धार्मिक क्रांतीचा आपल्याला थेट धोका पोहोचू शकतो, अशी भीती सद्दामला वाटत होती. म्हणूनच त्यानं ही क्रांती इराकमध्ये पसरू न देण्याच्या हेतूपोटी १९८०मध्ये इराणवर हल्ला केला. बहुतेक सगळ्या अरब देशांनी या प्रश्नामध्ये इराकची बाजू घेतली. असादनं मात्र इतर अरब देशांचं मत झुगारून शिया बहुमत असलेल्या इराणला साथ द्यायचं ठरवलं. याचं कारण म्हणजे इराणमध्ये १९७९मध्ये झालेली क्रांती

मुळात अमेरिकेच्या वर्चस्ववादाला मोडून काढण्यासाठीची होती. साहजिकच, अमेरिका-इस्रायल यांच्यामधल्या युतीला इराण विरोध करत असताना इतर अरब देशसुद्धा या कारणासाठी इराणची साथ देतील, अशी खात्रीच असादला वाटत होती. प्रत्यक्षात मात्र इतर अरब देशांनी हा प्रश्न अमेरिका-इस्रायल संबंधांपर्यंत न नेता, इराकची बाजू घेतली. यामुळे असाद एकटा पडला. तरीसुद्धा आपल्या लष्करी सामर्थ्याच्या जोरावर असादनं सीरियाची बाजू एकदम कमकुवत होणार नाही याची काळजी घेतली.

तरीसुद्धा असादच्या विरोधात सीरियामध्ये असंतोष निर्माण होत गेला. एक तर पीएलओशी लढाई आणि इराण-इराक युद्धात इराकला साथ देणं याला जनतेचा विरोध होता; त्यातच आलवाईट पंथीयांची सत्ता किती दिवस खपवून घ्यायची, या प्रश्नावरून परंपरावादी सुन्नी लोकांनी असादला पदच्युत करण्यासाठी निदर्शनं आणि इतर मार्ग अवलंबायला सुरुवात केली. अलेप्पो, होम्स आणि हमास यासारख्या शहरांमध्ये असादला होत असलेल्या विरोधाची केंद्रं होती. असादच्या विरोधकांनी एकत्र येत आपली 'इस्लामिक फ्रंट' नावाची एक आघाडी उभी केली. असादनं हा धोक ओळखून आपल्या विरोधकांना मोठ्या प्रमाणावर अटक करण्याचं सत्र आरंभलं. पण, यामुळे त्याच्या विरोधात सुरू असलेला उठाव अजूनच वाढला. १९८०मध्ये इस्लामिक फ्रंटनं दमास्कसमधल्या अनेक सरकारी इमारतींवर हल्ले केले. हळूहळू या निदर्शनांचं रूपांतर मोठ्या उठावामध्ये होत गेलं. १९८२मध्ये इस्लामिक फ्रंटनं हमा शहराच्या काही भागांवर आपलं वर्चस्व प्रस्थापित करून, सर्वसामान्य जनतेला आपल्या लढ्यात सहभागी होण्याचं आवाहन करून सनसनाटी निर्माण केली. हा प्रकार आपल्याला चांगलाच गोत्यात आणू शकतो याची कल्पना असल्यामुळे असादनं सगळ्या ताकदीनिशी हा उठाव मोडून काढण्याचे आदेश आपल्या लष्कराला दिले. हमा शहरात रणगाड्यांसकट इतर सगळ्या मार्गांनी उठाव ठेचून काढण्यात आला. उठाव करणाऱ्यांना आश्रय दिलेल्या जनतेलाही सीरियाई लष्करानं यमसदनी धाडलं. दोन आठवड्यांच्या संघर्षानंतर असादनं हमा शहर पुन्हा काबीज केलं खरं; पण या काळात उठाव घडवून आणणाऱ्यांसह सुमारे १०,००० सीरियाई नागरिक आपल्याच लष्कराशी लढताना ठार झाले होते, तसंच या शहराचं प्रमाणाबाहेर नुकसान झालं होतं. या घटनाक्रमामुळे पूर्ण सीरियामध्ये थरकाप उडून जाण्याजोगं वातावरण निर्माण झालं. आपल्या विरोधात बंड पुकारणाऱ्या लोकांची आपण काय अवस्था करू शकतो, याची झलकच असादनं जणू दाखवली होती.

यानंतर १९८३-८४ च्या काळात असादला हृदयविकाराचा झटका आल्याचा फायदा उठवून त्याच्या भावानं त्याला शह देण्याचा आणि सत्ता आपल्याकडे हिसकावून घेण्याचा प्रयत्न केला. परत एकदा असादनं अत्यंत वेगानं पावलं टाकत ही योजनासुद्धा हाणून पाडली. असाद अशा प्रकारे आपली सत्ता टिकवून धरत असला तरीसुद्धा आता ती लोकप्रियतेपोटी टिकून राहिलेली नसून केवळ लष्कराच्या त्याच्यावर असलेल्या निष्ठेपोटीच हे शक्य असल्याचं अगदी स्पष्टपणे दिसून आलं होतं. असादच्या लोकप्रियतेला ओहोटी लागली. यामुळे आपली सत्ता काहीही करून टिकवून धरण्यासाठी आणि सत्तेवरची पकड ढिली पडू नये यासाठी असादनं आपला पोलादी पंजा सीरियाभोवती विणायला सुरुवात केली. असादच्या प्रतिमेचं अवास्तव वर्णन सुरू झालं. हुकूमशाही राज्यव्यवस्थेची सगळी चिन्हं असादच्या सत्तेमध्ये प्रतिबिंबित होत असल्याचं अगदी स्पष्टपणे दिसायला लागलं. आपली तब्येत फारशी चांगली नसल्याची जाणीव झाल्यामुळे असादनं आपला वारसदार निश्चित करायचं ठरवलं. असादला माहर, बशर, बासिल आणि माजिद अशी मुलं होती. यापैकी बासिलला त्यानं आपला वारसदार म्हणून नेमायचं नक्की केलं आणि त्यासाठीची वातावरणनिर्मितीही सुरू केली. दुर्दैवानं २१ जानेवारी १९९४ या दिवशी बासिलचं एका मोटार अपघातात निधन झालं. यामुळे २९ वर्षं वयाच्या बशर अल-असादला आपला वारसदार करायचं हफीझ अल-असादनं ठरवलं. बशर अल-असादला लष्करात भरती करण्यात आलं आणि प्रत्यक्ष युद्धभूमीवर न जाता त्यानं लष्करामधल्या निरनिराळ्या गोष्टी शिकून घेतल्या. २०००च्या जून महिन्यात हफीझ अल-असादचं वयाच्या ६९व्या वर्षी हृदयविकाराच्या झटक्यानं निधन झाल्यावर सीरियाची सत्ता बशर अल-असादकडे आली.

१९६५मध्ये जन्मलेल्या बशर अल-असादनं अशा रीतीनं २०००मध्ये सीरियाची सूत्रं आपल्याकडे घेतली. दमास्कसमध्ये जन्मलेल्या बशर अल-असादच्या नावाचा अरबी भाषेतला अर्थ 'सिंह' असा होतो. त्याला एकूण पाच भावंडं होती. त्यापैकी तीन दगावली. बुश्रा ही त्याची लहान बहीण तर बालपणीच दगावली. बशर अल-असादला राजकारणात अजिबात रस नव्हता. आपलं महाविद्यालयीन शिक्षण संपल्यानंतर त्यानं नेत्ररोगतज्ज्ञ व्हायचं ठरवलं आणि त्यासाठीचा वैद्यकीय अभ्यासक्रम पूर्ण केला. नंतर लंडनला जाऊन त्यानं यातलं पुढचं शिक्षणही घेतलं. बासिल या आपल्या मोठ्या भावाच्या अकाली निधनानंतर त्यानं आपल्या वडिलांची गादी पुढे चालवायचं ठरवलं. अशा रीतीनं सीरियामधली

हुकूमशाहीवादी राजव्यवस्था सुरूच राहिली. नावापुरतं जनमत अधूनमधून तपासलं जात असे; पण बशर अल-असादला कुणी विरोध करण्याचा किंवा तो केला तरी त्याविषयी जाहीर वाच्यता होण्याचा प्रश्नच नसे.

२०११मध्ये अरब देशांमध्ये क्रांतीचे वारे वाहायला लागले आणि ते सीरियापर्यंत आले. २६ जानेवारी २०११ या दिवशी अनेक दशकांपासून सीरियाई नागरिकांच्या मनात खदखदत असलेला संताप बाहेर पडला. सीरियामध्ये लोकशाही वारे पुन्हा यावेत, नागरी हक्कांची पायमल्ली थांबावी आणि हुकूमशाही समाप्त व्हावी, यासाठीच्या मागण्यांनी जोर धरला. ही निदर्शनं शांतपणे खपवून घेणं परवडण्यासारखं नसल्यामुळे बशर अल-असादनं बळाचा वापर करून आंदोलकांवर भरपूर अत्याचार केले. यामुळे अमेरिकेनं सीरियावर निर्बंध घातले. यापाठोपाठ युरोपीय देशांनीही बशर अल-असादच्या विरोधातली आपली एकी जाहीर केली. याला प्रतिसाद म्हणून त्यानं जनमताचा आदर करून आपण लवकरच लोकशाही वातावरणात निवडणूक घेणार असल्याचं जाहीर केलं. तुर्कस्थानमधून सीरियात या निदर्शनांमध्ये भाग घेण्यासाठी आलेल्या लोकांनी शांतपणे आपल्या मायदेशी परतावं आणि त्याच्या मोबदल्यात आपण त्यांना कसलीही इजा करणार नाही, असं त्यानं सांगितलं. प्रत्यक्षात त्यानं आपलं वचन पाळलं नाही आणि निदर्शकांनीही माघार घ्यायला नकार दिला. यामुळे सीरिया पेटला. यादवी युद्धासारखं स्वरूप असलेला भीषण हिंसाचार सुरू झाला. अमेरिकेसकट अनेक पाश्चिमात्य देशांनी बशर अल-असादचा तीव्र निषेध केला आणि त्याला पदच्युत करण्याची मागणी लावून धरली. रशियानं मात्र याला पूर्ण विरोध केला. त्याला सत्तेवरून हटवण्यात कसलाच मतलब नसल्याचं सांगून रशियानं त्याच्या बाजूनं आपण उभं राहणार असल्याची ग्वाही दिली.

❑❑❑

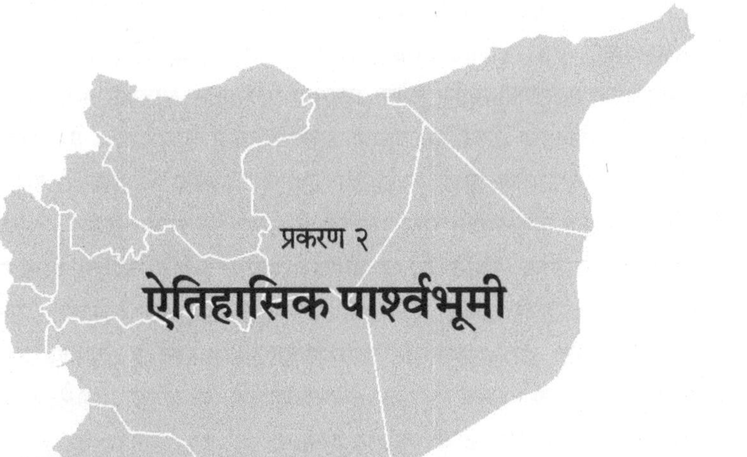

प्रकरण २

ऐतिहासिक पार्श्वभूमी

अरबी भाषेत 'बिलाद अल-शाम'चा अर्थ 'शामची भूमी' किंवा 'शामची गावं' असा होतो. अगदी शब्दश: म्हटलं तर 'डाव्या बाजूची भूमी' असा याचा अर्थ होतो. हे नाव कुठून आलं? तर, अरेबियन भूमीच्या साधारण मध्यभागी उत्तर दिशेकडे तोंड करून उभ्या असलेल्या अरबाच्या डाव्या बाजूला 'शाम'चा प्रदेश येतो. भूमध्य सागराला अरब लोक 'पांढरा समुद्र' असं म्हणतात. या पांढऱ्या समुद्राच्या पूर्व दिशेच्या किनारपट्टीलगत अशी 'शाम'ची भूमी आहे. साईनाई प्रदेशातल्या वाळवंटापासून आता दक्षिण तुर्कस्थानपर्यंतच्या सुमारे ८०० किलोमीटर्स भागात हा प्रदेश पसरला आहे. या 'शाम'च्या प्रदेशाला पाश्चिमात्य जगात 'ग्रेटर सीरिया' म्हणून ओळखलं जातं. हा प्रदेश सीरिया, लेबेनॉन, इस्त्रायल, पॅलेस्टाईन, जॉर्डन आणि दक्षिण तुर्कस्थानमधला काही भाग या देशांमध्ये विभागला गेला आहे. ही विभागणी विसाव्या शतकातच अस्तित्वात आली.

'ग्रेटर सीरिया'च्या प्रदेशातलं एक महत्त्वाचं शहर म्हणजे दमास्कस. या शहराचा उल्लेख बायबलच्या 'जुन्या करारा'त ३५ वेळा, तर 'नव्या करारा'त २० वेळा आढळतो. हे शहर म्हणजे भौगोलिकरीत्या ग्रेटर सीरियाचा जणू केंद्रबिंदूच आहे. राजकीय आणि सांस्कृतिक अशा दोन्ही बाबतीत दमास्कस नेहमीच अत्यंत महत्त्वाचं ठरलेलं आहे. या सगळ्याच भागात लोकांना आपल्या वंशपरंपरांचा आणि धार्मिक पार्श्वभूमीचा खूप अभिमान आहे. यामुळे ते आपला काही शतकांपूर्वीपर्यंतचा इतिहास सांगू शकतात. ग्रेटर सीरियावर सातत्यानं परकीय आक्रमणं झालेली आहेत. चहूबाजूंनी या भागावर आपलं वर्चस्व प्रस्थापित

करण्यासाठी सत्तासंघर्ष झाला आहे. या भागाची भौगोलिक परिस्थिती खूप कठीण असल्यामुळे तिथे आपलं एकहाती वर्चस्व निर्माण करणं कुणालाही सहजपणे जमत नाही. आफ्रिका आणि युरोप-आशिया या भागांना जोडणारा मार्ग या भागातून जातो. साहजिकच, ठिकठिकाणच्या सत्ताधाऱ्यांनी अधूनमधून ग्रेटर सीरियावर आपली सत्ता निर्माण केली आहे. या भागाचं अनेकदा विभाजनही झालं आहे. इ.स. सातव्या शतकाच्या मध्यपूर्वीच्या काळात अरबांच्या टोळ्या दक्षिणेकडून या भागात आल्या. त्यांनी या भागामधली सुमारे १००० वर्षांची ग्रीक संस्कृती पार मोडीत काढली. बव्हंशी लोकांची बोलीभाषा आता अरब झाली, तसंच कैक लोकांनी धर्मांतर करून इस्लामचा स्वीकार केला. अर्थातच, हे तडकाफडकी घडलं नाही; त्याला शेकडो वर्षं लागली. दमास्कसमध्ये मुख्यालय असलेल्या उमैदची सत्ता इ.स. ६६१ ते ७५० या काळात टिकली.

अगदी पूर्वीपासूनच ख्रिस्ती धर्मीयांना ग्रेटर सीरियाविषयी प्रचंड आकर्षण वाटत आलं आहे. खासकरून युरोपीय लोकांना तिथल्या ऐतिहासिक घडामोडींमुळे धार्मिक गोष्टींची पार्श्वभूमी आहे. 'बायबलची भूमी' म्हणून हे लोक ग्रेटर सीरियाकडे बघतात. यामुळे धार्मिक पर्यटनासाठी युरोपीय लोक मोठ्या संख्येवर ग्रेटर सीरियामध्ये जात राहिले. पॅलेस्टाईनमध्ये येशू ख्रिस्ताचा जन्म तसंच त्याचा मृत्यू झाला असं म्हणतात. इतकंच नव्हे; तर तिथेच त्याचा पुनर्जन्म झाल्याचंही मानलं जातं.

नंतरच्या काळात पश्चिमेकडून ग्रेटर सीरियावर अनेक आक्रमणं झाली. इ.स. १०९८ ते १२९१ या काळात या आक्रमणांचा प्रभाव टिकून राहिला. पोपकडून 'धर्मयुद्ध' छेडण्याची परवानगी घेतलेल्या टोळ्यांनी या काळात ग्रेटर सीरियावर वर्चस्व गाजवलं. एके काळी आपल्या ख्रिस्ती धर्मीयांचं साम्राज्य असलेली भूमी आता मुस्लिमांच्या ताब्यात असल्याचा बदला घेत, ही भूमी परत एकदा आपल्या ताब्यात घेण्यासाठीचे हे प्रयत्न होते. आता मात्र या काळाच्या पाऊलखुणाही अजिबात दिसत नाहीत. इजिप्तवर काही काळ सत्ता गाजवलेल्या 'माम्लुक'

नावाच्या जमातीमधल्या लोकांनी या भूमीवरचं ख्रिस्ती वर्चस्व मोडून काढलं. या 'माम्लुक' लोकांची सत्ता ग्रेटर सीरियावर इ.स. १५१६पर्यंत टिकून राहिली. या सुमाराला मात्र तुर्कस्थानमधल्या ऑटोमन टोळ्यांनी ग्रेटर सीरिया आपल्या ताब्यात घेतला. ऑटोमन साम्राज्यानं त्या काळात हंगेरीसकट बव्हंशी बाल्कन प्रदेशावर आपली सत्ता प्रस्थापित केली होती. भूमध्य समुद्रावर आपली सत्ता असावी यासाठी ऑटोमन साम्राज्याचा युरोपीय सत्ताधाऱ्यांशी संघर्षही सुरू होता. थेट रोममध्ये आपला ध्वज रोवण्याची ऑटोमन साम्राज्याची महत्त्वाकांक्षा होती. अठराव्या आणि एकोणिसाव्या शतकापर्यंत ऑटोमन साम्राज्य बहरलं; त्यानंतर मात्र त्याला ओहोटी लागली. तरीसुद्धा अगदी पहिल्या महायुद्धाच्या सुरुवातीच्या काळापर्यंत ग्रेटर सीरियावर ऑटोमन साम्राज्याचाच पगडा टिकून राहिला.

अगदी पूर्वीपासूनच ख्रिस्ती धर्मीयांना ग्रेटर सीरियाविषयी प्रचंड आकर्षण वाटत आलं आहे. खासकरून युरोपीय लोकांना तिथल्या ऐतिहासिक घडामोडींमुळे धार्मिक गोष्टींची पार्श्वभूमी आहे. 'बायबलची भूमी' म्हणून हे लोक ग्रेटर सीरियाकडे बघतात. यामुळे धार्मिक पर्यटनासाठी युरोपीय लोक मोठ्या संख्येवर ग्रेटर सीरियामध्ये जात राहिले. पॅलेस्टाईनमध्ये येशू ख्रिस्ताचा जन्म तसंच त्याचा मृत्यू झाला असं म्हणतात. इतकंच नव्हे; तर तिथेच त्याचा पुनर्जन्म झाल्याचंही मानलं जातं. एकोणिसाव्या शतकाची अखेर आणि विसाव्या शतकाचा आरंभ हा काळ युरोपीय वर्चस्ववादाचा होता. प्रखर राष्ट्रवादानं भारून गेलेल्या युरोपीय देशांनी आपली महत्त्वाकांक्षा वाढवत नेली आणि आपला भौगोलिक विस्तार करण्यासाठी खूप प्रयत्न केले. याचा परिणाम युरोपीय देशांमधल्या अंतर्गत मतभेदांमध्ये झाला. आपलंच वर्चस्व ठिकठिकाणी असावं यासाठी निरनिराळ्या देशांमध्ये स्पर्धा सुरू झाली. इतर देशांचा भौगोलिक विस्तार होत असताना आपल्याला मात्र अशा प्रकारचा वर्चस्ववाद राबवता येत नाही, याचा या देशांना राग येई. साहजिकच, त्यांचाही विस्तारवाद वाढीला लागे. आफ्रिका आणि आशिया इथल्या अनेक देशांमध्ये युरोपीय देशांच्या वसाहती निर्माण झाल्या. यातूनच चकमकी घडायला लागल्या आणि पहिल्या महायुद्धाचं बीजरोपण झालं.

युरोपीय विस्तारवादी देशांनी ऑटोमन साम्राज्याच्या आधिपत्याखाली असलेल्या तुर्कस्थानकडे आपलं लक्ष वळवलं; पण ऑटोमन साम्राज्याचाच भाग असलेल्या ग्रेटर सीरियामध्ये मात्र युरोपीय देशांनी जायचं टाळलं. यामागे ऑटोमन साम्राज्याची घटत चाललेली शक्ती हे कारण नव्हतं; तर युरोपमधल्या

सत्तासंघर्षाचा बदलता पट हे यामागचं कारण होतं. ग्रेटर सीरियामध्ये जबरदस्तीनं आपलं लष्कर घुसवण्यापेक्षा तिथल्या व्यापारावर नियंत्रण प्रस्थापित करणं ब्रिटिश आणि फ्रेंच उच्चपदस्थांना महत्त्वाचं वाटत असे. या भागातलं बैरुत, अलेप्पो आणि दमास्कस इथल्या व्यापाऱ्यांना ब्रिटिश आणि फ्रेंच लोकांनी जास्त दर देऊन वस्तूंची खरेदी करण्याचं आमिष दाखवलं. साहजिकच, या व्यापाऱ्यांचाही त्यात फायदा होई. एकूणच इंग्लंड, फ्रान्स, जर्मनी आणि रशिया या चार देशांना ग्रेटर सीरियामध्ये जास्त रस होता. त्यापैकी जर्मनी आणि रशिया यांचा ग्रेटर सीरियामधला रस मर्यादित प्रकारचा होता. इतकंच नव्हे; तर जर्मनीनं ऑटोमन साम्राज्याशी मैत्रिपूर्ण संबंध प्रस्थापित केले होते. याचा मोठा दुष्परिणाम ऑटोमन साम्राज्याला भोगावा लागला. जर्मनीच्या समर्थनार्थ ऑटोमन साम्राज्यानं पहिल्या महायुद्धात प्रवेश केला आणि या साम्राज्याच्या उरल्यासुरल्या आशा संपुष्टात आल्या.

इंग्लंड आणि फ्रान्स यांना मात्र ग्रेटर सीरियाच्या कारभारात रस होता. एकोणिसाव्या शतकाच्या उत्तरार्धात इंग्लंडनं इजिप्त आणि सायप्रस हे देश ऑटोमन साम्राज्याकडून हिसकावून घेतले. यामुळे पर्शियन आखातामध्ये ब्रिटिशांचं चांगलं वर्चस्व निर्माण झालं. आता मात्र ब्रिटिशांचं धोरण ऑटोमन साम्राज्याला काही प्रमाणात पाठिंबा देण्याचं होतं. याचं कारण म्हणजे या भागात आपला प्रमुख छुपा शत्रू असलेल्या फ्रान्सचं वर्चस्व वाढू नये यासाठी प्रयत्न करणं ब्रिटिशांच्या दृष्टीनं आवश्यक होतं. फ्रेंच विस्तारवाद रोखण्यासाठी ऑटोमन साम्राज्याला बळकट करण्यासाठी इंग्लंडचे प्रयत्न सुरू होते. फ्रान्सला ग्रेटर सीरियामध्ये प्रचंड रस होता. फ्रान्सनं सीरियामधली रेल्वे वाहतूक आणि इतर पायाभूत सुविधा यांच्यामध्ये मोठी गुंतवणूक केली होती. तसंच फ्रान्समधल्या कच्च्या मालाची ग्रेटर सीरिया ही तयार बाजारपेठ होती. ऑटोमन साम्राज्यामधल्या कॅथॉलिक लोकांचं रक्षण करण्याची जबाबदारी आपल्या खांद्यांवर असल्याचं फ्रान्स वारंवार सूचित करे. या भागातली व्यापारासाठीची भाषाही फ्रेंचच होती. इथल्या समाजामधले अनेक उच्चभ्रू लोकही फ्रेंच भाषेत प्रवीण होते. साहजिकच, आपण आणि आपली संस्कृती या गोष्टी जगात सर्वश्रेष्ठ आहेत, अशी फ्रेंचांची पूर्वीपासून असलेली भावना अजून भक्कम होई. तसंच फ्रेंच संस्कृती, विचारसरणी आणि भाषा या गोष्टी जगात इतरत्र पसरवण्यासाठी त्यांना अजूनच उत्साह येई.

अशा परिस्थितीत ग्रेटर सीरिया प्रांतामधलं वातावरण सातत्यानं ढवळून निघे. अनेक देशांच्या अनेक संस्कृतींमुळे तिथे भरभक्कम असं काही शिल्लक

राहतच नसे. आपोआपच समाजाचा भर धार्मिक ऐक्यावर असे. इ.स. सातव्या शतकात अरबांनी या भागावर आक्रमण केलं तेव्हा तिथे ख्रिस्ती धर्माचं प्राबल्य असलं तरी लोकांमध्ये एकता अजिबात नव्हती. समाज विखुरल्यासारखा झाला होता. इ.स. १५१६-१७मध्ये ऑटोमन साम्राज्यानं ग्रेटर सीरियावर आपलं वर्चस्व निर्माण केलं त्या सुमारालाही एकंदर लोकसंख्येपैकी सुमारे एक-तृतीयांश लोक ख्रिस्ती धर्माचेच होते. कालांतरानं ख्रिस्ती धर्मीयांच्या पुनरुत्पादनाचा घटणारा वेग, लोकांनी इतरत्र स्थलांतरित होण्याचा वाढता वेग आणि इतर धर्मांच्या लोकांनी ग्रेटर सीरियामध्ये येत राहण्याचं प्रमाण यामुळे हे गुणोत्तर आणखीनच बिघडलं. अर्थातच ख्रिस्ती लोकांमध्ये एकवाक्यता अजिबातच नव्हती. त्यांच्यामधल्या अनेक पंथांमध्ये आणि पंथांमधल्या उपपंथांमध्ये सातत्यानं मतभेद होत असत. स्वाभाविकपणे 'ख्रिस्ती समाज' असा एखादा एकसंध समाज अजिबातच नव्हता. कित्येकदा मुस्लीम किंवा ज्यू शत्रूंशी ख्रिस्ती लोकांशी जितकी तुंबळ लढाई होत नसे, तितकी लढाई ख्रिस्ती समाजात आपसातच होई. त्यातच ख्रिस्ती, मुस्लीम आणि ज्यू लोक एकाच भूमीत शेकडो वर्षं राहत असले तरी त्यांच्यात परस्परांविषयी कमालीचा तिटकारा होता. आपलाच धर्म श्रेष्ठ असं तिन्ही धर्मीयांना वाटत असे. बहुतेक सगळे ज्यू लोक व्यापार करत. साहजिकच, त्यांचे समूह शहरांमध्ये आणि मध्यम आकाराच्या गावांमध्ये असत. धार्मिक प्रवृत्तीचे ज्यू लोक जास्तकरून पॅलेस्टाईनमध्ये आढळत. याचं कारण म्हणजे पॅलेस्टिनी भूमी ज्यू धर्मीयांच्या दृष्टीनं सगळ्यात पवित्र आहे. अर्थात मुस्लीम आणि ख्रिस्ती लोकांनाही जेरुसलेमबद्दल हेच वाटतं. बहुसंख्य मुस्लीम लोक सुन्नी पंथाचे होते आणि ते ऑटोमन राजवटीचा सम्राट असलेला सुल्तानच्या धार्मिक संकल्पना मानत. एकूणच ऑटोमन संस्कृतीमध्ये शिया पंथीयांना अत्यंत दुय्यम स्थान होतं. बरेचदा तर शिया पंथीयांना आक्रमणं आणि हालअपेष्टा यांना तोंड द्यावं लागे. शिया पंथातून बाहेर पडून आपलं स्वतंत्र अस्तित्व निर्माण केलेल्या 'अलावी' आणि 'द्रूझ' या पंथाचे लोक तर पार घाबरून असत. अनेकदा ते टिकाव धरून राहण्यासाठी आपण सुन्नी असल्याचं भासवत.

ग्रेटर सीरिया प्रांताच्या किनाऱ्यापाशी पर्वतराजी होत्या. यामुळे ऑटोमन साम्राज्याच्या दृष्टीनं अल्पसंख्याक असलेल्या शिया आणि इतर पंथीयांना आपला जीव वाचवण्यासाठी तिथे आसरा घेता येई. ख्रिस्ती लोकही अशाच ठिकाणी प्रामुख्यानं वसाहती उभारत असत. ही सगळी मंडळी शेतीवर आपलं

पोट भरत; तसंच बाह्य जगामधल्या घडामोडींकडे अजिबात लक्ष न देता ते आपलं आयुष्य शांतपणे जगण्याचा प्रयत्न करत. ऑटोमन साम्राज्याची जनतेवरची पकड अधूनमधून सैल होत असे. अशा संधींचा फायदा उठवून हे अल्पसंख्याक लोक त्या वेळी पर्वतराजींमधून खालच्या प्रदेशांमध्ये उतरत आणि तिथल्या लोकांना धमकावून खंडणी वसूल करत.

ऑटोमन साम्राज्याच्या काळातल्या ग्रेटर सीरिया प्रांतातल्या समाजाचं आणखी एक वैशिष्ट्य म्हणजे फक्त धार्मिक पातळीवरच तो विभागलेला नव्हता; त्यात प्रादेशिक तफावतीही होत्या. याकडे ऑटोमन साम्राज्याचं फारसं लक्ष जात नसे. ग्रेटर सीरियामधले बहुसंख्य सुन्नी मुस्लीम लोक अरब वंशाचे होते. याखेरीज काही प्रमाणात कूर्द आणि तुर्की नागरिकही तिथे राहत असत. या वांशिकतेकडे ऑटोमन साम्राज्याचं फारसं लक्ष नसलं तरी नंतरच्या काळातल्या घडामोडींवर त्याचा बराच परिणाम झाला. उदाहरणार्थ, पहिल्या महायुद्धानंतर ग्रेटर सीरियामधला उत्तरेकडचा प्रदेश तुर्कस्थानच्या ताब्यात आला. तिथले बहुसंख्य लोक तुर्की वंशाचे होते; हा अर्थातच अपघात नव्हता. या भागात तुर्की लोकांखेरीज कूर्द आणि अर्मेनी लोकही होते. तसंच काही प्रमाणात ख्रिस्ती तसंच अरब नागरिकांचंही तिथे वास्तव्य होतं. या प्रत्येक समूहाची भाषा स्वतंत्र होती; तसंच त्यांची संस्कृतीही पूर्णपणे भिन्न होती. याखेरीज ग्रेटर सीरियाच्या दक्षिणेकडे कूर्द लोक ग्रामीण भागात राहत असत. काही मोठ्या शहरांमध्येही कूर्द लोकांच्या वस्त्या होत्या. बराच काळ त्या भागात राहिल्यामुळे ते अरब भाषाच बोलत.

एकोणिसाव्या शतकात ग्रेटर सीरियामधले प्रभावी राजकारणी श्रीमंत कुटुंबातले सुन्नी लोक असत. ते अरब, तुर्की आणि कूर्द अशा मिश्र वंशाचे असत. त्यांना अरब तसंच तुर्की भाषा येत. ऑटोमन साम्राज्य आणि जनता यांच्यामधला दुवा म्हणून ही मंडळी काम करत. यामधल्या काही लोकांची आडनावं अगदी स्पष्टपणे तुर्की वाटतील अशी असत. तरीही, ग्रेटर सीरियामधल्या राजकारणावर प्रभाव टाकण्याचा चमत्कार ते करून दाखवत. मोठ्या प्रमाणावर जमिनींची मालकी त्यांच्याकडे असल्यामुळे त्यांना आर्थिक प्रश्नांचा सामना कधीच करावा लागत नसे. सर्वसामान्य जनतेला पडणारे प्रश्न त्यांच्यासमोर कधीच नसत. काही मोजक्या ठिकाणी सुन्नी लोकांऐवजी ख्रिस्ती किंवा कूर्द लोकही अशा महत्त्वाच्या राजकीय भूमिका पार पाडत. प्रशासक आणि धार्मिक नेते याच घराण्यांमध्ये जन्म घेतात अशी परिस्थिती तेव्हा होती. अशा घराण्यांमधल्या लोकांना लष्करसेवा करणं

म्हणजे दुय्यम दर्जाचं काम वाटे. आपलं स्थान भरभक्कम करण्यासाठी आपल्या प्रांतावर ऑटोमन साम्राज्याची सत्ताच टिकून राहणं गरजेचं आहे, असं हे लोक ग्रेटर सीरियामधल्या नागरिकांना पटवून देण्यासाठी सतत धडपडत.

एकोणिसाव्या शतकाच्या उत्तरार्धात ग्रेटर सीरियामध्ये लोकशाही, उदारमतवाद, सर्वधर्मसमभाव, राज्यघटना अशा शब्दांचा वापर वाढला. युरोपमधून येणाऱ्या लोकांकडून किंवा तिथे काही काळासाठी गेलेल्या आपल्या लोकांच्या परतण्यातून सीरियाई लोकांना या गोष्टींचं महत्त्व हळूहळू समजत गेलं. तसंच ग्रेटर सीरियामध्ये काही युरोपीय किंवा ख्रिस्ती धर्मीयांनी उघडलेल्या शाळांमध्ये शिकवायला येणारे लोकही याविषयी बोलत. खुद्द ऑटोमन साम्राज्यामध्येही काही लोक सुधारणावादी असल्याचा फायदा या मोहिमेला मिळाला. १८५६मध्ये काही प्रमाणात या प्रयत्नांना यश आलं. तोपर्यंत ऑटोमन साम्राज्याचा सगळ्या जनतेवर पगडा असला तरी त्या-त्या धर्माचे नेते आपापल्या समाजाचा कारभार बऱ्यापैकी हाकत. आता अशा प्रकारच्या धार्मिक भिंती पाडून सगळ्यांनी मिळून-मिसळून राहावं आणि एकच समाज म्हणून आपली ओळख ठेवावी, अशी मागणी वाढली. १८७६मध्ये ऑटोमनच्या संसदेची स्थापना झाली. लोकशाही मार्गानं मतदान करून त्यामधल्या प्रतिनिधींची निवड करण्याचा अनुभव तिथल्या नागरिकांना प्रथमच मिळाला. मोठ्या उत्साहानं सुरू झालेली ही लोकशाही परंपरा प्रत्यक्षात मात्र फक्त दोन वर्षांतच गुंडाळून टाकण्यात आली आणि थेट १९०८ उजडेपर्यंत तिचं पुनरागमन झालं नाही.

जगात इतरत्र सामाजिक रचना, राष्ट्रवाद, उदारमतवाद अशा संकल्पना जोर पकडत असताना ग्रेटर सीरियानं त्याच्यापासून फटकून वागणं फार काळ शक्य नव्हतंच. मुळात ग्रेटर सीरिया हा एक देश नसून तो अनेक देशांचा समूह आहे, ही संकल्पना सगळ्यांनाच मान्य होती. अशा परिस्थितीत राष्ट्रवाद म्हणजे नक्की काय, हा महत्त्वाचा प्रश्न होता. जर ग्रेटर सीरियामधल्या निरनिराळ्या देशांचा राष्ट्रवाद उफाळून आला तर त्याला योग्य समजायचं का नाही, हे कसं ठरवायचं? इतके दिवस राष्ट्रवादापेक्षा ऑटोमन साम्राज्याशी एकनिष्ठा हाच एकमेव निकष होता. आता बदलत्या काळात ही संकल्पना कालबाह्य मानायची का, असा प्रश्न होता. दुसरीकडे 'सार्वत्रिक इस्लामिकता' हाच राष्ट्रवाद असल्याचं अनेक सुन्नी नेते पूर्वीपासून म्हणत होते. याचा फायदा उठवून १८७६ ते १९०९ या काळात दुसरा

हमीद या ऑटोमन साम्राज्याच्या सुलतानानं स्वतःला 'खलिफ' म्हणवून घेतलं होतं. आपोआपच जगभरातल्या सुन्नी मुस्लिमांचा तो स्वघोषित नेता बनला होता.

याच्या जोडीला युरोपीय विचारसरणीच्या वाढत्या प्रभावाची ग्रेटर सीरियामधल्या मुस्लिमांना काळजी वाटत होती. हीच विचारसरणी आपल्या प्रांतातही रुजू शकते आणि आपल्याइथले ख्रिस्ती धर्मीय तिला जोरदार पाठिंबा देऊ शकतात, अशी भीती यामागे होती. १८५६मध्ये झालेल्या सुधारणांचा एक विचित्र परिणाम म्हणजे मुस्लिमबहुल असलेल्या ग्रेटर सीरियामध्ये आर्थिकदृष्ट्या आता ख्रिस्ती लोकांची भरभराट होताना दिसत होती. त्याखालोखाल ज्यू धर्मीय आणि मग मुस्लीम लोक अशी उतरंड होती. यामागचं मुख्य कारण म्हणजे युरोपबरोबरचा व्यापार या सुधारणांमुळे वाढला. युरोपीय लोकांबरोबरचा वाढता व्यापार ग्रेटर सीरियामधल्या ख्रिस्ती लोकांना लाभदायी ठरला. हळूहळू फ्रान्स किंवा इतर एखादी युरोपीय शक्ती आपल्या प्रांताचा ताबा घेऊ शकण्याची भीती ग्रेटर सीरियामध्ये पसरली. ही भीती एकदम अनाठायी होती असं अजिबातच म्हणता येणार नाही; कारण याच्या फक्त तीन दशकं आधी फ्रान्सनं अल्जेरियामध्ये आपलं लष्कर घुसवलं आणि त्यानंतर तिथे आपलं बस्तानच ठोकलं होतं. याचे परिणाम ग्रेटर सीरियामध्ये ख्रिस्ती धर्मीयांच्या विरोधात आक्रमणं सुरू होण्याच्या रूपानं दिसायला लागले. १९६०च्या जुलै महिन्यात दमास्कसमध्ये ख्रिस्ती लोकांच्या वस्त्यांवर जोरदार हल्ले झाले. या वस्त्या ख्रिस्ती निर्वासितांनी खचाखच भरल्या होत्या. हजारो ख्रिस्ती धर्मीयांचा या हल्ल्यांमध्ये मृत्यू झाला तरी प्रशासनानं त्याकडे ढुंकूनही पाहिलं नाही. दरम्यान, अनेक उदारमतवादी मुस्लिमांनी आपला जीव वाचवण्यासाठी धडपडणाऱ्या ख्रिस्ती लोकांना आपल्या घरांमध्ये आश्रय दिला, हेही नमूद केलं पाहिजे. अखेर परिस्थिती फार चिघळली तर फ्रान्स आपलं लष्कर पाठवेल, या भीतीपोटी ग्रेटर सीरियाच्या अधिकारिवर्गानं अखेर परिस्थिती आटोक्यात आणली. इतकंच नव्हे; तर आपण काहीतरी कारवाई करतो आहोत हे दाखवण्याच्या नादात दमास्कच्या गव्हर्नरला पुरेशा चौकशीविनाच देहदंड देण्यात आला. या घटनाक्रमाचे दुहेरी परिणाम झाले. एक तर, समाजामधल्या विभिन्न घटकांमधले फरक आणि मतभेद उघड झाले. साहजिकच, फुटीरवादी चळवळी जोर धरायला लागल्या. दुसरं म्हणजे, ऑटोमन साम्राज्यानं अशा प्रकारचे प्रकार वारंवार घडू नयेत यासाठी सुरक्षा व्यवस्था चोख करण्यावर भर दिला. पायाभूत

सुविधा आणि शिक्षण या गोष्टींवर ग्रेटर सीरियाच्या प्रशासनानं कधी नव्हे ते खूप भर दिला.

पहिलं महायुद्ध सुरू होण्याआधी ऑटोमन साम्राज्याची वाटचाल अशा प्रकारे जराशी बिचकत सुरू असताना १९०८मध्ये तरुण लष्करी अधिकाऱ्यांनी बंड करून सत्ता आपल्याकडे खेचली. पाश्चिमात्य जगानं या लोकांच्या टोळीला 'तरुण तुर्क' असं नाव दिलं. प्रस्थापित सत्तेला कंटाळलेल्या या लोकांनी आधुनिकीकरणाकडे वाटचाल करण्याच्या हेतूनं हे पाऊल उचललं होतं. हे लोक स्वत:ला उदारमतवादी आणि धर्मनिरपेक्ष म्हणत. त्यांनी ऑटोमन साम्राज्याची संसद पुन्हा सुरू केली. असे अपवाद वगळता ते खरं म्हणजे हुकूमशाही प्रवृत्तीचेच होते. कदाचित त्यांना लोकशाही मार्गानं कारभार चालवणं परवडण्यासारखंही नसावं. तुर्कस्थानविषयी प्रचंड राष्ट्रवादी भावनेनं ते भारूनही गेले होते. सार्वत्रिक इस्लामिकता त्यांना महत्त्वाची वाटत नव्हती; तुर्कस्थानचा पगडा वाढवण्यावर मात्र त्यांचा भर होता. याचं कारण म्हणजे इतर अरब लोक आपापल्या मार्गांनी जाण्याची भीती त्यांना सतावत होती. त्यांनी शिक्षण आणि सार्वजनिक व्यवहार यामध्ये तुर्की भाषा वापरण्याची सक्तीही केली. हे डावपेच त्यांच्यावरच उलटले. आपल्याच भूमीत उपरं असल्यासारखं वाटणाऱ्या अरब लोकांनी आता स्वायत्तताच नव्हे; तर स्वातंत्र्य मिळवण्यासाठी धडपड सुरू केली. हे लक्षात येताच तुर्की सत्ताधाऱ्यांनी वंशवादी चळवळींवर बंदी घातली. लगेचच 'अल-फतात' (म्हणजे 'तरुण') आणि 'अल-अहाद' (म्हणजे 'करार') या दोन संघटनांसह इतर भूमिगत संघटना सुरू झाल्या.

१९१४च्या नोव्हेंबर महिन्यात पहिल्या महायुद्धामध्ये जर्मनीच्या बाजूनं तुर्कस्थान युद्धभूमीवर उतरला. याचं एक कारण म्हणजे रशियानं आपल्या विस्तारवादाचा एक भाग म्हणून ग्रेटर सीरियाच्या नजीकचा भाग बळकावला होता. तो परत मिळवण्यासाठी रशियावर वरचश्मा गाजवणं गरजेचं असल्याच्या भावनेपोटी रशियाच्या विरोधात; म्हणजेच जर्मनीच्या बाजूनं युद्धात लढणं आवश्यक होतं. हे महायुद्ध ग्रेटर सीरियाच्या नागरिकांसाठी प्रचंड संकटाचं आणि हालअपेष्टांनी भरलेलं ठरलं. एक तर अन्नधान्य आणि जीवनावश्यक वस्तू यांचे साठे लष्कराकडे वळवण्यात आले. मित्रराष्ट्रांनी ग्रेटर सीरियाच्या सगळ्या बंदरांपाशी नाकेबंदी केल्यामुळे बाहेरून कुठल्याच मालाचा पुरवठा शक्य नव्हता. शेतकऱ्यांना निरनिराळ्या कामांवर जुंपण्यात आलं. वनसृष्टीची कत्तल रेल्वेला इंधन पुरवण्यासाठी करण्यात आली. त्यातच दुष्काळ पडला. उपासमार होऊन लाखो

लोक मरण पावले. युद्धात जर्मनीचा पराभव अटळ असल्याची दाट चिन्हं दिसायला लागली. युद्धाच्या अखेरच्या काळात तर गाझा पट्ट्यात तुर्कस्थानचा पराभव करून ब्रिटिश लष्कर इजिप्तमधून पुढे आलं. १९१७च्या डिसेंबर महिन्यात जेरुसलेम, तर १९१८च्या ऑक्टोबर महिन्यात दमास्कस यांच्यावर ब्रिटिशांचा कब्जा झाला. पुढच्याच महिन्यात अलेप्पोही ब्रिटिशांनी जिंकलं. यामुळे जवळपास अख्ख्या ग्रेटर सीरियावर ब्रिटिशांचं वर्चस्व निर्माण झालं. त्यानंतर युद्धबंदी घोषित करण्यात आली. याखेरीज ऑटोमन साम्राज्याचा भाग असलेला दुसरा भागही– ब्रिटिश सैन्याच्या दुसऱ्या काही तुकड्यांनी ऑटोमन साम्राज्याच्या आधिपत्याखालचा इतर प्रदेशही जिंकला. हा भाग नंतर इराकचा देश बनला. यामुळे कागदोपत्री हे सगळे भूभाग तुर्कस्थानच्या मालकीचे असले तरी त्यांच्यावर ब्रिटिशांची सत्ता होती. लवकरच तुर्कस्थानला या भूभागांवरचा आपला हक्क सोडावा लागणार, हे उघड होतं. आता मुख्य प्रश्न हे भूभाग नक्की कुणाला मिळणार किंवा कुणाच्या मालकीचे होणार, एवढाच होता.

ऑटोमन साम्राज्याच्या अखेरीनंतर त्या साम्राज्याच्या तुकड्यांचं नक्की काय करायचं हे ठरवण्यासाठी एक 'शांतता परिषद' भरवण्यात आली. आधीपासून प्रभावी सत्ता म्हणून ओळखल्या जाणाऱ्या ब्रिटिशांची ताकद पहिल्या महायुद्धामधल्या विजयामुळे अजूनच वाढली होती. स्वाभाविकपणे या शांतता परिषदेतही ब्रिटिशांच्या मतांना सगळ्यांत जास्त महत्त्व होतं. भारत, ऑस्ट्रेलिया, न्यूझीलंड इथल्या आपल्या वसाहतींमधल्या सैनिकांच्या मदतीनं ब्रिटिशांनी अरब भाषिक मुलखातून तुर्कस्थानला घालवून दिलं होतं. साहजिकच, पॅलेस्टाईन आणि इराक, तसंच त्यांना जोडणारी वाळवंटं या सगळ्यांवर आपलं नियंत्रण असावं याची व्यवस्था करण्यावर ब्रिटिशांनी भर दिला. यामधला एक ऐतिहासिक पैलू लक्षात घेण्याजोगा आहे. जर हा काळ १९१४च्या आधीचा असता तर ब्रिटिशांनी एकतर्फीपणे तुर्कस्थानकडून सत्ता आपल्याकडे खेचून घेतली असती. इतर देशांवर जसं ब्रिटिशांनी राज्य केलं तसं आता या प्रदेशांच्या बाबतीतही घडलं असतं. आता मात्र अमेरिकेचा बोलबाला वाढत चालला होता. ब्रिटिश विस्तारवाद आणि साम्राज्यवाद यांच्या विरोधात अप्रत्यक्षपणे बोलणाऱ्या वुड्रो विल्सन या अमेरिकी राष्ट्रपतीनं पराभूत देशांना स्वतःचं भविष्य आखण्याची संधी मिळाली पाहिजे, असा आग्रह धरला. १९१७च्या नोव्हेंबर महिन्यात रक्तरंजित क्रांतीनंतर रशियाची सत्ता

काबीज केलेल्या साम्यवादी क्रांतिकारकांनीही अशीच मागणी केली. यामुळे इंग्लंड आणि फ्रान्स यांच्यावर एकतर्फी निर्णय न घेण्यासाठीचा दबाव वाढला. अखेर तुर्कस्थाननं या प्रदेशावरचं आपलं नियंत्रण सोडण्यासंबंधीचा शरणागतीचा निर्णय जाहीर केल्यावर एका आठवड्याच्या काळात म्हणजे ७ नोव्हेंबर १९१८ या दिवशी इंग्लंड आणि फ्रान्स यांनी खाली नमूद केलेला त्रोटक जाहीरनामा जगासमोर ठेवला. त्याचा मसुदा असा होता :

> The object aimed at by France and Great Britain in prosecuting in the East the War loose let by the ambition of Germany is the complete and definite emancipation of the peoples so long oppressed by the Turks and the establishment of national governments and administrators deriving their authority from the initiative and free choice of the indigenous populations.

> याचा स्वैर आणि मुद्दामच फापटपसारा आवरून केलेला अर्थ असा :
> *तुर्की सत्ताधाऱ्यांच्या हुकूमशाहीमुळे पिचलेल्या पूर्वेकडच्या जनतेची संपूर्ण मुक्तता करणं हा फ्रान्स आणि इंग्लंड यांचा मुख्य उद्देश आहे. या ठिकाणी राष्ट्रीय सरकार आणि शासनव्यवस्था यांची उभारणी करणं तसंच या सगळ्यांची निवड स्थानिक जनतेनं कुठल्याही दबावाविना करणं, हेही आमचं उद्दिष्ट आहे.*

वरकरणी या मसुद्यावरून इंग्लंड आणि फ्रान्स यांचा हेतू एकदम स्वच्छ असल्याचं कुणालाही वाटेल; पण प्रत्यक्षात या देशांनी आखलेली नीती कुटिल स्वरूपाची होती. त्यांनी आपसात चर्चा करून केलेली कृती मात्र एकदम वेगळीच होती. ब्रिटिशांना अर्थातच स्वतःच्या भल्याची चिंता होती; तशी ती फ्रान्सलाही होती. ब्रिटिशांसमोरचं मुख्य आव्हान मात्र वेगळंच होतं. इतकी वर्षं जवळपास अनभिषिक्तपणे आपलं साम्राज्य गाजवलेल्या ब्रिटिशांना आता एकतर्फी निर्णय घेणं आणि आपल्या युरोपीय शेजाऱ्यांच्या आकांक्षा पार धुळीला मिळवणं शक्य नव्हतं. परिस्थिती बदललेली होती. स्वाभाविकपणे इतर युरोपीय देशांच्या साथीनं इंग्लंडनं हा कट रचला. यात इंग्लंड, इतर काही युरोपीय देश हे मुख्य भागीदार

असले तरी तिसरा एक घटकही महत्त्वाचा होता; तो म्हणजे काही अरबांचा! या अरबांनी १९१६मध्ये तुर्कस्थानविरुद्ध उठाव करून ब्रिटिशांच्या ग्रेटर सीरियामधल्या विजयात मोठा वाटा उचलला होता. आता त्यांना धुडकावून लावणंही ब्रिटिशांना परवडण्यासारखं नव्हतं.

इतर युरोपीय देशांमधला सगळ्यांत प्रमुख देश फ्रान्स होता. पहिल्या महायुद्धात फ्रान्सच्या पूर्वेकडच्या भागाचं बरंच नुकसान झालं होतं. तसंच फ्रान्सची इतर बाबतीतही खूप हानी झाली होती. या सगळ्यांची नुकसानभरपाई आपल्याला मिळावी, अशी फ्रान्सची अपेक्षा होती. याचा एक भाग म्हणून नव्यानं ताब्यात आलेल्या भूभागांमधला हिस्सा आपल्या मालकीचा व्हावा, असं फ्रान्सला वाटत होतं. मध्यपूर्व आशियामधल्या घडामोडींच्या संदर्भात इंग्लंड आणि फ्रान्स यांच्यात चढाओढ सुरू होती. दुसऱ्याला वरचढ होऊ देता कामा नये यासाठी दोघंही प्रयत्नशील होते. ही शर्यत अगदी दुसरं महायुद्ध संपेपर्यंतही सुरूच राहिली. १९१६मध्ये या देशांनी 'साइक्स-पिकॉ' नावाचा गुप्त करार करून ग्रेटर सीरिया तसंच ऑटोमन साम्राज्याचा उरलेला प्रदेश यांची वाटणी कशी करायची, याविषयीचे बेत आखले. काही किरकोळ बदलांचा अपवाद वगळता या करारानुसार कागदी नकाशावर आखलेल्या रेषा आजही सीरिया आणि लेबेनॉन या देशांच्या दक्षिणेकडच्या सीमारेषा म्हणून ओळखल्या जातात.

या घटनाक्रमाखेरीज आणखी एका देशाचा दबाव या काळातल्या घडामोडींवर पडला; तो देश म्हणजे इस्रायल! युरोपमध्ये पूर्वीपासूनच ज्यू लोकांना अपमानास्पद वागणूक दिली जाई. यामुळे आपला स्वतंत्र देश असावा असं ज्यू धर्मीयांना वाटे. युरोपमधून बाहेर पडून अनेक ज्यू लोकांनी पॅलेस्टिनी भूमीवर आपल्या स्वतंत्र राष्ट्रनिर्मितीसाठी प्रयत्न सुरू केले होते. पॅलेस्टिनी भूमी मूळची आपलीच असल्याचा त्यांचा दावा होता. अशा प्रकारे स्वतःचं राष्ट्र उभं करण्याच्या ज्यू लोकांच्या संकल्पनेला 'झियोनिझम' असं म्हणतात. साधारणपणे १८८०च्या दशकात पॅलेस्टिनी भूमीमधल्या एकूण नागरिकांपैकी ज्यू धर्मीयांची संख्या साधारण ३ टक्के होती; पहिलं महायुद्ध सुरू होण्याच्या सुमाराला ती वाढून १० टक्क्यांपर्यंत जाऊन पोहोचली. १९१७मध्ये ब्रिटिश परराष्ट्रमंत्री ऑर्थर बॅल्फोर यानं ज्यू नेत्याला उद्देशून लिहिलेल्या एका विचित्र प्रकारच्या उत्साहवर्धक पत्रामुळे ज्यू लोकांना नवा उत्साह चढला. पॅलेस्टिनी भूमीमध्ये ज्यू धर्मीयांचं येण्याचं प्रमाण आणखी वाढलं. या पत्राला नंतर 'बॅल्फोर डिक्लरेशन' म्हणून ओळखलं गेलं.

आपण झियोनिस्ट संकल्पनेच्या पूर्णपणे पाठीशी असल्याचं; म्हणजेच इस्रायल या ज्यू धर्मीयांसाठीच्या नव्या राष्ट्राच्या स्थापनेला पाठिंबा देत असल्याचं ब्रिटिशांनी या पत्रातून सूचित केलं होतं.

Dear Lord Rothschild,
I have much pleasure in conveying to you, on behalf of His Majesty's Government, the following declaration of sympathy with Jewish Zionist aspirations which has been admitted to, and approved by the cabinet:

'His Majesty's Government view with favour the establishment in Palestine of a National Home for the Jewish people, and will use their best endeavours to facilitate the achievement of this objective, it being clearly understood that nothing shall be done which may prejudice the civil and religious rights of existing non-Jewish communities in Palestine, or the rights and political status enjoyed by Jews in any other country.'

I should be grateful if you would bring this declaration to the knowledge of the Zionist Federation.

Yours sincerely,
Arthur Balfour

यातला मजकूर अत्यंत त्रोटक असला तरी तो सगळ्याच बाजूंच्या लोकांना पार गोंधळात टाकणारा होता. त्यातून झियोनिझमला अगदी स्पष्ट पाठिंबा मिळत असला तरी इतर सगळे मुद्दे खूपच अस्पष्ट होते. खरं म्हणजे झियोनिझमला विरोध करणारे ज्यू लोकसुद्धा बरेच होते. म्हणूनच बॅल्फोरनं आपल्या पत्रात अगदी जाणूनबुजून संदिग्ध भाषा वापरली होती. त्यात 'पॅलेस्टाईनमध्ये ज्यू लोकांसाठी राष्ट्रीय पातळीवरचं एक संकुल उभं करावं' असं म्हटलं होतं. झियोनिस्ट लोकांनी अर्थातच याचा सोयीस्कर अर्थ 'ज्यू लोकांसाठीचा देश' असा लावला. पण झियोनिझमच्या विरोधात असलेल्या लोकांनी मात्र याचा अर्थ 'पॅलेस्टाईनच्या

भूमीवरची ज्यू लोकांची वसाहत' असा लावला. काही लोकांना बॅल्फोरच्या शब्दांमधला धोका अगदी स्पष्टपणे जाणवत होता. त्यामुळे त्यांनी या संदर्भात आधीच इशारा देऊन ठेवला होता. बॅल्फोरच्या सूचनांचं पालन करायचं असेल तर पॅलेस्टाईनमधून ज्यू लोक तिथल्या मुस्लीम आणि ख्रिस्ती लोकांना हाकलून लावतील, असा इशारा त्यांनी दिला; तसंच ज्यू धर्म आणि ज्यू लोकांचा समुदाय या गोष्टी सांस्कृतिक स्वरूपाच्या असून त्यांचा अर्थ 'एक देश' असा लावणं चुकीचं आहे, असं मत त्यांनी व्यक्त केलं. अशा प्रकारे ज्यू लोकांचा एक वेगळा देश तयार केला तर युरोपमध्ये ज्यू लोकांच्या होत असलेल्या हेटाळणीत खूप वाढ होईल, असं मतही त्यांनी व्यक्त केलं.

या सुमाराला इंग्लंड आणि फ्रान्स या दोघांनाही रशियाचा पहिल्या महायुद्धातला आपल्या बाजूनं असलेला सहभाग टिकेल का नाही, याविषयी काळजी वाटत होती. तसंच हे युद्ध लवकर संपण्यासाठी आणि त्याचा निकाल आपल्या बाजूनं लागण्यासाठी त्यात अमेरिकेनं लवकर उतरलं पाहिजे, असंही दोन्ही देशांना वाटत होतं. यासाठी ज्यू लोकांना खूश ठेवणं भाग आहे, असं इंग्लंड आणि फ्रान्स यांचं मत झालं. म्हणूनच झियोनिझमच्या चळवळीला पाठिंबा द्यायचं त्यांनी ठरवलं. यामागचं कारण म्हणजे अमेरिका आणि रशिया या दोन्ही देशांमध्ये ज्यू लोकांचा बराच प्रभाव होता. त्यांची सहानुभूती मिळवणं गरजेचं आहे, असं इंग्लंड आणि फ्रान्स यांना वाटत होतं. म्हणूनच रशियाचा महायुद्धातला सहभाग कायम ठेवणं आणि अमेरिकेला महायुद्धात उतरण्यासाठी भाग पाडणं, अशा दोन्ही गोष्टी साध्य करून घेण्यासाठी बॅल्फोरच्या कराराचा वापर करून घ्यायचं ठरलं. म्हणूनच पहिल्या महायुद्धाच्या काळात झियोनिझमच्या प्रश्नाकडे ब्रिटिश सरकार खूप गंभीरतेनं बघायला लागलं. कारण अमेरिका आणि रशिया इथल्या प्रभावशाली ज्यू लोकांच्या दबावाखाली हे देश पहिल्या महायुद्धाशी संबंधित असलेले महत्त्वाचे निर्णय घेतील, अशी भीती ब्रिटिश सरकारमधल्या काही जणांना वाटत होती. १९१७च्या एप्रिल महिन्यात अमेरिकेनं जर्मनीच्या विरोधात युद्ध पुकारताच या लोकांनी सुटकेचा निःश्वास टाकला; कारण जर्मनी झियोनिझमला आपला पाठिंबा जाहीर करेल आणि यामुळे अमेरिकेमधले प्रभावशाली ज्यू लोक जर्मनीच्या बाजूनं पहिल्या महायुद्धात उतरण्यासाठी आपल्यावर दबाव टाकतील, असं त्यांना वाटत होतं. रशियामधली परिस्थितीही या संदर्भात वेगळी नव्हती. तिथे तर लष्करी संकट आणि सामाजिक क्रांती यामुळे चित्र आणखी नाजूक होतं. हे सगळं टाळण्यासाठी

इंग्लंडनंच ज्यू लोकांच्या आकांक्षांना खतपाणी घालावं आणि अमेरिका तसंच रशिया यांना त्या मार्गानं आपल्या बाजूनं वळवावं यासाठीचे प्रयत्न सुरू झाले. खरं म्हणजे ब्रिटिश मंत्रीमंडळातल्या लोकांना वाटणाऱ्या या भीतीमध्ये तसं फारसं तथ्य नव्हतं. तरीही, ज्यू लोकांना आपल्याविषयी सहानुभूती वाटत राहील यासाठीची व्यवस्था ब्रिटिशांनी यामुळेच केली, हे मात्र खरं!

या दरम्यान दुसरा घोळ अरब राष्ट्रवादाचाही होता. जसं ज्यू लोकांना आपलं स्वतंत्र राष्ट्र असावं असं वाटायचं, तसंच अरब लोकही स्वतःचं स्वतंत्र राष्ट्र उभं करण्याच्या संकल्पनेनं भारून गेले होते. वर उल्लेख केलेला अमिर फैझल हा अरबांचा प्रमुख नेता होता. मक्काच्या शरिफ हुसेन इब्न अली याचा तो मुलगा. पूर्वी ग्रेटर सीरियामध्ये अरबांचा उठाव शरिफ हुसेननंच घडवून आणला होता. या कामात त्याला गाजलेल्या टी ई लॉरेन्स ऊर्फ 'लॉरेन्स ऑफ अरेबिया' आणि इतर ब्रिटिश सैनिक यांनी मदत केली होती. लॉरेन्स हा शरिफ हुसेनचा लष्करी सल्लागार म्हणून काम करे. यामुळे अरेबियामधल्या काही प्रांतांसंकट मक्का आणि मदिना या पवित्र स्थळांचा ताबा शरिफ हुसेनकडे आला. त्यातच महंमद पैगंबरांच्या थेट वंशावळीमधला असल्यामुळे शरिफ हुसेनच्या नावाचा खूपच दबदबा होता. शरिफ हुसेन कट्टर इस्लामी विचारसरणीचा होता. स्त्रियांनी काम करणं त्याला मान्य नव्हतं. तसंच 'शरिया' कायदा तंतोतंत अमलात आणून गुन्हेगारांचे हातपाय तोडले जावेत, असं तो मानत असे. ऑटोमन साम्राज्यानं प्रस्थापित केलेले उदारमतवादी आणि धर्मनिरपेक्षतेवर आधारित असलेले कायदे मोडीत काढण्याचा त्याचा मानस होता.

आता शरिफ हुसेन आणि इजिप्तमधला 'हायकमिशनर' हेन्री मॅकमोहन यांच्यामधल्या पूर्वीच्या पत्रव्यवहाराला आधार मानून उठावाचा पाया रचण्यात आला. त्यात काही प्रदेशांचा अपवाद वगळता उरलेल्या भागांमध्ये स्वतंत्र अरब राष्ट्र स्थापन करण्याच्या संकल्पनेला ब्रिटिशांचा पाठिंबा असल्याचं अगदी स्पष्टपणे नमूद करण्यात आलं होतं. लवकरच उठाव सुरू झाला आणि मक्का तसंच मदिना यांचा ताबा शरिफ हुसेनकडे आला. हा उठाव तसा छोट्या स्वरूपाचा होता. शरिफ हुसेनचा मुलगा अमिर फैझल याला खूप मोठा आवाका असलेला उठाव घडवून आणायचा होता. अर्थात, ब्रिटिशांचा डाव वेगळाच होता. या भागामधल्या निरनिराळ्या इस्लामी नेत्यांना एकमेकांच्या विरोधात झुंजवायचं आणि सगळ्यांचीच ताकद घटवायची, असा टी ई लॉरेन्सचा हेतू होता. त्यानं या दृष्टीनं चाली आखल्या.

हेन्री मॅकमोहननं वरवर शरिफ हुसेनला चुचकारत असल्याचं भासवलं; पण आतून कुटिल चाली रचल्या.

पहिल्या महायुद्धाच्या काळात अरब लोक आपल्या बाजूनं लढण्याऐवजी स्वत:चं स्वतंत्र राष्ट्र उभं करण्याच्या मागे लागतील आणि आपल्याविरुद्ध उठाव करतील अशी भीती ऑटोमन साम्राज्याच्या राज्यकर्त्यांना वाटत होती. यामुळे ग्रेटर सीरिया प्रांतात अरब सैनिक मोठ्या संख्येनं असूनही आता युद्ध सुरू झाल्यावर त्यांना दुसरीकडे लढण्यासाठी म्हणून ऑटोमन साम्राज्यानं धाडून दिलं. त्या ठिकाणच्या जमाल पाशा या तुर्की प्रशासकानं डझनावारी अरब सैनिकांना प्रखर अरब राष्ट्रवादाच्या संशयावरून फासावर धाडलं. यामुळे सर्वसामान्य अरब जनतेत असंतोष निर्माण झाला आणि ते तुर्की प्रशासकांच्या विरोधात उठाव करायला लागले. १९१५च्या आपल्या दमास्कसच्या भेटीदरम्यान फैझलनं प्रखर राष्ट्रवादी लोकांची गुप्तपणे भेट घेतली. ब्रिटिशांचा अरब उठावाला पाठिंबाच होता. ब्रिटिशांच्या मदतीनं आणि या स्थानिक अरबांच्या साथीनं उठाव घडवून आणण्यासंबंधीचे बेत फैझल आखायला लागला. ऑटोमन साम्राज्याखालच्या भागांमधल्या अरबी भाषा बोलणाऱ्या प्रांतांचं, आणि शिवाय इतर ठिकाणच्या अरब प्रांतांचं एकत्रीकरण करून एक नवा अरब देश निर्माण करण्याचं भव्य स्वप्न फैझल बघत होता. 'अल-फतात' आणि 'अल-अहाद' या दोन भूमिगत संघटनांनी फैझलच्या नेतृत्वाखाली नव्या अरब राष्ट्राच्या निर्मितीसाठी लढायचं ठरवलं. दमास्कसमध्ये १९१५च्या एप्रिल महिन्यात फैझल असताना तो अल-फतात संघटनेचा सदस्यही बनला. सगळ्यांनी फैझलला हा उठाव शक्य तितक्या लवकर घडवून आणण्याची विनंती केली.

दरम्यान पहिल्या महायुद्धात ब्रिटिशांची सरशी झाली. ग्रेटर सीरियामधलं तुर्की साम्राज्य खिळखिळं झालं. या सगळ्या कामात ब्रिटिशांना अरब सैनिकांनी खूप मदत केली. साहजिकच, आता युद्ध संपल्यावर आपल्या अरब राष्ट्रनिर्मितीच्या संकल्पात ब्रिटिशांकडून मोठा हातभार लागेल अशी अपेक्षा अरबांना वाटत होती. ग्रेटर सीरियामधला जॉर्डनच्या पूर्वेकडचा भाग अरब सैन्यानं आपल्या ताब्यात घेतला होता. आपल्या पराक्रमामुळे उत्साहित झालेल्या फैझलला ब्रिटिशांनी सातत्यानं निराश केलं. ब्रिटिशांची चाल वाकडी असल्याचं फैझलच्या लक्षात आलं नाही. त्यानं प्रामाणिकपणे आपल्या सैनिकांनी ब्रिटिशांना केलेल्या मदतीच्या मोबदल्यात आपल्या आशाआकांक्षा पूर्ण करण्याची विनंती केली. पण ब्रिटिशांनी त्याच्या संदर्भात अत्यंत आक्रमक धोरण अवलंबलं. त्यांनी फक्त अम्मान प्रांताचं नियंत्रण

फैझलकडे सोपवलं. पॅलेस्टिनी भागाविषयीचा वाद ब्रिटिशांनी बॅल्फोरच्या पत्रातून आधीच निर्माण केला होता. म्हणजेच पॅलेस्टिनी भूमी फैझलच्या वर्चस्वाखाली येण्याचा प्रश्नच नव्हता. ब्रिटिशांनी फ्रान्स तसंच झियोनिस्ट लोक यांच्याबरोबर केलेल्या कराराविषयीची स्पष्ट कल्पना फैझलला न देता त्याला झुलवत ठेवलं. इतिहासात फैझल खरोखरच झियोनिस्ट लोकांच्या दबावाखाली होता का नाही, याचा स्पष्ट उल्लेख सापडत नाही. उलट, ज्यू लोकांनी दिलेल्या आश्वासनामुळे त्याची दिशाभूल झाली, असं त्याच्या चरित्रात म्हटलेलं आहे. याविषयी थोड्या विस्तारानं बोलणं गरजेचं आहे.

बॅल्फोरच्या पत्रानुसार ब्रिटिशांच्या म्हणण्याचा अर्थ 'पॅलेस्टाईनमध्ये ज्यू लोकांचं नवं राष्ट्र निर्माण करण्यात यावं' असा लावला तरी त्यासाठी भौगोलिक सीमांचा विचार नक्की कशा पद्धतीनं करायचा याविषयी गोंधळ होते. याचं कारण म्हणजे ऑटोमन साम्राज्याच्या काळात हा भाग विशिष्ट प्रशासनाच्या शासनाखाली नव्हता. हा भाग दक्षिण सीरियाचा प्रदेश मानला जाई. तसंच तो बैरुत, दमास्कस आणि जेरुसलेम यांच्यामध्ये विभागलेला होता. १९१७च्या डिसेंबर महिन्यात ब्रिटिशांनी जेरुसलेमवर ताबा मिळवला आणि 'पॅलेस्टाईनवर आता ऑटोमन साम्राज्याऐवजी आपलं नियंत्रण असेल', असं जाहीर केलं. १९१७ ते १९२० या काळात पॅलेस्टाईनवर ब्रिटिश लष्कराची सत्ता होती. या काळात ज्यू आणि अरब या दोन्ही गटांच्या महत्त्वाकांक्षांविषयी चर्चा करण्यासाठी ब्रिटिशांनी ज्यू लोकांच्या वतीनं हाईम वाईझमन आणि अरबांच्या वतीनं सीरियाचा अमीर फैझल हा आघाडीचा नेता यांना प्रोत्साहित केलं. यातून झालेल्या समझोत्यानुसार, १९१९च्या जानेवारी महिन्यात पॅलेस्टाईनच्या आर्थिक प्रगतीसाठी ज्यू लोक अरबांशी सहकार्य करतील, असं वाईझमननं मान्य केलं. याच्या मोबदल्यात बॅल्फोरच्या पर्यायाला फैझल संमती देईल आणि पॅलेस्टाईनच्या भूमीवर ज्यू लोकांना स्थायिक होण्यामध्ये अरब लोक अडथळे आणणार नाहीत, असं ठरलं. पॅलेस्टाईनमधल्या अरबांच्या हक्कांवर गदा येणार नाही आणि 'ग्रेटर सीरिया' या भागाचं स्वातंत्र्य कायम राखण्याची मागणी मान्य केली जाईल, असंही ठरलं. पॅलेस्टाईनमध्ये ज्यू राष्ट्राच्या निर्मितीला मात्र फैझलनं अजिबात होकार दिलेला नव्हता. इतिहासामध्ये याविषयी काही ठिकाणी चुकीच्या नोंदी सापडतात. त्यातच काही काळात फ्रेंचांनी सीरियावर आक्रमण करून तिथे आपली वसाहत निर्माण केल्यामुळे फैझल-वाईझमन कराराला काही अर्थच उरला नाही. खरं म्हणजे आपली दिशाभूल होत असल्याचं आणि ज्यू लोक आपली

साफ फसवणूक करत असल्याचं हळूहळू फैझलच्या लक्षात येत होतं; पण आपण स्वत:च फार आक्रमक भूमिका स्वीकारू शकत नसल्याचं कटू सत्य त्याला शांत राहून स्वीकारावं लागलं. ब्रिटिशांनी आणि खासकरून टी ई लॉरेन्स यानं फैझलला गोलगोल फिरवत ठेवलं आणि त्याला अजिबात खरं काही समजू दिलं नाही.

ब्रिटिश लष्करी अधिकारी ॲलनबी याचा दृष्टिकोन या पार्श्वभूमीवर महत्त्वाचा ठरला. पॅलेस्टिनी नियंत्रण अगदी पूर्णपणे ब्रिटिशांच्या ताब्यात ठेवण्याचं त्याचं धोरण होतं. हळूहळू हे धोरण पक्कं होत गेलं. प्रत्यक्षात पॅलेस्टाईनमधल्या अरबांचा फैझलला मोठ्या प्रमाणावर पाठिंबा होता. दरम्यान 'साईक्स-पिकॉ' कराराला अनुसरून उत्तरेकडे बैरुत इथे तसंच ॲलेक्झांड्रिया इथे फ्रेंचांचं नियंत्रण प्रस्थापित होण्याची संकल्पना ब्रिटिशांनी अमलात आणली. फ्रेंचांनी आता तिथे प्रवेश करून बैरुतमधल्या स्थानिक प्रशासकाला हुसकावून लावलं. याखेरीज, तिथे फ्रेंचांनी आपले पाय आणखी पसरायला सुरुवात केल्यावर स्थानिक नागरिकांनी त्यांना कडाडून विरोध केला. दुसरीकडे दमास्कस, अलेप्पो, होम्स आणि जॉर्डनच्या पूर्वेकडचे प्रदेश यांची सत्ता ब्रिटिशांनी फैझलकडे सोपवली होती. फैझलला ॲलनबी लष्करी साहाय्य पुरवत होता. एकीकडे फ्रेंच, तर दुसरीकडे अरब राष्ट्रवादी लोक हे दोन्ही गट ग्रेटर सीरियामधल्या लोकांची मनं जिंकून घेण्यासाठी प्रयत्नशील होते. आपण अरबांची साफ फसवणूक करत असल्याची टी ई लॉरेन्सला पुरेपूर जाणीव होती. पहिलं महायुद्ध संपल्यानंतर त्यानं या युद्धात अरबांचा पाठिंबा मिळवून नंतर त्याच अरब लोकांना दगाफटका केला असल्याचं या शब्दांमध्ये नमूद केलं :

> *जर आपण हे युद्ध जिंकलो तर अरबांना आपण दिलेलं वचन हे कचऱ्यात फेकण्याच्या लायकीच्या कागदी बोळ्यांसारखं आहे, हे समजू न शकण्याइतका मूर्ख मी नव्हतो... जर अरब लोकांऐवजी हे माझ्या मायदेशातले लोक असते तर मी त्यांना युद्धभूमीवर जाऊन आपलं आयुष्य धोक्यात घालायला लावण्याऐवजी मायदेशी धाडलं असतं... असं असूनही आम्ही पूर्वेकडचं युद्ध जिंकण्यामध्ये अरब लोकांनी त्यांच्या भविष्यासाठी दिलेला लढा अत्यंत महत्त्वाचा ठरला... म्हणूनच 'इंग्लंडच्या वतीनं देण्यात आलेला शब्द पाळला जाईल,' असं मी अरबांना सांगत राहिलो... प्रत्यक्षात मात्र आतून मी अधिकाधिक कडवट होत होतो आणि मला या फसवणुकीची प्रचंड लाज वाटत होती....*

साईक्स आणि पिकॉ यांनीही अत्यंत स्पष्ट शब्दांमध्ये ब्रिटिश आणि फ्रेंच नेत्यांकडून अरबांच्या होत असलेल्या फसवणुकीची कबुली दिली.

१९१८च्या अखेरीला युरोपमध्ये पहिल्या महायुद्धाच्या सांगतेसंबंधीचा शांतता करार व्हायचं ठरलं होतं. या करारामध्ये सहभागी होण्यासाठी फैझल रवाना झाला. तिथे अरब राष्ट्राच्या निर्मितीसंबंधीच्या आपल्या प्रस्तावाला पुढे नेण्याची आशा त्याला वाटत होती. प्रत्यक्षात मात्र 'अरबांचा नेता' म्हणून त्याचं स्वागत करायला युरोपीय नेत्यांनी नकार दिला आणि 'हेजाझ प्रांताचा प्रतिनिधी' म्हणून फैझलला संबोधण्यात आलं. यासाठीची पॅरिस परिषद १८ जानेवारी १९१९ रोजी सुरू झाली आणि ती वर्षभर चालली. यातच व्हर्सायचा गाजलेला करारही झाला. पॅरिसमधल्या या परिषदेत आपलं भाषण फैझलनं पूर्णपणे अरबी भाषेत केलं. लॉरेन्सनं इतरांसाठी त्याचा 'लाईव्ह' अनुवाद इंग्लिशमध्ये केला. आपण कुणालाही दुखावता कामा नये, अशी खूणगाठ त्यानं स्वतःच्या मनाशी बांधलेली असल्यामुळे त्याचा सूर सावध होता. आपला अरब राष्ट्राचा हट्ट न सोडता बलाढ्य युरोपीय नेत्यांचं मन जिंकणं त्याच्यासाठी अशक्यच होतं. इंग्लंड, फ्रान्स, अमेरिका आणि इटली हे पहिल्या महायुद्धातले चार मोठे विजयी देश मध्यपूर्व आशियामधल्या प्रांतांची वाटणी कशी करायची आणि तिथे कुणाचं प्रशासन नेमायचं, हे ठरवण्यात मग्न होते. हा निर्णय घेत असताना त्यांना कुठल्याही अरब नेत्याशी सल्लामसलत करण्याची अजिबात गरज वाटत नव्हती.

१९१६च्या साईक्स-पिको करारानुसार, दमास्कससकट मोठ्या अंतर्गत भागांचं प्रशासन फ्रान्सकडे येईल, असं ठरलं. फैझल मात्र अजूनही आशावादी होता. आपल्या नागरिकांना आपल्या प्रशासकासंबंधीचा स्वयंनिर्णय घेता येईल अशी त्याला आशा होती. तसंच ब्रिटिशांनी पूर्वी ग्रेटर सीरियामधल्या तुर्की राजवटीच्या विरोधात आपल्या वडिलांनी केलेल्या बंडाच्या मोबदल्यात आपल्याला अरब राष्ट्र स्थापन करता येईल, असं दिलेलं आश्वासनही त्याला खुणावत होतं. ग्रेटर सीरियामधले लोक स्वतःच हा निर्णय घेण्यासाठी समर्थ आहेत आणि त्यांच्यावर कुणीही एकसंध अरब राष्ट्राची संकल्पना लादत नसल्याचं, तो आवर्जून म्हणत असे. इतकंच नव्हे; तर आपल्या प्रांतातले अरब लोक हे बव्हंशी पॅलेस्टिनी असल्याचीही त्याला जाणीव होती. त्यात इस्रायलच्या संदर्भातली क्लिष्टता असल्यामुळे अरब आणि ज्यू लोक एकत्र नांदण्याइतका मोठेपणा दाखवतील, असंही तो म्हणत असे. यामागचं मुख्य कारण म्हणजे, आपण समजा झियोनिझमची

संकल्पना नाकारली, आणि ज्यू लोकांना पॅलेस्टाईनमध्ये काहीच स्थान नाही, असं म्हटलं तर पाश्चिमात्य देश आपलं म्हणणं साफ धुडकावून लावतील आणि अरब राष्ट्राची संकल्पना धुळीला मिळवतील, याची त्याला जाणीव होती. यामुळे त्यांना ओंजारून-गोंजारून, त्यांनी केलेल्या विधानांना उचलून धरत आपला मतलब साध्य करून घेण्यासाठी तो धडपडत होता.

आपल्या अरब राष्ट्रात ज्यू धर्मीय सन्मानानं जगू शकतील; पण त्यांना अल्पसंख्याकाचं स्थान असेल, असं मात्र त्यानं स्पष्टपणे सांगितलं. तसंच अरब राष्ट्र हे प्रत्यक्षात एकच राष्ट्र नसून अनेक अरब राष्ट्रांचा समूह असेल, असं तो म्हणे. या अरब देशांचं मिळून झालेलं राष्ट्र आपल्याला उभं करायचं असल्याचं त्याचं स्वप्न होतं. म्हणजेच ही स्वतंत्र अरब राष्ट्रं जणू घटकराज्यं असावीत आणि त्यांचं नियंत्रण एका प्रमुख केंद्र सरकारकडे असावं, अशा प्रकारची रचना त्याला अभिप्रेत होती.

पॅरिसमध्ये फैझलचं भाषण होण्यापूर्वीच ब्रिटिश सरकारच्या आग्रहामुळे लॉरेन्स त्याला लंडनमध्ये घेऊन गेला होता. तिथे इस्रायलच्या निर्मितीसाठी विलक्षण हट्ट धरणाऱ्या म्हणजेच अतिकट्टर झियोनिस्ट विचारसरणीच्या हाईम वाईझमनबरोबर ब्रिटिशांनी फैझलची भेट घडवून आणली. एकाच वेळी झियोनिस्ट आणि अरब लोकांना खेळवत ठेवण्याची ही चाल होती. फैझलनं खूश राहावं यासाठी ब्रिटिशांकडून त्याला दरमहा तब्बल दीड लाख पौंड इतका मोबदलाही दिला जात होता! ३ जानेवारी १९१९ रोजी फैझल आणि वाईझमन यांच्यात चर्चा झाली. त्यानुसार पॅलेस्टिनी भूमीत ज्यू आणि अरब देश स्थापण्याविषयीचे मुद्दे होते. तिथला काही भाग ज्यू लोकांच्या नियंत्रणाखाली असेल, तर उरलेला भाग अरबांचा असेल असं ठरलं. अनेकदा अरबांचा ज्यू राष्ट्रनिर्मितीला पाठिंबा असल्याचा पुरावा म्हणून या कराराचा हवाला इस्रायलच्या वतीनं देण्यात येतो. प्रत्यक्षात मात्र या कराराला फैझलनं एक तळटीप जोडलेली होती. त्यात ब्रिटिशांनी अरबांना दिलेल्या सगळ्या वचनांचं पालन झालं, आणि पॅलेस्टिनी भूमीत स्वतंत्र अरब राष्ट्रही स्थापन झालं, तरच ज्यू लोकांच्या राष्ट्राला आपला पाठिंबा असेल, असं त्यानं स्पष्टपणे नमूद केलं होतं.

दरम्यान, पॅरिस परिषदेत फैझलनं केलेल्या भाषणाचा प्रत्यक्षात काहीच परिणाम झाला नाही. वरवर इंग्लंड आणि अमेरिका यांनी त्याला पुरेपूर पाठिंबा असल्याचं भासवलं. 'मॅरोनाईट' या प्रभावशाली घराण्याला हाताशी धरून फ्रान्सनं

लेबेनॉन या स्वतंत्र देशाची निर्मिती करण्याचा घाट घातला. अर्थातच, याचं नियंत्रण फ्रान्सकडेच असणार, हे निश्चित होतं. तसंच वर उल्लेख केलेल्या परिषदेत फैझलच्या भाषणानंतर साधारण एक महिना होऊन गेल्यावर झियोनिस्ट लोकांनी आपला प्रस्ताव मांडला. याला 'प्रस्ताव' म्हणणं जरा चुकीचंच होतं; हा 'आग्रह'च होता. इंग्लंड, फ्रान्स, अमेरिका आणि इटली या प्रमुख देशांवर झियोनिस्ट लोकांनी प्रचंड दबाव टाकला. पॅलेस्टिनी भूमी ही आपलीच असून त्या ठिकाणी आपलं ज्यू धर्मीयांसाठीचं स्वतंत्र राष्ट्र आपल्याला निर्माण करायचंच असल्याचं त्यांनी ठामपणे सांगितलं. झियोनिस्ट लोकांकडे इंग्लिश तसंच फ्रेंच अशा दोन्ही भाषांमध्ये प्रभावीपणे बोलू शकणारे लोक असल्याचाही फरक पडला. फैझलच्या तुलनेत झियोनिस्ट मंडळींचं म्हणणं एकदम आक्रमक ठरलं.

१९१९च्या एप्रिल महिन्यात दमास्कसला परतल्यावर पॅरिसच्या परिषदेत आपलं म्हणणं दुर्लक्षण्यात आल्याचं फैझलनं अजिबात मान्य केलं नाही. उलट, लोकांनी निवडून दिलेल्या स्थानिक प्रतिनिधींची एक संसदच त्यानं भरवली. ऑटोमन साम्राज्यामधल्या घटनात्मक तरतुदींना अनुसरून घाईघाईनं कसंबसं हे त्यानं घडवून आणलं. या संसदेनं स्वतःला 'राष्ट्रीय काँग्रेस' म्हणवून घेतलं. तसंच आपण ग्रेटर सीरियामधल्या अरबी भाषिकांचं प्रतिनिधित्व करत असल्याचंही जाहीर करण्यात आलं. २ जुलै रोजी ग्रेटर सीरियाच्या अख्ख्या भूभागाला व्यापणारं आपलं एक राष्ट्र स्थापन झालं असल्याची घोषणाही करण्यात आली. आपल्या भूमीवर कुठल्याही परकीय शक्तीनं राज्य करण्याचा प्रयत्न करू नये आणि ग्रेटर सीरियाचं विभाजन करण्याचं धाडसही कुणी करू नये, असं या संसदेनं जाहीर केलं. जर कुठल्या बाह्यराष्ट्राची मदत काही कारणानं लागलीच तर आपली अमेरिकेला पसंती असेल, असं सांगण्यात आलं. यामागचं कारण म्हणजे किमान तेव्हा तरी अमेरिकेला ग्रेटर सीरियामध्ये आपलं वर्चस्व निर्माण करण्याची काही इच्छा असल्याचं दिसत नव्हतं. याखालोखाल इंग्लंडचं म्हणणं आपण ऐकू, असं सांगण्यात आलं. फ्रान्स मात्र आक्रमक असल्यामुळे त्याच्याशी चांगले संबंध प्रस्थापित होऊ शकणार नसल्याचं स्पष्ट करण्यात आलं. तसंच सीरियाच्या दक्षिणेमधल्या पॅलेस्टाईन म्हणून ओळखल्या जाणाऱ्या भागात ज्यू धर्मीयांचं राष्ट्र निर्माण करण्याचा डाव रचणाऱ्या झियोनिस्ट लोकांनाही आपला कट्टर विरोध असल्याचं संसदेनं सांगितलं.

दरम्यान, ग्रेटर सीरियामधल्या नागरिकांची इच्छा जाणून घेण्याच्या हेतूनं मित्रराष्ट्रांनी तिथे एक सार्वमत घेतलं. २८ ऑगस्ट १९१९ रोजी पॅरिसमधल्या

शांतता परिषदेमध्ये त्यासंबंधी चर्चा करण्यात आली. हेन्री सी किंग आणि चार्ल्स आर क्रेन नावाच्या मान्यवर समजल्या जाणाऱ्या दोघा अमेरिकनांनी या सार्वमतावर आधारित असलेला अहवाल सादर केला. इंग्लंड, फ्रान्स आणि इटली या देशांनी या अहवालाच्या निर्मितीत कसलाच रस दाखवला नव्हता. या अहवालामधून फैझलचं म्हणणं खरं असल्याचं स्पष्टपणे दिसून आलं. ग्रेटर सीरियामधल्या बहुसंख्य म्हणजे ७३ टक्के नागरिकांना आपलं स्वतंत्र अरब राष्ट्र हवं होतं. या राष्ट्राचं नेतृत्व फैझलकडे असावं आणि या राष्ट्राची रचना 'विकेंद्रित स्वरूपाची राजसत्ता' असावी, असं लोकांचं मत होतं. म्हणजेच फैझल हा देशप्रमुख राजासारखा समजला जावा; पण त्याच्या हाती सगळे अधिकार एकवटता कामा नयेत, असं लोकांना वाटत होतं. तसंच फ्रान्सचा आपल्या राष्ट्रावर कुठल्याही प्रकारचा वरचश्मा लोकांना नको होता. पॅलेस्टाईनमधल्या काही ज्यू वस्त्यांमधल्या लोकांचा अपवाद वगळता इस्रायल या राष्ट्राच्या निर्मितीला अजिबात पाठिंबा नव्हता. तब्बल ७२ टक्के लोकांनी इस्रायल हा देश आपल्याला नको असल्याचं म्हटलं होतं. इतकंच नव्हे; तर अरब लोकांच्या हक्कांचं उल्लंघन केल्याशिवाय इस्रायलची निर्मितीच होऊ शकणार नाही, असं या अहवालात अगदी स्पष्टपणे नोंदवण्यात आलं होतं. तसंच झियोनिस्ट लोक शांततापूर्ण मार्गानं अरबांच्या राष्ट्राबरोबर आपलंही नवं राष्ट्र निर्माण करण्याचा हेतू मनात बाळगत नसून, अरबांना हाकलून देण्यासाठी धडपडत असल्याचंही हा अहवाल नोंदवतो. यासंबंधीचा अहवालातला मजकूर असा होता :

> *शस्त्रास्त्रांचा वापर केल्याशिवाय झियोनिस्ट लोकांच्या मनातला प्रकल्प पूर्णत्वाला नेणं अशक्य असल्याचं मत अहवाल लिहिणाऱ्या लोकांशी बोललेल्या एकूण एक ब्रिटिश अधिकाऱ्यांनी मांडलं... पॅलेस्टाईन आणि सीरिया इथल्या ज्यू-धर्मेतर लोकांवर झियोनिस्ट प्रकल्प अत्यंत अन्यायानं लादला जात असल्याचा याहून आणखी भरभक्कम पुरावा असूच शकत नाही....*

किंग-क्रेन कमिशनचा अहवाल वाचणाऱ्या कुणालाही ग्रेटर सीरियाचं विभाजन करणं किती अन्यायी आणि स्फोटक ठरेल याची कल्पना अगदी सहजपणे आली असती. प्रत्यक्षात मात्र हा अहवाल दूर सारण्यात आला. इतकंच नव्हे; तर किंग आणि क्रेन यांच्याइतकंच महत्त्वाचं मत मांडणारा ब्रिटिश लष्करी अधिकारी एडमंड

ॲलनबी याचाही विचार कुणी फारसा मनावर घेतला नाही. कहर म्हणजे जी धोरणं ॲलनबीला नाइलाजानं राबवण्याची सक्ती करण्यात आली होती, त्या धोरणांच्या अगदी उलट मत त्यानं मांडलं होतं. अगदी स्पष्ट शब्दांमध्ये सांगायचं तर 'स्थानिक जनतेच्या मताचा अजिबात विचार न करता पॅलेस्टाईन आणि सीरिया यांना वेगळं करता कामा नये', असं तो १९१९च्या मे महिन्यात म्हणाला होता.

तर्कबुद्धीनं विचार केला तर कुणालाही ही मतं पटली असती; पण पॅरिसच्या परिषदेतल्या बलाढ्य देशांना याची फिकीर नव्हती. स्थानिक लोकांना काय वाटतं याचा अजिबात विचार न करता त्यांनी ग्रेटर सीरियाचे तुकडे पाडायचं निश्चित केलं. म्हणूनच किंग आणि क्रेन यांचा अहवाल इंग्लंड आणि फ्रान्स यांनी चक्क दडवून टाकला! अमेरिकेनं १९२२मध्ये तो प्रकाशित केल्यानंतर त्याविषयीचं सत्य लोकांपर्यंत पोहोचलं. अर्थातच, तोपर्यंत पुलाखालून बरंच पाणी वाहून गेलं होतं. १९२०च्या मार्च महिन्यात ग्रेटर सीरियाच्या नवनिर्वाचित संसदेनं 'राजा' म्हणून घोषित केलेलं असलं तरी त्याला प्रबळ युरोपीय देशांची अजिबात मान्यता नव्हती. फ्रेंचांनी काही अटी घालून फैझलची राजसत्ता मान्य करायचं ठरवलं. या अटी फ्रेंचांचे हक्क अबाधित राहणार, सीरियाच्या लष्कराचा आकार घटवावा लागणार आणि तिथल्या रेल्वे वाहतुकीचं नियंत्रण फ्रान्सकडे असणार, अशा होत्या. निव्वळ नाइलाजानं फैझलनं या अटी सुरुवातीला स्वीकारल्या; पण नंतर आपल्या राष्ट्रीय काँग्रेसच्या सदस्यांशी चर्चा केल्यावर त्यानं आपला होकार मागे घेतला.

दरम्यान, विजेत्या युरोपीय मित्रराष्ट्रांनी दमास्कसमध्ये सुरू असलेल्या घडामोडींविषयी आपल्याला जणू काही माहीतच नाही, असा अजब पवित्रा घेतला. म्हणजेच ज्या प्रदेशाविषयी आपण निर्णय घेत आहोत, त्या प्रदेशामधल्या लोकांना आणि त्यांनी मान्य केलेल्या सत्तेला काडीचीही किंमत नसल्याचं ते दर्शवत होते. १९२०च्या एप्रिल महिन्यात झालेल्या सॅन रेमो परिषदेत मित्रराष्ट्रांनी ग्रेटर सीरियाचे सरळ तुकडे पाडून टाकले. यापैकी सीरिया आणि लेबेनॉन या देशांचं पालकत्व फ्रान्सकडे आलं. आताच्या जॉर्डनचा समावेश असलेल्या पॅलेस्टाईनची जबाबदारी ब्रिटिशांकडे आली. याखेरीज, इराकवरही ब्रिटिशांचंच वर्चस्व असेल, असं घोषित करण्यात आलं. आपोआपच दमास्कसमधल्या फैझलच्या सरकारबरोबर आपण कोणत्याच वाटाघाटी करणार नसल्याचं फ्रेंचांनी ठरवून टाकलं.

साहजिकच, आजही ब्रिटिशांनी शरिफ हुसेनला दिलेली आणि नंतर मोडलेली वचनं, साईक्स-पिकॉ करार, बॅल्फोरची घोषणा, सॅन रेमो परिषदेनंतरचं

ग्रेटर सीरियाचं विभाजन या ऐतिहासिक घडामोडींविषयी सीरियाई तसंच इतर अरब जनतेच्या मनात अत्यंत कडवट भावना आहेत. शरिफ हुसेन हताशपणे आपल्या नजरेसमोर घडत असलेल्या दुर्घटना बघत राहिला. आपली ब्रिटिशांनी कशी फसवणूक केली, याविषयी जगाला ओरडून सांगण्याचे अनेक फोल प्रयत्न त्यानं केले. अखेर १९३१मध्ये आता जॉर्डनचा भाग असलेल्या ठिकाणी त्याचा नैराश्यातच मृत्यू झाला. मक्का आणि मदिना ही धर्मस्थळंही त्याच्यानंतरच्या पिढीच्या ताब्यातून गेली. १९२४-२५च्या सुमाराला प्रतिस्पर्धी सौदी अरेबियानं ही शहरं पटकावली. तसंच या सगळ्या घटनाक्रमाला जबाबदार असलेल्या लोकांमधला प्रमुख खलनायक म्हणून या भागातले लोक टी ई लॉरेन्सविषयी बोलतात. १९६२मध्ये डेव्हिड लीननं 'द लॉरेन्स ऑफ अरेबिया' नावाचा चित्रपट काढून या प्रकरणातली लॉरेन्सची बाजू मांडण्याचा लंगडा प्रयत्न केला. तेव्हा गुप्त असलेली ब्रिटिश कागदपत्रं नंतर जाहीर करण्यात आली. त्यात लॉरेन्सनं फैझलची संपूर्ण दिशाभूल केल्याचं स्पष्ट झालं. फैझलनं झियोनिझमला पाठिंबा द्यावा यासाठी लॉरेन्सनं प्रचंड थापेबाजी केली.

१९२०च्या उन्हाळ्यात प्रकरण फारच चिघळलेलं असताना फैझलनं 'अजूनही मित्रराष्ट्रांनी आपलं म्हणणं ऐकावं', असा सबुरीचा विनंतीवजा सल्ला दिला. तो अर्थातच साफ धुडकावण्यात आला. दमास्कसकडे फ्रेंच लष्कराची तुकडी चाल करून आली. आपण या सैनिकांशी लढणं म्हणजे विनाकारण प्रचंड नुकसान करून घेणं असल्याची कल्पना असल्यामुळे फैझलनं आपल्या लष्कराला शस्त्रं टाकण्याचे आदेश दिले. हे आदेश मानायला युसूफ अल-अझ्मा या संरक्षणमंत्र्यानं मात्र साफ नकार दिला. २३ जुलै १९२० रोजी फ्रेंच लष्कराशी झालेल्या चकमकीत दमास्कसच्या दक्षिणेकडच्या भागात सीरियाई लष्कराची धूळधाण उडाली. सीरियाई लष्करामधल्या अनेक जणांकडे युद्धासाठी फक्त लाठ्याकाठ्या होत्या! तसंच या सैनिकांची एकूण संख्या जेमतेम ४५००च्या आसपास असावी, अशी नोंद इतिहासात सापडते. उत्तमरीत्या प्रशिक्षित असलेली आणि शस्त्रास्त्रांनी सुसज्ज असलेली फ्रेंच सेना या लढाईत विजयी होणार, हे उघडच होतं. फैझल तेव्हा ब्रिटिशांच्या ताब्यात असलेल्या पॅलेस्टाईनमध्ये पळून गेला.

❑❑❑

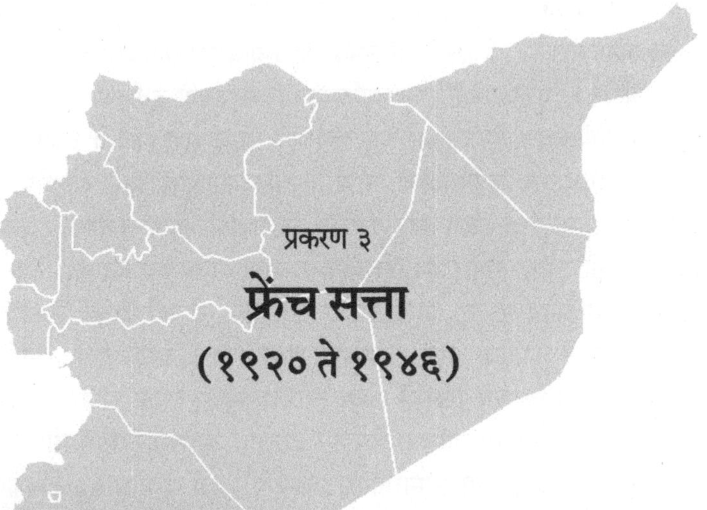

प्रकरण ३

फ्रेंच सत्ता
(१९२० ते १९४६)

ब्रिटिशांशी झालेल्या करारानुसार, खरं म्हणजे फ्रेंचांची सत्ता फक्त आजचे सीरिया आणि लेबेनॉन इथलेच प्रदेश यांच्यावर प्रस्थापित होणं अपेक्षित होतं. फ्रेंचांना मात्र इतक्यावर समाधान मानायचं नव्हतं. त्यांच्या महत्त्वाकांक्षा विस्तारीकरणाच्या होत्या. साहजिकच, या प्रदेशांखेरीज इतर प्रदेशांवरही फ्रेंचांना आपला अधिकार गाजवायचा होता. फ्रेंचांनी हळूच तुर्कस्थानमध्येही घुसखोरी केली. दरम्यान, पहिल्या महायुद्धाच्या शेवटानंतर तुर्कस्थान पुन्हा एकदा आंतरराष्ट्रीय पटलावर आपली छाप उठवण्यासाठी धडपडायला लागला. ऑटोमन साम्राज्याची अखेर झाल्यानंतर आता तुर्कस्थानची सूत्रं मुस्तफा केमालनं स्वतःच्या हाती घेतली. स्वतःला तो 'अतातुर्क' म्हणजेच 'तुर्कस्थानचा जनक' म्हणवून घ्यायला लागला होता. त्यानं आपल्या सैन्याला प्रेरित करून फ्रेंचांना तुर्कस्थानमधून घालवून दिलं. यामुळे किमान सगळाच्या सगळा सीरिया तरी आपल्या ताब्यात राहिला पाहिजे, असं फ्रेंचांनी ठरवलं. याला फ्रान्समधल्या दोन गटांच्या इच्छा कारणीभूत होत्या. पहिला गट वसाहतवादी फ्रेंचांचा होता. त्यांना व्यापारी कारणांसाठी सीरिया आणि लेबेनॉन हे प्रदेश महत्त्वाचे होते. दुसरा गट फ्रान्समधल्या ख्रिस्ती धर्ममार्तंडांचा होता. त्यांना सीरिया आणि लेबेनॉन इथे राहणाऱ्या ख्रिस्ती लोकांचं संरक्षण करणं तसंच ख्रिस्ती धर्माचा प्रसार करणं, या गोष्टी महत्त्वाच्या वाटत होत्या. अर्थात, फ्रान्सनं स्वतःच्या फायद्यासाठी या प्रांतांवर आपला वरचश्मा गाजवणं अपेक्षित नव्हतंच; सीरिया आणि लेबेनॉन हे देश स्वतंत्र होईपर्यंत त्यांच्यावर तात्पुरतं नियंत्रण

ठेवणं एवढंच फ्रान्सचं खरं काम होतं. संयुक्त राष्ट्रसंघ अस्तित्वात येण्याआधीच्या 'लीग ऑफ नेशन्स' या संस्थेनं फ्रान्सवर ही जबाबदारी सोपवली होती.

अखेर १९२१च्या ऑक्टोबर महिन्यात फ्रान्स आणि तुर्कस्थान यांच्यामधल्या सीमारेषा निश्चित करण्यात आल्या. यामधला प्रमुख मुद्दा म्हणजे अलेप्पो-मोसूल या सीरियामधल्या रेल्वेमार्गाचा वापर बऱ्याच अंतरांसाठीची सीमारेषा म्हणून झाला. या सीमारेषेचा मुख्य उपयोग अरब आणि तुर्की लोकांना वेगळं ठेवण्यासाठी होईल, अशी अपेक्षा होती; पण रेल्वेमार्गाचा वापर या कामात करण्यात आल्यामुळे या सीमारेषा पुसट होत्या. याखेरीज, इतर वंशांचे लोकही दोन्ही ठिकाणी होते. स्वाभाविकपणे हा फरक अगदी स्पष्ट होऊ शकला नाही. अनेक कूर्द, अर्मेनी आणि सीरियाई भाषा बोलणारे ख्रिस्ती लोक तुर्कस्थानमधून पळून सीरियामध्ये आले. यामुळे काही ठिकाणचा वांशिक समतोल ढळला. अलेप्पो हे मोठं सीरियाई शहर आणि तुर्कस्थानबरोबरची सीमारेषा यांच्यामध्ये आता जेमतेम ५० किलोमीटरचं अंतर होतं. दमास्कसपेक्षा जास्त लोकसंख्या असलेल्या अलेप्पोमध्ये आर्थिक उलाढालीही जास्त होत असत. गंमत म्हणजे अजूनही फ्रेंचांच्या नियंत्रणाखाली असलेल्या सीरियाची राजधानी अलेप्पो नव्हे; तर दमास्कस असणार होती. साहजिकच, अलेप्पोचे नागरिक हा आपला अपमान असल्याचं समजून दमास्कसवर भडकले. इतकंच नव्हे; तर, जर अलेप्पोच्या रहिवाशांना तुर्कस्थानमध्ये विलीन व्हायचं, का सीरियाचा भाग व्हायचं, यासंबंधीचा स्वयंनिर्णय करण्यासंबंधीचं स्वातंत्र्य दिलं असतं, तर त्यांनी बहुधा यामधला पहिला पर्याय निवडला असता, असं म्हटलं जातं! दमास्कसविषयी बोलायचं तर पूर्वीच्या ऑटोमन साम्राज्याच्या ताब्यात असलेल्या प्रदेशांपैकी एका प्रदेशाचं नाव 'सीरिया' होतं आणि या प्रांताची राजधानी दमास्कस होती. दमास्कसमधल्या लोकांना फ्रेंच वर्चस्वाच्या काळात अलेप्पोपेक्षा जेरुसलेमशी जास्त सख्य वाटायचं.

मध्यपूर्व आशियामधल्या या सीमा अत्यंत विचित्रपणे आखल्या गेल्याचं यावरून आपल्या लक्षात येईलच; पण हे इथेच संपत नव्हतं. सीरिया आणि इराक यांच्यामधल्या सीमारेषाही अशाच विचार न करता निश्चित करण्यात आलेल्या असल्यामुळे या सीमेच्या दोन्ही बाजूंना काही जमाती विखुरल्या गेल्या. या प्रांतांच्या शेजारी फैझलचा भाऊ अब्दुल्ला या हाशमाईट घराण्यातल्याच दुसऱ्या राज्यकर्त्यानं जॉर्डन नावाचा देश निर्माण केला. इथेही तोच प्रकार होता. कुठल्या प्रांतात कुठले लोक आहेत, कोणत्या वंशावळी तिथे जास्त प्रमाणात आहेत,

यासारख्या गोष्टींचा याही बाबतीत विचार करण्यात आला होता. कित्येक लोक अशी विभागणी व्हायच्या आधी एके ठिकाणी राहायचे आणि आता जिथे सीमारेषा होती तिथल्या भागात कामासाठी म्हणून यायचे. आता त्यांनी काय करायचं, असे असंख्य प्रश्न निर्माण झाले. नव्या सरकारांनी लगेचच आपली करवसुली, व्यापारावर नियंत्रण आणण्यासंबंधीचे नियम या गोष्टी अमलात आणल्या. इतके दिवस 'अरब' म्हणून ओळखले जाणारे लोक आता आपण स्वतः नक्की कोण, असा प्रश्न निर्माण झाला. आपण अजूनही अरबच आहोत, का सीरियाचे नागरिक आहोत, का जॉर्डनचे नागरिक आहोत, अशा जंजाळात लोक सापडले. त्या काळात पॅलेस्टाईनचा उल्लेख अजूनही 'दक्षिण सीरिया' असा केला जायचा. आता मात्र सीरिया हा वेगळा देश झाल्यामुळे सीरियाला 'उत्तर पॅलेस्टाईन' म्हटलं जावं, असं काही जण उद्वेगानं म्हणाले. अनेक कुटुंबांचे जवळचे नातलग आता कृत्रिम भौगोलिक सीमांमुळे दुसऱ्या प्रांतात गेले. काही जणांच्या काही मालमत्ता निरनिराळ्या प्रांतांमध्ये विखुरल्या गेल्या. कायदा, कर अशा अनेक बाबतींमध्ये त्यांना अडचणींचा सामना करावा लागला.

सीरियामध्ये आपल्या विरोधात उठावाचं वारं वाहू शकतं याचीही फ्रेंचांना जाणीव होती. म्हणूनच सुरुवातीपासूनच सीरियाई जनतेमध्ये एकता निर्माण होऊ नये यासाठी फ्रेंचांनी खूप प्रयत्न केले. उदाहरणार्थ, ॲलेक्झांड्रेटासारख्या प्रांतामध्ये तुर्की लोकांचं प्रमाण जास्त असल्यामुळे त्याच्या प्रशासनाची जबाबदारी सीरियाकडे असली तरी त्याच्यासाठी एक फ्रेंच अधिकारी 'सल्लागार' म्हणून नेमण्यात आला होता. अर्थातच, या निरनिराळ्या प्रांतांनी आपापला कारभार बऱ्यापैकी स्वतंत्रपणे चालवावा आणि त्यांनी एकत्र येऊन फ्रेंचांना आव्हान देण्यासारखी परिस्थिती निर्माण करू नये, हे यामागचं मुख्य उद्दिष्ट होतं.

सीरियावरच्या आपल्या वर्चस्वामुळे आपल्याला आर्थिक बळ मिळेल, असं स्वप्न फ्रान्सनं रंगवलं होतं. उदाहरणार्थ, युफ्रिटिस नदीच्या पाण्यामुळे कापसाचं वाढीव उत्पादन आपल्याला मिळेल, असं फ्रान्सला वाटत होतं. यामुळे स्थानिक सीरियाई जनतेचंही आपण भलं करू आणि आपलं स्थान भरभक्कम करू, असा आशावाद यामागे होता. दुर्दैवानं त्या काळातली जागतिक अर्थव्यवस्था नाजूक होती. साहजिकच, कुठल्याही प्रकारचा उद्योग उभा करण्यासाठी भांडवल गोळा करणं हेच मुळात अवघड काम होतं. फ्रान्सनं सीरियामध्ये राबवलेल्या आर्थिक धोरणांमुळे तिथे सुबत्ता नांदण्याऐवजी, तिथलं अर्थकारण सुतकीला लागलं. त्यातच फ्रान्सनं सीरियामधलं 'पौंड' या चलनाचं नातं फ्रेंच 'फ्रँक'शी जोडून टाकण्याची चूक केली. पहिल्या महायुद्धामुळे फ्रान्सची अर्थव्यवस्था गटांगळ्या खात होती. स्वाभाविकपणे फ्रँकची किंमतही वरखाली होत होती. आता हा फ्रँक सीरियाई पौंडशी बांधला गेलेला असल्यामुळे फ्रँकच्या चढउतारांचे दुष्परिणाम विनाकारणच सीरियाला भोगावे लागायचे. उदाहरणार्थ, फ्रँकचा भाव वाढला की पौंडही महाग व्हायचा; यामुळे सीरियामधल्या उत्पादकांनी तयार केलेल्या वस्तूंचा भाव वाढायचा. यामुळे त्यांना आपला तयार माल इतर देशांमध्ये विकताना अडचणी यायच्या. तसंच सीरियामधल्या वस्त्रनिर्मिती उद्योगासमोर युरोपमधून आव्हान निर्माण झालं होतं. यात भर नव्यानं आखण्यात आलेल्या सीमारेषांमुळे व्यापाराच्या संदर्भात आलेल्या अडचणींची होती. पूर्वीपासून पॅलेस्टाईन ही सीरियाई वस्त्रांसाठीची मोठी बाजारपेठ होती. आता ब्रिटिशांनी पॅलेस्टाईनमध्ये वस्तू आयात करण्यावर लादलेल्या नव्या करांमुळे सीरियाच्या निर्यातीत घट झाली. याखेरीज १९२६पासून फ्रेंचांनी सीरिया आणि लेबेनॉन इथे कररूपानं गोळा होत असलेल्या महसुलाचा एक-तृतीयांश भाग लष्कर आणि इतर सुरक्षा व्यवस्था यांच्यावर खर्च केल्यामुळे उद्योग क्षेत्राला उपलब्ध होऊ शकणाऱ्या निधीत घट झाली. फ्रान्सनं या भागात आपलं वर्चस्व असलेल्या काळात एकूण ५०० कोटी फ्रेंच फ्रँक्स इतकी रक्कम खर्च केली; पण त्यामधले ४०० कोटी फ्रँक्स तर सुरक्षेवरच खर्च झाले. सीरियामधल्या कंपन्यांना फ्रेंच सरकारनं अनेकदा अन्यायी वागणूक दिली. तसंच बेकायदेशीरपणे सीरियाई कंपन्यांच्या तुलनेत फ्रेंच कंपन्यांना झुकतं माप देण्याचा डावही फ्रेंच अधिकाऱ्यांनी वारंवार खेळला.

सीरियामध्ये आपल्या विरोधात उठावाचं वारं वाहू शकतं याचीही फ्रेंचांना जाणीव होती. म्हणूनच सुरुवातीपासूनच सीरियाई जनतेमध्ये एकता निर्माण होऊ

नये यासाठी फ्रेंचांनी खूप प्रयत्न केले. उदाहरणार्थ, अ‍ॅलेक्झांड्रेटासारख्या प्रांतामध्ये तुर्की लोकांचं प्रमाण जास्त असल्यामुळे त्याच्या प्रशासनाची जबाबदारी सीरियाकडे असली तरी त्याच्यासाठी एक फ्रेंच अधिकारी 'सल्लागार' म्हणून नेमण्यात आला होता. अर्थातच, या निरनिराळ्या प्रांतांनी आपापला कारभार बऱ्यापैकी स्वतंत्रपणे चालवावा आणि त्यांनी एकत्र येऊन फ्रेंचांना आव्हान देण्यासारखी परिस्थिती निर्माण करू नये, हे यामागचं मुख्य उद्दिष्ट होतं. अशा प्रकारे अनेक विभाग करायचे आणि त्यांना स्वतंत्रच ठेवायचं, अशी फ्रेंचांची योजना होती. पण असं करण्यानं प्रत्येक भागासाठी स्वतंत्र फ्रेंच सल्लागार, अधिकारी, प्रशासक, धोरण, लष्कर हे सगळं सांभाळणं फ्रान्ससाठी खूप कष्टदायी आणि खर्चीक व्हायला लागलं. यामुळे १९२४मध्ये फ्रान्सनं दमास्कस आणि अलेप्पो यांना प्रशासकीय पातळीवर एकत्र करून टाकलं. लेबेनॉनचा प्रांत सुरुवातीपासूनच वेगळा ठेवण्यात आला आणि या भागामधलं फ्रेंचांचं वर्चस्व संपण्याच्या सुमाराला तो स्वतंत्र देश बनला.

बव्हंशी सीरियाई लोकांना फ्रेंचांचं हे वर्चस्व मुळीच मान्य नव्हतं. सीरियाई लोकांच्या मनात खदखदत असलेल्या संतापाचा उद्रेक होण्याची शक्यता फ्रेंच जाणून होते. म्हणूनच फ्रेंच सैनिक अधूनमधून सीरियाच्या प्रमुख भागांमधून सशस्त्र संचलन करायचे. प्रत्यक्षात मात्र मोठ्या संख्येनं फ्रेंच लष्कराची तैनात सीरियाई प्रदेशांमध्ये करण्यात आलेली नव्हती. तुर्कस्थानमध्ये अतातुर्कच्या फौजांनी फ्रेंचांना नमवल्याचंही सीरियाई लोक विसरू शकत नव्हते. यामुळे फ्रेंचांचं वर्चस्व निमूटपणे सहन करण्यापेक्षा त्यांचं जीणं मुश्कील केलं तर ते आपोआपच आपला मुक्काम लवकर हलवतील, असं अनेक सीरियाई लोकांना वाटे. सीरियामधलं प्रशासन स्वतःच्या जोरावर चालवणं फ्रेंचांच्या दृष्टीनं निव्वळ अशक्य होतं. या कामासाठी त्यांना स्थानिक सीरियाई अधिकाऱ्यांची गरज होती. दमास्कस, अलेप्पो, होम्स आणि हमास या शहरांमध्ये पूर्वी ऑटोमन साम्राज्याच्या काळात प्रभावशाली आणि प्रशासनाचा अनुभव असलेल्या लोकांच्या कुटुंबांमधून या प्रकारचे लोक गोळा करण्याकडे फ्रेंचांनी लक्ष केंद्रित केलं. हे लोक फ्रेंचांना अनुकूल नसले तरी त्यांच्यात एकवाक्यता नव्हती; तसंच फ्रेंचांना विरोध करण्याचीही त्यांची वृत्ती नव्हती. हे सगळे सुन्नी मुस्लीम होते. फ्रेंचांना एकत्रितरीत्या राजकीय विरोध करण्यापेक्षा आपली वैयक्तिक भरभराट करण्यावर त्यांनी भर दिला. यामुळे त्यांना आपसात कोंबड्याप्रमाणे झुंजवणं फ्रेंचांना सोपं गेलं. ऑटोमन साम्राज्याच्या

काळातला आपला अधिकार पुन्हा गाजवायला मिळणं किंवा कदाचित बढती मिळणं अशी स्वप्नं या मंडळींना पडत. त्यासमोर इतर गोष्टी दुय्यम ठरत.

सीरियामध्ये फ्रान्सचं वर्चस्व असण्याच्या सुरुवातीच्या काळात 'मार्शल लॉ' होता. अशी परिस्थिती कायम ठेवणं फ्रेंचांच्या दृष्टीनंही अशक्य होतं. सीरियामध्ये आपल्या वर्चस्वाखाली का होईना; पण स्थानिक राजकारणाची पाळंमुळं रुजवत असल्याचं भासवणं फ्रान्सला गरजेचं वाटत होतं. त्या दृष्टीनं 'पीपल्स पार्टी' नावाच्या पक्षाची स्थापना डॉक्टर अब्दुल रेहमान शहाबंदर याच्या नेतृत्वाखाली करण्यात आली. १९१५मध्ये तुर्कस्थाननं केलेल्या कत्तलींमधून कसाबसा आपला जीव वाचवलेल्या शहाबंदरनं फैझलसाठी काम केलं होतं. नंतर फ्रेंचांनी त्याला त्याच्या कट्टर राष्ट्रवादासाठी तुरुंगात धाडलं होतं; पण आता त्याला मुक्त करण्यात आलं होतं. यातली योगायोगाची गोष्ट म्हणजे तुर्कस्थानमध्ये कमाल अतातुर्कनं स्थापन केलेल्या राष्ट्रीय पक्षाचं नावही 'पीपल्स पार्टी' असंच होतं. सीरियामधल्या नव्या पीपल्स पार्टीनं आपल्या देशात खऱ्या अर्थानं लोकशाही नांदली पाहिजे, असा आग्रह धरला. आपली स्वतंत्र राज्यघटना असली पाहिजे आणि आपली स्वतंत्र राष्ट्र म्हणून ओळख निर्माण व्हायला पाहिजे, अशीही या पक्षाची अपेक्षा होती. तसंच आपल्या देशातल्या विभिन्न धर्मांमधल्या आणि सामाजिक घटकांमधल्या भिंती तोडून आपला देश एकसंध व्हावा, अशीही इच्छा व्यक्त करण्यात आली. आणखी एक महत्त्वाची गोष्ट म्हणजे सीरियानं आता स्वावलंबी व्हावं आणि तिथला परकीय हस्तक्षेप संपुष्टात यावा, अशी मागणीही करण्यात आली. खरं म्हणजे या पक्षात समाजातले तळागाळाचे लोक नव्हते; सामाजिकदृष्ट्या वरच्या स्तरात असलेले लोक आणि राजकारणात आधीपासून वर्चस्व असलेले मुस्लीम आणि ख्रिस्ती लोक यांचा त्यात समावेश होता. तरीही, शहाबंदरच्या घणाघाती भाषणांमुळे सर्वसामान्य लोकही या पक्षाकडे आकर्षित झाले. या पक्षाच्या मागणीमधली एक पंचाईत म्हणजे काही मोजक्या भागाचा अपवाद वगळता ग्रेटर सीरियाची पुनर्बांधणी व्हायला हवी, अशी अपेक्षासुद्धा त्यात होती. आपली युरोपीय राष्ट्रांनी कशी फसवणूक केलेली आहे याची सीरियाई नागरिकांना चांगलीच जाणीव होती. याचा उत्तम नमुना म्हणजे ८ एप्रिल १९२५ रोजी कुप्रसिद्ध बॅल्फोर घोषणेचा जनक असलेला रॉबर्ट बॅल्फोर दमास्कसमध्ये आलेला असताना तिथल्या उम्मैद मशिदीच्या प्रसिद्ध ठिकाणी १०,००० स्थानिक नागरिकांनी एकत्र जमून 'बॅल्फोर घोषणेचा निषेध असो'च्या जोरदार घोषणा दिल्या. हे लोक बॅल्फोरच्या जिवाचं बरंवाईट करतील, या भीतीपोटी

फ्रेंचांनी त्याला तिथून घाईघाईनं नेलं आणि बैरुतला हलवलं. पॅलेस्टाईनमधल्या ज्यू लोकांनी बॅल्फोरचं जोरदार स्वागत केल्याच्या पार्श्वभूमीवर त्याची ही निर्भत्सना एकदम दुसऱ्या टोकाची ठरली.

१९२५च्या जुलै महिन्यात अचानकपणे फ्रेंचांच्या विरोधात एक छोटा उठाव सुरू झाला आणि लवकरच तो पसरत असल्याची चिन्हं दिसायला लागली. यामुळे काही काळ तर फ्रेंचांची मध्यपूर्व आशियामधून हकालपट्टी होईल की काय, अशी शक्यता दिसायला लागली. हा उठाव ठेचण्यासाठी फ्रेंच लष्करानं जास्तीची कुमक तैनात केली. अखेर १९२७च्या उन्हाळ्याच्या सुमाराला हा उठाव संपवण्यात फ्रेंचांना यश आलं. यासाठी इतर ठिकाणी कार्यरत असलेले फ्रेंच सैनिक आयात करावे लागले. त्यातच उठाव घडवून आणण्याचा प्रयत्न करणाऱ्या स्थानिक लोकांची बेशिस्तही याला कारणीभूत ठरली. अखेर उठाव घडवून आणणाऱ्या सैनिकांपैकी ६००० जणांचा मृत्यू झाला, तर किमान एक लाख नागरिकांची घरंदारं उद्ध्वस्त झाली. अर्थात, हा उठाव फसला असला तरी, त्यामुळे सीरियाई लोकांमधला राष्ट्रवाद आणखी भरभक्कम झाला. फ्रेंचांनी उठाव घडवून आणणाऱ्या लोकांपैकी बहुतेकांना ठार तरी केलं किंवा तुरुंगात टाकलं. पीपल्स पार्टीवर बंदी घालण्यात आली. अर्थात, हा उठाव मोडून काढताना फ्रेंचांचीही चांगलीच दमछाक झाली. आर्थिक आणि मनुष्यबळाशी संबंधित अशा दोन्ही आघाड्यांवर फ्रान्सला खूप नुकसान सोसावं लागलं. यामुळे आता फ्रेंचांना सीरियामधला राज्यकारभार चालवण्यासाठी स्थानिक सीरियाई नेत्यांची खूप गरज भासायला लागली. हेच लोक १९२०च्या दशकाच्या अखेरीला सीरियाच्या राज्यपटलावर उदयाला आले आणि १९३०च्या दशकात 'नॅशनल ब्लॉक'चे सदस्य म्हणून ओळखले जाऊ लागले. यापैकी ९० टक्के सुन्नी मुस्लीम होते. ते मूळचे दमास्कस, अलेप्पो, होम्स आणि हमास या चार प्रमुख शहरांमधले होते. त्यात प्रामुख्यानं जमीनदारांचा आणि त्याखेरीज व्यापाऱ्यांचा समावेश होता. या सगळ्या लोकांना धर्मनिरपेक्षतेचे धडे देण्यात आले होते. इतकंच नव्हे; तर त्यामधल्या किमान निम्म्या लोकांना ऑटोमन साम्राज्याचे भावी प्रशासक म्हणून पूर्वी इस्तंबुलमध्ये प्रशिक्षणही देण्यात आलं होतं. काही जण परदेशी शिकले होते. त्यांना स्थानिक तसंच आंतरराष्ट्रीय परिस्थितीची बऱ्यापैकी जाण होती. सीरिया आणि एकूणच अरब प्रांत या भागांना स्वातंत्र्य मिळालं पाहिजे, अशी त्यांची इच्छा होती. याचा अर्थ सीरियाई लोकांचं भलं ते चिंतत होते, असा मात्र अजिबातच काढता कामा नये; उलट समाजामधलं आपलं

स्थान वरचं राहिलं पाहिजे, याची त्यांना खात्री करायची होती. फ्रेंच राजवटीमुळे आपलं हे स्थान धोक्यात येण्याची भीती त्यांना वाटत होती. सीरियाला लगेचच स्वातंत्र्य मिळणार नाही याची त्यांना कल्पना होती. म्हणूनच यासाठी फ्रेंचांशी वाटाघाटी करण्याची त्यांची तयारी होती.

१९२८मध्ये फ्रेंचांनी सीरियामधल्या नव्या संसदेसाठीच्या निवडणुका घेतल्या. या संसदेनं सीरियासाठी लिहिण्यात आलेल्या राज्यघटनेला संमत करावं यासाठी सीरियामधल्या या नव्या प्रशासकांनी दबाव टाकला. युरोपीय देशांच्या धर्तीवर या राज्यघटनेचा मसुदा त्यांनी लिहिला होता. असाच मसुदा शेजारच्या इराकमध्येही संमत करण्याचे प्रयत्न सुरू होते. देशाचा राष्ट्रपती सुन्नी मुस्लीमच असला पाहिजे, अशी अट त्यात घालण्यात आली होती. सीरिया, लेबेनॉन, पॅलेस्टाईन आणि जॉर्डन हे चार वेगळे देश नसून, त्यांचा मिळून एकच देश आहे, असंही त्यात लिहिलेलं होतं. अर्थातच फ्रेंचांना हे पूर्णपणे अमान्य होतं. तरीही, असं उघडपणे म्हणणं म्हणजे परत एकदा सीरियामध्ये असंतोषाची ठिणगी पेटवण्यासारखं होतं. म्हणूनच आपल्याकडे पहिल्या महायुद्धानंतर ज्या करारानुसार सीरियाचं प्रशासन सोपवण्यात आलेलं आहे, त्या करारामधल्या कलमांचं उल्लंघन या मसुद्यामुळे होईल, असा दावा फ्रेंचांनी केला. यातून झालेल्या वाटाघाटी फसल्या आणि सीरियाई संसद बरखास्त करण्यात आली.

यानंतर दुसऱ्या महायुद्धानंतर सीरियाई राज्यघटना फ्रान्सनं स्वीकारावी यासाठी बरेच प्रयत्न होत राहिले. सीरिया यामुळे स्वतंत्र झाला असता. साहजिकच, फ्रान्सनं याविषयी टाळाटाळ केली. अखेर १९३०मध्ये 'सीरियानं घेतलेल्या कुठल्याही निर्णयासंदर्भात अखेरचा शब्द फ्रान्सचा असेल', असं कलम टाकून फ्रान्सनं हा मसुदा संमत केला. याखेरीज, सीरियामधले काही प्रांत बऱ्यापैकी स्वायत्त असतील अशा प्रकारची तरतूदही फ्रान्सनं करून घेतली. यामुळे फ्रान्सची सीरियावरची पकड अजिबात कमी होणार नाही, हे नक्की झालं. १९३२मध्ये सीरियामध्ये निवडणुका झाल्या. यापूर्वीसुद्धा फ्रेंचांनी सीरियामधल्या सगळ्या निवडणुकांमध्ये फेरफार केला होता; आताही तोच प्रकार घडला. तरीही एकूण ६९ पैकी १७ जागांवर पक्के राष्ट्रवादी सीरियाई लोक निवडून आले. त्यांनी सरळ 'नॅशनल ब्लॉक' नावाचा एक पक्ष स्थापन करून आपली आघाडी भरभक्कम करण्याचा प्रयत्न केला. आता फ्रेंचांशी वाटाघाटी करून सीरियाच्या स्वायत्ततेविषयी काहीतरी करता येईल, अशी आशा त्यांना वाटायला लागली. अर्थात, यासाठी दोन्ही बाजूंच्या

लोकांनी तडजोडी करणं आवश्यक होतं. प्रत्यक्षात मात्र ते आपल्या मुद्द्यांवर अडून बसले. अधूनमधून सीरियाई लोकांना जास्त स्वायत्तता दिली पाहिजे, असं फ्रेंचांना वाटे; पण त्यावर लगेच आक्षेप घेतले जात. अर्थात, काहीही करून सीरियाई लोकांच्या मनात फ्रान्सविषयीचा राग आणखी वाढायला नको, असं बहुतेक फ्रेंच अधिकाऱ्यांचं मत होतं. याच काळात म्हणजे १९३०च्या दशकात शेजारच्या इराकमध्ये ब्रिटिशांचं वर्चस्व असूनही तिथली परिस्थिती बरीच बरी असल्याचं फ्रेंचांना जाणवे. खरं म्हणजे इराकच्या सीमारेषाही सीरियामधल्या सीमारेषांसारख्याच कृत्रिमपणे आणि फारसा विचार न करता आखण्यात आल्या होत्या. मुख्य मुद्दा म्हणजे इराक हे स्वतंत्र प्रजासत्ताक असल्याचं घोषित करण्यात आलं होतं. पूर्वी अरब क्रांती घडवून आणण्याचे प्रयत्न करणारा फैझल त्याच्या मृत्यूपर्यंत; म्हणजेच १९३३पर्यंत इराकचा राष्ट्रप्रमुख होता. तसंच इराक आणि इंग्लंड यांच्यामध्ये झालेला करार एकतर्फी नसून तो दोघांना साधारण समसमान हक्क देणारा होता. अर्थात, सगळ्या महत्त्वाच्या आंतरराष्ट्रीय तसंच आर्थिक प्रश्नांसंबंधी इराक ब्रिटिशांच्या सल्ल्यानुसार वागेल, अशी तरतूद त्यात होती. नंतर ही अटही काढण्यात आली. आता इराकमधल्या दोन हवाईतळांवर ब्रिटिशांचा हक्क तेवढा शिल्लक राहिला.

दरम्यान, सीरियाच्या स्वातंत्र्याविषयीचा प्रश्न चिघळतच राहिला. १९३५च्या अखेरीला पुन्हा एकदा वातावरण तंग झालं. अखेर फ्रेंचांनी १९३६च्या जानेवारी महिन्यात नॅशनल ब्लॉकचं एक सदस्यमंडळ पॅरिसला रवाना झालं. बऱ्याच वाटाघाटींनंतर अखेर एक करार मंजूर झाला. तो तीन वर्षांनी अमलात येईल, असं ठरलं. त्यात फ्रान्सनं सीरियामधल्या काही प्रांतांना वेगळं न मानता अख्ख्या सीरियाला एकसंध मानण्याला मान्यता दिली. एक महत्त्वाचा मुद्दा म्हणजे, पूर्वी ज्या प्रांतांना फ्रान्सनं सीरियाचा भाग न मानता लेबेनॉनचे प्रांत मानलं होतं त्याला आता अधिकृत मान्यता देण्यात आली. म्हणजेच लेबेनॉन हा नवा देश अस्तित्वात येणार, हे निश्चित झालं. २२ डिसेंबर १९३६ या दिवशी या करारावर सह्या झाल्या. कहर म्हणजे यानंतर लगेचच सीरियामधलं सरकार कोसळलं आणि नव्यानं सत्तेवर आलेल्या आधीच्या विरोधी पक्षाला महत्त्व न देता पॅरिसमधल्या काही जणांनी हा करार अमलात न येण्यासाठीचे प्रयत्न सुरू केले. दुसऱ्या महायुद्धाची चाहूल लागल्यामुळे आपली ताकद कमी होणं अजिबात परवडण्यासारखं नसल्याची त्यांची भावना होती. सीरियामधल्या आधीच्या सरकारच्या पंतप्रधानानं यामधला

धोका ओळखला. मोठ्या कष्टांनंतर फ्रान्सनं आपल्याबरोबर करार केलेला असताना तो आता वाया घालवणं आपल्याला परवडण्यासारखं नाही, याची त्याला कल्पना होती. त्यानं आधीचा करार कायम करण्याचा प्रयत्न केला खरा; पण त्यानंच फ्रान्ससमोर शेळी बनून सीरियाला खड्ड्यात ढकललं असल्याची टीका वर्तमानपत्रांनी केली.

एकूणच दुसऱ्या महायुद्धाच्या पूर्वसंध्येला परत एकदा सीरियाच्या स्वातंत्र्याचा प्रश्न विस्मरणात गेल्यासारखं चित्र निर्माण झालं. नॅशनल ब्लॉकमधल्या नेत्यांची अवस्थाही दारुण झाली. काहींनी जॉर्डनकडून, तर इतरांनी सौदी राजघराण्यांकडून मदत मागितली. या शक्तींच्या परस्परांमधल्या भांडणांमुळे सीरियाची नुसती पंचाईतच झाली. तसंच दोन महायुद्धांदरम्यानच्या काळात सीरिया आणि इतर मध्यपूर्व आशियाई देश इथली लोकसंख्या वाढत गेली. या वाढत्या लोकसंख्येला पुरतील अशा मूलभूत सुविधा उपलब्ध नव्हत्या.

१९२० ते १९४० या काळात दमास्कसची लोकसंख्या दुप्पट झाली. यामुळे उच्चभ्रू लोकांनी मुख्य शहरं सोडून मोकळ्या उपनगरांमध्ये वस्त्या उभ्या करण्याला प्राधान्य दिलं. इथल्या गृहसंकुलांची उभारणी युरोपीय देशांच्या धर्तीवर करण्यात आली. यातून सामाजिक, आर्थिक आणि शैक्षणिक अशा सगळ्या पातळ्यांवरचे फरक ठळकपणे दिसायला लागले. अमेरिकेत १९२९मध्ये सुरू झालेल्या जागतिक महामंदीचा फटका इतर ठिकाणांप्रमाणे सीरियालाही बसला. अर्थव्यवस्था ठप्प झाली, महागाई शिगेला जाऊन पोहोचली. यातून कसंबसं बाहेर येत सीरियाई उद्योगक्षेत्रानं हळूहळू बाळसं धरलं. अर्थातच, यावर मर्यादा असल्यामुळे सर्वसामान्य सीरियाई नागरिकांचं आयुष्य तसं कष्टाचंच राहिलं. राजकीयदृष्ट्या अनेक चळवळी होत राहिल्या. एकूण लोकसंख्येच्या ७५ टक्के लोक सुन्नी मुस्लीम होते. त्यांना सतत फ्रेंचांच्या वर्चस्वामुळे आपली संस्कृती धोक्यात आल्याची भीती वाटे. याला प्रत्युत्तर म्हणून इस्लामी धर्माची शिकवण देण्यावर त्यांनी भर दिला. यातून काही चमत्कारिक गोष्टीही घडल्या. उदाहरणार्थ, १९३३मध्ये दमास्कसमधल्या मुस्लीम धर्मगुरूनं 'यो यो' हे लहान मुलांचं खेळणं धोकादायक असल्याचा निष्कर्ष काढला. 'या खेळण्यामुळे आपल्या भूमीत दुष्काळ पडतो', असा अजब संदेश पसरवण्यात आला. यामुळे या खेळण्यावर बंदी आली. स्त्रियांना दिली जात असलेली दुय्यम वागणूक बदलण्याच्या प्रयत्नांना परंपरावादी लोकांनी सातत्यानं विरोध केला. स्त्रियांनी बुरखे घातलेच पाहिजेत, त्यांनी रस्त्यांमध्ये किंवा सार्वजनिक ठिकाणी

पुरुषांमध्ये मिसळता कामा नये, अशा गोष्टींची सक्ती कायम ठेवण्यात आली. अशा गोष्टींमुळे धर्मनिरपेक्ष लोक आणि धार्मिक लोक यांच्यामधली दरी वाढली.

१९४०च्या जून महिन्यात हिटलरच्या नाझी फौजांनी फ्रान्सचा पाडाव केला. पॅरिस शहरात हिटलरनं हर्षभरानं विजयी फेरफटका मारला. नाइलाजानं लेबेनॉन आणि सीरिया इथल्या फ्रेंच प्रशासकांनी नाझींशी सहकार्य करणाऱ्या 'व्हिची' प्रशासनाबरोबर सौहार्दाचे संबंध प्रस्थापित केले. काही महिन्यांनी जर्मनी आणि इटली यांचे हवाईतळ सीरियाई भूमीवर उभारले जाणार, असं चित्र दिसायला लागलं. आता आपल्याला काहीतरी केलंच पाहिजे, हे उमगून मित्रराष्ट्रांनी ८ जून १९४१ रोजी सीरियाचा दक्षिण भाग आणि लेबेनॉन इथे विमानांमधून पत्रकं टाकली. त्यात या प्रांतांना स्वातंत्र्य मिळवून देण्याचं आश्वासन होतं. याला फ्रान्सनं काही प्रमाणात संमती दिलेली असली तरी महायुद्ध संपल्यावर फ्रेंच राष्ट्रप्रमुख चार्ल्स डी गॉलनं आपला उद्देश अगदी स्पष्ट शब्दांमध्ये मांडला. फ्रान्सच्या विदेशी वसाहतींवरची सत्ता आपल्याला कायम ठेवायची असल्याचं तो म्हणाला. १९३२मध्ये ज्या अटींनिशी इंग्लंडनं इराकला स्वातंत्र्य दिलं होतं, तशाच अटी आपण सीरिया आणि लेबेनॉन यांच्यावर लादणार, असं डी गॉलचं म्हणणं होतं. याचाच अर्थ सीरिया आणि लेबेनॉन यांच्यावरचं आपलं वर्चस्व कायम राहणार तसंच या प्रांतांमधल्या आपल्या लष्करी तुकड्याही आपण हटवणार नाही, अशी फ्रेंचांची भूमिका होती. अर्थात, आताचा काळ वेगळा होता. दुसऱ्या महायुद्धानं फ्रेंचांची ताकद प्रचंड घटवली होती. आता कुठलाही निर्णय ब्रिटिशांच्या संमतीशिवाय एकट्यानं घेणं फ्रान्सच्या दृष्टीनं खूप अवघड होतं. ब्रिटिशांच्या दबावाखाली १९४३च्या जुलै महिन्यात सीरियात निवडणुका घेण्यात आल्या. त्यात नॅशनल ब्लॉक पक्षाला बहुमत मिळालं. या पक्षानं फ्रेंच धोरणांना कडवा विरोध केला. अशीच परिस्थिती लेबेनॉनमध्येही निर्माण झाली. ऑक्टोबर महिन्यात या दोन्ही देशांमधल्या सरकारांनी फ्रेंचांना आपल्याला संपूर्ण स्वातंत्र्य हवं असल्याचा इशारा दिला. यामुळे ११ नोव्हेंबर रोजी फ्रेंच लष्करानं लेबनीज राष्ट्रपती, पंतप्रधान आणि इतर वरिष्ठ लोक यांना अटक केली. यामुळे देशात गदारोळ माजला आणि फ्रेंचांनी त्या दबावापोटी सगळ्यांची मुक्तता केली.

या घटनाक्रमानंतर सीरिया आणि लेबेनॉन या देशांनी फ्रान्ससमोर कचखाऊ धोरण स्वीकारायचंच नाही, असा निर्धार केला. फ्रान्सवरचा दबाव वाढत गेला. १९४३च्या डिसेंबर महिन्यात सीरियाई पंतप्रधानानं आपण फ्रेंच वर्चस्व अमान्य करत

असल्याचं जाहीर केलं. नाइलाजानं पुढच्या दोन वर्षांमध्ये फ्रान्सनं सीरियामधल्या सत्ताकेंद्रांमधल्या प्रमुख गोष्टी स्थानिक सरकारच्या हवाली केल्या. तरीही, फ्रान्सनं लष्करी मुद्द्यांविषयी सीरियावरचं वर्चस्व कायम ठेवलं. यामुळे भडकून आपलं स्वातंत्र्य अधोरेखित करण्याच्या हेतूनं १९४५च्या फेब्रुवारी महिन्यात जर्मनी आणि जपान यांच्यावर आक्रमण करण्याचा मनसुबा जाहीर केला. फ्रान्सच्या लष्कराचा आपल्याशी काहीही संबंध नसल्याचं सीरिया आणि लेबेनॉनला स्वत:चं समर्थपण दाखवून देण्यासाठी सांगायचं होतं. इंग्लंडनं सीरियाला सबुरीचा सल्ला दिला. फ्रान्सशी एकदम वाकडं घेऊ नका, असं ब्रिटिश पंतप्रधान विन्स्टन चर्चिलनं सीरियाचा राष्ट्रपती शुक्री अल-कव्वात्लीला सांगितलं. १९४५च्या फेब्रुवारी महिन्यात अरब नेत्यांची परिषद इजिप्तमध्ये भरली होती, त्यात ही भेट झाली. इराक किंवा इजिप्त यांना पूर्ण स्वातंत्र्य देण्याच्या विरोधात चर्चिल होता. तसंच झियोनिस्ट चळवळीलाही त्याचा पूर्ण पाठिंबा होता. सुरुवातीला चर्चिलनं कव्वात्लीला न दुखावता चुचकारत फ्रान्सबरोबर जुळवून घ्यायची विनंती केली. त्याचा परिणाम होत नसल्याचं लक्षात येताच त्यानं धमकावणीचा सूर लावला. याला कव्वात्लीनं अजिबात भीक घातली नाही. उलट, बैठक सुरू असलेल्या दालनातून बाहेर दिसत असलेल्या समुद्राकडे त्यानं आपलं बोट दाखवलं. चर्चिलकडे आपली नजर रोखत तो 'या समुद्रातल्या पाण्याचा रंग लाल झाला तरी आम्ही फ्रान्सशी समझोता करणार नाही... मिस्टर चर्चिल, आम्ही हा समुद्र लाल रंगाचा होण्याइतकं रक्त सांडायला तयार आहोत,' असं म्हणाला. यामुळे चर्चिल एकदम उखडला. त्यानं 'मी कोण आहे हे तुम्हांला समजतं आहे का? मी मित्रराष्ट्रांच्या संयुक्त सेनादलाचा प्रमुख अधिकारी आहे... जगातल्या कुणाच्याच धमकीला मी भीक घालत नाही,' असं कव्वात्लीला सांगितलं. अर्थातच, चर्चिलच्या म्हणण्याला तसा अर्थ नव्हता. तोच कव्वात्लीला धमकी देत होता. कव्वात्ली मात्र चर्चिलसमोर बधायला तयार नव्हता. नंतर या प्रसंगाची आठवण काढताना चर्चिल रागाच्या भरात आपला गळा दाबेल की काय, अशी भीती वाटल्याचं कव्वात्ली म्हणाला. खरं म्हणजे त्या क्षणी चर्चिलच्या संतापाला पारावार उरलेला नसला तरी नंतर शांतपणे विचार केल्यावर कव्वात्लीच्या कणखरपणाचं त्याला कौतुक वाटलं. तसं त्यानं अमेरिकी राष्ट्रपती फ्रँकलिन रूझवेल्टला सांगितलंसुद्धा!

फ्रेंचांनी सीरियाई लोकांच्या भावनांचा आदर न करता आपलं लष्कर सीरियामध्ये तैनात करण्याच्या धोरणांवर भर दिला. याचा निषेध करण्यासाठी

सीरियामधलं दमास्कस आणि लेबेनॉनमधलं बैरुत इथे १९४५च्या मे महिन्यात जोरदार निदर्शनं करण्यात आली. यानंतर दंगली सुरू झाल्या आणि त्या आटोक्यात येईनात. फ्रेंच लष्करानं दंगल आटोक्यात आणण्यासाठी गोळीबार केला. त्यात सुमारे ४०० स्थानिक नागरिक ठार झाल्याचं मानलं जातं. दमास्कसमधल्या सीरियाई संसदभवनाबाहेरच्या सुरक्षारक्षकांनी फ्रेंच राष्ट्रध्वजाला सलाम करायला नकार दिल्यावर फ्रेंच लष्करानं सीरियाई संसदभवनावर हल्ला केला. या हल्ल्यात संसदभवन जवळपास पूर्णपणे नष्ट झालं. आता इंग्लंडनं या प्रकरणी काहीतरी करावं, अशी मागणी सीरियाई राष्ट्रपती कव्वात्लीनं केली. अरब देशांमध्ये आधीच वातावरण एकदम तंग होतं. त्यात भर पडावी असं ब्रिटिशांना अजिबातच वाटत नव्हतं. सीरियामधल्या ब्रिटिश तुकड्यांनी परिस्थिती नियंत्रणाखाली आणली. आता फ्रेंचांसमोर माघार घेण्यावाचून दुसरा पर्यायच नव्हता. १९४६मध्ये दमास्कस आणि बैरुत इथून फ्रेंच लष्कर पूर्णपणे हटलं. फ्रेंचांबरोबरच्या या विषयावरच्या कराराला अनुसरून त्याच वेळी ब्रिटिश सैन्यही तिथून परतलं.

❑❑❑

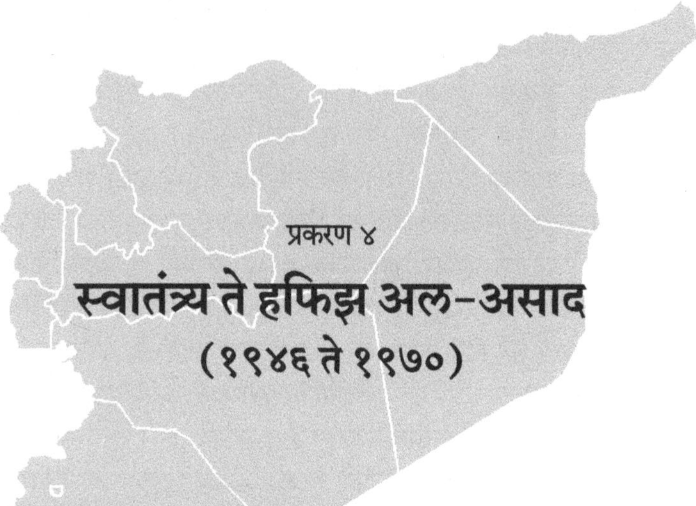

प्रकरण ४

स्वातंत्र्य ते हफिझ अल-असाद

(१९४६ ते १९७०)

फ्रेंचांनी सीरियाला स्वातंत्र्य देण्याच्या संदर्भात केलेली चालढकल आणि नंतर विनाकारण हिंसाचार करून सीरियाचा निरोप घेणं यामुळे स्वतंत्र झालेल्या सीरियाची सुरुवात अडखळत झाली. देशाची आर्थिक आणि सामाजिक परिस्थिती चांगली नव्हती. सीरियाला आंतरराष्ट्रीय राजकारणात फारसं महत्त्व नव्हतं. तसंच सीरियाचे कुणी मित्रही नव्हते. दुसऱ्या महायुद्धाच्या काळापर्यंतच्या फ्रान्सच्या २० वर्षांच्या वसाहतवादामुळे सीरियाचं अर्थकारणही जवळपास ठप्प झालं होतं. सगळा निधी संरक्षणावर खर्च होत असल्याचा फटका सर्वसामान्यांना बसला. उत्पन्नामध्ये जवळपास कसलीच वाढ होत नव्हती. गरिबी आणि बेकारी यांचं थैमान माजलं होतं. सीरियामधल्या पायाभूत सुविधा दयनीय म्हणाव्यात अशा स्थितीत होत्या. शिक्षणाच्या बाबतीतही आनंदीआनंदच होता. किमान ख्रिस्ती शाळा चर्चमुळे बऱ्यापैकी चालायच्या तरी; पण सुन्नी मुस्लीमबहुल असलेल्या या देशात सुन्नी मुस्लिमांचीच शैक्षणिक परिस्थिती खराब होती. १९४५मध्ये सीरियामध्ये सुमारे ३५ लाख नागरिक राहत असावेत, असं मानलं जातं. वस्तूंचा तुटवडा आणि महागाई यामुळे सर्वसामान्य नागरिक त्रस्त होते. स्थानिक उद्योगांची अवस्था बिकट होती. ८ ते १० टक्के कूर्द लोकांचा अपवाद वगळता इतर सगळे लोक अरब भाषा वापरत. अलेप्पो हे तेव्हा सीरियामधलं सगळ्यांत मोठं शहर होतं. या शहरामधल्या लोकांचे इराकमधल्या बगदाद तसंच मोसूल या ठिकाणच्या लोकांशी व्यावसायिक संबंध होते. म्हणूनच, इराक आणि सीरिया ही स्वतंत्र राष्ट्रं म्हणून उदयाला येण्याऐवजी

त्यांचं संयुक्त संघराज्य बनवावं, असं त्यांचं मत होतं. दमास्कसला विनाकारणच जास्त महत्त्व दिलं जातं, अशी खंतही अनेक जण व्यक्त करत.

सुरक्षिततेच्या दृष्टीनंही सीरियाची अवस्था फार चांगली नव्हती. चहूबाजूंनी शत्रू असल्यासारखी परिस्थिती होती. उत्तरेकडे तुर्कस्थान आक्रमक धोरण स्वीकारत होता. पूर्वेकडे हॅशमाईट घराण्याच्या फैझलच्या नेतृत्वाखाली स्थापन झालेल्या इराकची ताकद वाढत चालली होती. हाच फैझल आधी अगदी थोडा काळ दमास्कसमध्ये राजा म्हणून पद सांभाळत होता. तेलाच्या व्यापारामुळे इराकची आर्थिक स्थितीही सुधारत होती. इराकवर ब्रिटिशांचं अजूनही वर्चस्व होतं. दक्षिणेकडच्या जॉर्डनची सत्ता येथे हॅशमाईट घराण्यामधल्याच अब्दुल्लाचं राज्य होतं. तोही ब्रिटिशांचा मित्र होता. अरब विश्वातलं सगळ्यांत बलाढ्य लष्कर त्याच्या दिमतीला होतं. परत एकदा ग्रेटर सीरियाची निर्मिती करून आपली राजधानी दमास्कसला हलवण्याची स्वप्नं तो बघत असे. याखेरीज, पॅलेस्टाईन होताच. स्थानिक पॅलेस्टिनी लोकांची मोठ्या प्रमाणावर कत्तल करणं आणि ज्यू लोकांना ब्रिटिशांनी आणखी झुकतं माप द्यावं यासाठी हिंसाचार करणं, असं धोरण झियोनिस्टांनी तिथे राबवलं होतं. तिथून इंग्लंडनं आपला मुक्काम हलवला तर अरब आणि ज्यू लोक यांच्यात घनघोर युद्ध होण्याची दाट शक्यता दिसत होती. या घटनाक्रमाचे खोल पडसाद सीरियावरही उमटणार, हे नक्की होतं. त्यातल्या त्यात लेबेनॉन हा एकच शेजारी देश सीरियासमोर कुठल्याही प्रकारचं संकट उभा करणारा वाटत नव्हता. सुरुवातीला सीरिया आणि लेबेनॉन यांच्यात सहकार्याची भावना होती; पण हळूहळू त्यांच्यामध्ये मतभेद निर्माण झाले. १९५०पासून त्यांच्यामधली आर्थिक सहमती संपुष्टात आली. आता प्रथमच हे दोन्ही देश आपसातल्या मालाच्या आयाती-निर्यातीवर कर लादायला लागले. १९४५च्या मार्च महिन्यात इजिप्तच्या कैरो शहरात अरब देशांनी एकत्र येऊन 'अरब लीग' हा देशांचा समूह तयार केल्याची घोषणा केली. सीरियाही या गटाचा सदस्य होता. आपल्या भल्यामोठ्या आकारामुळे इजिप्त या गटाचा प्रमुख बनला.

सीरियामधल्या संसदेचं प्रतिनिधित्व आधीपासून प्राबल्य असलेल्या घराण्यामधल्या लोकांना मिळालं होतं. पूर्वी निदान फ्रेंचांना विरोध करणं हा एककलमी कार्यक्रम तरी त्यांच्याकडे होता. आता तोही नसल्यामुळे आपला वैयक्तिक स्वार्थ साधणं आणि आपल्या जवळच्या लोकांची कामं करून देणं हे त्यांचं मुख्य उद्दिष्ट बनलं. पूर्वीच्या नॅशनल ब्लॉक पक्षाचे आता तुकडे पडले होते.

यातून सीरियाच्या राष्ट्रपतीच्या दमास्कसमधल्या पाठिराख्यांनी 'नॅशनल पार्टी' हा नवा पक्ष सुरू केला. अलेप्पोमधल्या मंडळींनी 'पीपल्स पार्टी' १९४८मध्ये सुरू केली. अर्थातच, सीरियामधली परिस्थिती, देशाला आवश्यक असलेली धोरणं या सगळ्यांचा विचार कुणी फारसा केलाच नाही. युरोपीय राजकारणामधल्या संकल्पना धेडगुजरेपणानं राबवण्याच्या तत्त्वांवर सीरियामधला राज्यकारभार सुरू झाला. यामधल्या अनेक विचित्र गोष्टींकडे आपण वळू.

'सीरियन नॅशनल पार्टी' नावाचा एक पक्ष १९३२पासून अस्तित्वात होता. एका ख्रिस्ती नेत्यानं सुरू केलेल्या या पक्षाला कायमच ग्रेटर सीरियाच्या स्वप्नानं भारून टाकलेलं असे. मुख्य म्हणजे इस्लाम धर्म किंवा अरब नागरिक अशा मुळांवर आधारलेला देश या लोकांना नको होता. इतर अरब देशांशी सहकार्य करणं किंवा त्यांच्यासह अरबांचा एक प्रांत करणं अशा प्रकारचा ग्रेटर सीरिया त्यांना नको होता. उलट, युरोपमधल्या फॅसिस्ट प्रवृत्तींचा ही मंडळी आदर करत. साहजिकच, तरुण लोकांनी भरलेल्या आक्रमक संघटना उभं करणं वगैरे प्रकार त्यांनी केले. याच्या अगदी बरोबर उलट 'सीरियन कम्युनिस्ट पार्टी' होती. अर्थात, सीरियामध्ये उद्योगक्षेत्रच अगदी बेताचं असल्यामुळे तिथे कामगार संघटना उभी करणं, कामगारांच्या हक्कांसाठी लढणं वगैरे गोष्टी घडण्याचा प्रश्नच नव्हता. कूर्दी वंशाचा एक प्रतिभावान वकील हा पक्ष चालवे. तसंच प्रामुख्यानं कूर्दी लोकांचा आणि दमास्कसमधल्या काहींचा या पक्षाला पाठिंबा होता. याखेरीज इस्लाम धर्म हा केंद्रबिंदू मानून चालणारे लोक होते. इस्लामच्या मुळाशी जायचं आणि पाश्चिमात्य संस्कृतीच्या आक्रमणाला रोखायचं, असा या मंडळींचा मुख्य हेतू होता. त्यांचा राजकारणामधला प्रवास सावकाशीनं झाला. आपल्या धर्माला उचलून धरेल अशा पक्षाला पाठिंबा द्यायचं धोरण त्यांनी स्वीकारलं.

१९२८मध्ये इजिप्तमध्ये 'मुस्लीम ब्रदरहूड' ही संघटना स्थापन झाली; तिची सीरियाई शाखा १९४५मध्ये उघडण्यात आली. इस्लामचं आधुनिकीकरण करणं आणि मुस्लीम तसंच अरब यांच्यावरचा पाश्चिमात्य जगाचा पगडा कमी करणं, ही या संघटनेची मुख्य उद्दिष्टं होती. या संघटनेनं राजकीय पक्ष लगेच सुरू केला नसला तरी राजकीय भूमिका मात्र स्वीकारली. १९४७ तसंच १९४९ या दोन्ही निवडणुकांमध्ये मुस्लीम ब्रदरहूडनं पाठिंबा दिलेल्या प्रत्येकी तीन इस्लामवादी उमेदवारांनी विजय मिळवला. तसंच १९५०मध्ये सीरियाची राज्यघटना बदलून मुस्लीम धर्म हाच सीरियाचा राष्ट्रधर्म असेल अशी तरतूद करण्यासाठी त्यांनी प्रयत्न

केला; पण तो अयशस्वी ठरला. त्याऐवजी सीरियाचा राष्ट्रप्रमुख मुस्लीम धर्माचा असेल आणि इस्लामी कायदा म्हणजेच 'शरिया' हा सीरियाच्या न्यायव्यवस्थेचा सगळ्यांत मोठा खांब असेल अशा तरतुदी समाविष्ट करण्यात आल्या. याखेरीज, इतर धर्मांच्या लोकांचे हक्कही अबाधित राहतील, असा महत्त्वाचा निर्णय घेण्यात आला. मुस्लीम ब्रदरहूडनं अशा प्रकारे अतिकट्टर भूमिका न घेता सामंजस्यानं हा प्रश्न सोडवणं सीरियाई जनतेला भावलं.

अतिउजव्या आणि अतिडाव्या विचारसरणीचे पक्ष सीरियामध्ये टिकू शकले नाहीत; 'बाथ' पक्ष मात्र तिथे निर्माण झाला. अलीकडच्या घटनाक्रमांमुळे पाश्चिमात्य जगात बाथ पक्षाची विचारसरणी अतिकट्टर आणि अतिक्रूर असल्याचं मानलं जातं. इराकचा सद्दाम हुसेन याच पक्षाचा नेता होता. सीरियामध्येही एकविसाव्या शतकात झालेल्या हिंसाचाराच्या मुळाशी बाथ पक्ष असल्याचं सांगण्यात आलं. अमेरिकेनं इराकमध्ये आपलं लष्कर घुसवून सद्दाम हुसेनच्या सरकारला हद्दपार केलं तेव्हा इराकला बाथ-मुक्त करण्याचं प्रमुख धोरण राबवलं. दुसऱ्या महायुद्धानंतर मित्रराष्ट्रांनी जर्मनीला नाझी-मुक्त करण्याचं धोरण ज्या प्रकारे राबवलं, तसाच प्रकार अमेरिकेनं इराकमध्ये केला. एकूणच नाझी विचारसरणी आणि बाथ पक्षाची धोरणं यात फार फरक नसल्याचं पाश्चिमात्य देशांचं मत होतं.

बाथ या शब्दाचा अर्थ 'पुनर्जन्म' असा होतो. मिशेल अफ्लाक या विचारवंतानं बाथ पक्षाच्या जन्मामध्ये महत्त्वाची भूमिका बजावली. अरब लोकांचा राजकीय पुनर्जन्म बाथ पक्ष घडवेल, अशी अफ्लाकची कल्पना होती. अफ्लाकचा खास मित्र सलाह अल-दिन बितर होता. १९२९ ते ३४ या काळात ते दोघं पॅरिसमध्ये शिकायला एकत्र होते. दोघंही मूळचे दमास्कसमधले होते. शिक्षणासाठी फ्रान्सला जाण्याआधीच त्यांच्यामध्ये प्रखर राष्ट्रवाद जागृत झाला होता. पॅरिसमध्ये गेल्यावर त्यांची समाजवादाशी ओळख झाली. सीरियाला परतल्यावर त्यांच्या डोक्यात सीरियाला भेडसावणारे प्रश्न घोंघावत होते. सीरियामधले राजकारणी लोक नागरिकांच्या प्रश्नांना भिडण्याऐवजी वैयक्तिक स्वार्थाच्या धुंदीत गुरफटले असल्याचं कटू सत्य त्यांना अस्वस्थ करत असे. आता दमास्कसमधल्या मान्यवर सरकारी शाळेत हे दोघं अध्यापनाचं काम करत. लवकरच सलाह अल-दिन बितर बाथ पक्षाच्या बांधणीचं काम बघायला लागला; तर दुसरीकडे अफ्लाकनं आपलं लक्ष पक्षाच्या वैचारिक पायाभरणीकडे केंद्रित केलं. आपल्या पक्षासाठी त्यांनी एकता, स्वातंत्र्य आणि समाजवाद अशी तीन मुख्य उद्दिष्टं नजरेसमोर ठेवली.

एकतेच्या मुद्द्यासंबंधी बोलायचं तर अरब देशांमध्ये पाश्चिमात्य देशांनीच कृत्रिम सीमारेषा आखलेल्या असून मुळात हे सगळे अरब एकच आहेत, असं त्यांचं धोरण होतं. स्वातंत्र्याच्या बाबतीत बोलायचं तर वैयक्तिक स्वातंत्र्य, सांस्कृतिक स्वातंत्र्य अशा गोष्टींपासून एकूण विचारस्वातंत्र्यापर्यंत सगळ्या गोष्टी त्यांना अभिप्रेत होत्या. सगळ्यांत महत्त्वाचं म्हणजे विदेशी सत्तांपासून आणि वसाहतवाद्यांपासून स्वातंत्र्य मिळवणं खूपच गरजेचं होतं. अफ्लाकला अपेक्षित असलेला समाजवाद हा युरोपमधल्या 'मटेरिअलिस्टिक' प्रकारच्या समाजवादापेक्षा आणि पॅरिसमधल्या 'मार्क्सवादी' समाजवादापेक्षा वेगळा होता. सीरियामध्ये प्रखर राष्ट्रवादाला विरोध करून उपयोग नाही; तर उलट समाजवाद आणि राष्ट्रवाद यांची सांगड घातली पाहिजे असं अफ्लाकचं मत होतं. यासाठी सगळ्या अरबांनी इस्लामला सर्वोच्च स्थानी मानून पुढचा प्रवास केला पाहिजे, असं स्वतः ख्रिस्ती असलेला अफ्लाक म्हणत असे! अशा प्रकारच्या परस्परविरोधी भासणाऱ्या परिस्थितीचं कुणी अवडंबर केलं नाही.

अर्थात, सगळे अरब देश एकच आहेत, ही संकल्पनाच मुळात वस्तुस्थितीला छेद देणारी होती. बाथ पक्षानं आपल्या उद्दिष्टांमध्ये एकअरबी प्रांताची अपेक्षा व्यक्त केल्यामुळे ही जरा अडचणीचीच गोष्ट होती. त्याकडे लक्ष न देता प्रत्येक अरब प्रांतासाठी एक प्रांतीय पातळीवरची समिती नेमण्यात आली. इथे बहुतेक वेळा 'प्रांत' म्हणजे 'देश' अशी वस्तुस्थिती होती. या सगळ्या प्रांतीय समित्यांवर 'राष्ट्रीय समिती' होती. या राष्ट्रीय समितीच्या प्रमुखपदी अफ्लाक होता. आणखी एक महत्त्वाचा मुद्दा म्हणजे सावकाशीनं बदल घडवणं अफ्लाकला मान्य नव्हतं. तो क्रांतिकारी विचारांचा होता. तातडीनं अन्यायी राजव्यवस्था उलथून टाकणं आणि त्याठिकाणी आपली लोकशाहीवादी सत्ता स्थापन करणं, असा त्याचा मानस होता. हे सहजपणे शक्य होत नसल्यामुळे बाथ पक्षानं आपली उद्दिष्टं काहीही करून साध्य करण्यासाठी प्रयत्न सुरू केले. यातून इतर प्रश्न निर्माण झाले. ज्या अरबांचा बाथ पक्षाच्या विचारसरणीवर विश्वास नसेल त्यांनी नक्की काय करायचं, हे बाथ पक्षानं कुठे नमूद केलं नव्हतं. तसंच सीरिया आणि इतर प्रांतांमधल्या कूर्द लोकांचं काय करायचं, हेही स्पष्ट नव्हतं. हे लोक स्वतःला अरब मानत नसत.

मिचेल अफ्लाक आणि सलाह अल-दिन बितर यांना जशी सीरियाई भविष्याची चिंता होती, तशीच चिंता आम हुरानी नावाच्या संसदपटूलाही वाटत असे. ३१ वर्षं वयाचा हुरानी एका विणकराच्या घरात जन्मूनही सगळ्या प्रभावशाली लोकांचा

विरोध मोडून काढत इथवर पोहोचला होता. कायद्याचं शिक्षण घेतल्यानंतर आपल्या नात्यातल्या एका माणसासह त्यानं शेतमजुरांच्या हक्कांसाठी आंदोलनं सुरू केली होती. आता संसदेत पोहोचल्यावर त्यानं भ्रष्टाचार, गैरव्यवहार यांच्या विरोधात आवाज उठवला. १९४७मध्ये सीरिया स्वतंत्र झाल्यानंतरची पहिली निवडणूक झाली. त्यात डाव्या विचारसरणीकडे झुकणारे बाथ पक्ष, साम्यवादी पक्ष, हुरानी आणि इतर समविचारी लोक यांनी एक आघाडी उभी करून लढा दिला. त्यांना चांगलं यशही लाभलं. तरीही, अपक्षांच्या पाठिंब्याच्या जोरावर कमी जागा जिंकलेल्या नॅशनल पार्टीचा शुक्री अल-कव्वात्लीच राष्ट्रपती झाला. इतकंच नव्हे; तर आपल्याला दुसऱ्यांदा राष्ट्रपतिपदासाठी उभं राहता येईल अशा प्रकारची घटनादुरुस्तीही त्यानं करून घेतली.

दरम्यान १९४७मध्ये ज्यू लोकांच्या हिंसाचाराला कंटाळलेल्या आणि दुसऱ्या महायुद्धामुळे लष्करच्या भाकऱ्या भाजण्याच्या कामाला स्थगिती देऊ इच्छिणाऱ्या इंग्लंडनं पॅलेस्टाईनमधून बाहेर पडायचं ठरवलं. त्याच वर्षीच्या नोव्हेंबर महिन्यात संयुक्त राष्ट्रसंघानं अत्यंत अन्यायी पद्धतीनं पॅलेस्टिनी भूमीची फाळणी करण्याचे आणि त्यामधल्या एका भागात ज्यू धर्मीयांसाठी इस्त्रायल या नव्या राष्ट्राची निर्मिती करण्याचे आदेश दिले. यासाठीच्या मतदानादरम्यान सगळ्या अरब देशांनी अर्थातच या निर्णयाच्या विरोधात मत दिलं; पण त्याचा उपयोग झाला नाही. अरबांनी पॅलेस्टिनी भूमीवर एकच राष्ट्र असावं आणि त्यात ज्यूंना अल्पसंख्याक म्हणून वेगळं स्थान दिलं जावं, असा प्रस्ताव मांडला होता; पण ज्यूंना अरबांविषयी कसलीही सहानुभूती नव्हती. युरोपमध्ये आपल्यावर झालेला अन्याय आणि नाझी जर्मनीत झालेले अनन्वित अत्याचार यांचा बदला आपलं स्वतंत्र राष्ट्र स्थापन करून घ्यायचा एवढंच त्यांना ठाऊक होतं. आता ब्रिटिशांनीही पॅलेस्टाईनमधून काढता पाय घेतल्यामुळे तिथे स्थानिक अरब आणि बाहेरून आलेले ज्यू यांच्यामध्ये जीवघेणा रक्तरंजित संघर्ष होणं अटळ होतं.

१४ मे १९४८ या दिवशी इस्त्रायल या नव्या राष्ट्राची स्थापना करण्यात आल्याची घोषणा करण्यात आली. अर्थातच, स्थानिक अरब आणि ख्रिस्ती लोकांना मोठ्या संख्येनं हुसकावून लावल्याशिवाय आपलं राष्ट्र तिथे उभं करणं शक्य नसल्याचं ज्यूंना माहीत होतं. तुलनेनं पॅलेस्टिनी लोकांमध्ये एकवाक्यता नव्हती. जिद्दीनं पेटलेल्या ज्यू लोकांपुढे त्यांचं काही एक चाललं नाही. मोठ्या संख्येनं पॅलेस्टिनी लोक आपला जीव वाचवण्यासाठी पळून गेले. इस्त्रायल हे नवं

राष्ट्र स्थापन झाल्याची घोषणा झियोनिस्ट लोकांच्या वतीनं होताच त्यांना विरोध करण्यासाठी म्हणून आपलं लष्कर धाडण्यावाचून दुसरा पर्याय सीरियासमोर नव्हता. अर्थातच, इस्त्रायली लष्कराचा पराभव करण्याएवढी ताकद सीरियाई लष्करात अजिबातच नव्हती. तसंच अल-कव्वात्ली या सीरियाई राष्ट्रपतीलाच उलट आपल्या लष्कराची भीती वाटत होती. आपलं लष्कर आपल्याला डोईजड होईल आणि तुरुंगात टाकेल किंवा ठार मारेल अशा भीतीपोटी तो लष्कराला चुचकारत होता. इराकमध्येही अशीच परिस्थिती होती. स्वाभाविकपणे या दोन्ही देशांच्या राष्ट्रप्रमुखांनी पॅलेस्टाईनच्या प्रश्नी कणखर भूमिका घेण्याची अपेक्षाच चुकीची होती. शिवाय, फ्रेंचांच्या काळापासून सीरियाई लष्कराचं मुख्य काम बाह्य शत्रूंशी लढणं नसून अंतर्गत बंडाळी मोडून काढण्याचं होतं. आपल्या डोक्यावरची टांगती तलवार जरा क्षीण करण्यासाठी सीरियाई लष्करामधल्या सैनिकांचा आकडा ३०,००० वरून घटवून ६००० ते ७००० वर अल-कव्वात्लीनं आणला होता. तसंच लष्कराची ताकद कमी करण्यासाठी त्यानं नव्या शस्त्रास्त्रांच्या खरेदीवर बंदी घातली होती.

मुळात आपल्या शेजाऱ्यांकडून सीरियाला फारसा धोका जाणवत नव्हता. जो काही थोडाफार धोका संभवत होता तो पॅलेस्टाईनकडून म्हणजेच आता इस्त्रायलकडूनसुद्धा नव्हता; तो धोका जॉर्डनकडून होता. तरीही, सीरियाई जनतेमध्ये ज्यू लोकांनी पॅलेस्टिनी भूमीत केलेल्या अन्यायी थैमानाविषयी सर्वसामान्य सीरियाई जनतेमध्ये खूप संताप होता. त्याची दखल घेणं अल-कव्वात्लीच्या दृष्टीनं आवश्यक होतं. तिकडे जॉर्डनचा राजा अब्दुल्ला याला सीरिया आणि इराक यांचा घास गिळायची स्वप्नं पडत होती. १९४७च्या ऑगस्ट महिन्यात सीरियामधली निवडणूक झाल्यावर जॉर्डनबरोबर या दुकडीनं एकत्र येऊन एकच देश बनवावा असं आवाहन अब्दुल्लानं रेडिओवरच्या भाषणात करूनही टाकलं. अखेर आपणही कणखर आहोत असं दाखवण्यासाठी अल-कव्वात्लीनं आपलं लष्कर इस्त्रायली लष्कराशी लढण्यासाठी म्हणून पाठवलं. सीरियाई लष्करानं जिद्दीनं लढणं, अथक प्रयत्न करणं अशा गोष्टी अजिबात केल्या नाहीत. काही ठरावीक ठिकाणी इस्त्रायली लष्कराची पीछेहाट करून फक्त ६६.५ चौरस किलोमीटरचा प्रदेश सीरियाई सैनिकांनी आपल्या ताब्यात घेतला. याचे परिणाम लगेचच जाणवले. सीरियाई राजकारण्यांनी इस्त्रायलच्या विरोधात चिथावणीखोर भाषणं केल्यामुळे सीरियाई लष्कर इस्त्रायली लष्कराचा फडशा पाडणार अशी सर्वसामान्य सीरियाई नागरिकांची अपेक्षा होती, ती फोल ठरली. तसंच ज्यू लोकांकडून पॅलेस्टिनी नागरिकांवर होत

असलेल्या अन्यायाच्या बातम्या वेगानं पसरल्या. विस्थापित झालेले पॅलेस्टिनी लोक आश्रयासाठी आजूबाजूच्या देशांमध्ये शिरले. त्यात सीरियाचाही समावेश होता. या घटनाक्रमाचा फटका प्रामुख्यानं दमास्कस आणि अलेप्पो इथे बऱ्याच वर्षांपासून स्थायिक झालेल्या सीरियाई ज्यू लोकांना बसला. संख्येनं ते सुमारे ३०,००० जण होते आणि ते अरबी भाषक होते. त्यांच्यावर हल्ले झाले. त्यांची प्रार्थनास्थळं विद्रूप किंवा उद्ध्वस्त करण्यात आली. ज्यू लोकांच्या मुक्त संचारावर निर्बंध आले. त्यांची सीरियामधली बँक खाती गोठवण्यात आली. त्यांचे आर्थिक व्यवहारही बंद पाडण्यात आले. संधी मिळेल तशी साधून ज्यू लोकांनी आपला मुक्काम इतरत्र हलवण्याचा प्रयत्न केला. परिणामी, त्यांची संख्या वेगानं घटत गेली. १९७०च्या दशकात सीरियामध्ये जेमतेम ५००० ज्यू नागरिक होते. २००० उजाडेपर्यंत हा आकडा जवळपास शून्यावर आला.

इस्रायली लष्कराशी लढण्यासाठी आवश्यक असलेल्या युद्धसामग्रीशिवाय आणि अपुऱ्या संख्येनिशी लढणाऱ्या सीरियाई सैनिकांमध्ये कसलाच जोष नव्हता. आपल्याला विनाकारण आगीत ढकललं असल्याचं सीरियाई सैनिकांना वाटायला लागलं. त्यातच एका प्रकरणी सीरियाई राष्ट्रपती अल-कव्वात्ली आणि सीरियाई लष्करप्रमुख कर्नल हुस्नी झैम यांच्यात खडाजंगी झाली. अखेर अल-कव्वात्लीला वाटत होतं तसंच घडलं. ३० मार्च १९४९ रोजी सीरियाई लष्करानं दमास्कस शहरातल्या प्रमुख जागा आपल्या ताब्यात घेतल्या. रक्तहीन क्रांती घडवून राष्ट्रपती अल-कव्वात्लीला अज्ञातवासात धाडण्यात आलं. कर्नल हुस्नी झैमनं प्रशासनाची सूत्रं आपल्या ताब्यात घेतली. झैम हा मूळचा कूर्दिश वंशाचा होता. त्यानं घडवून आणलेल्या कटामध्ये अमेरिकेच्या 'सेंट्रल इन्व्हेस्टिगेशन्स एजन्सी (सीआयए)' या गुप्तचर संघटनेचाही हात होता. सीआयए ही संघटना सीरियावर नाखूश होती. एक तर, इतर अरब देशांनी इस्रायलशी शस्त्रसंधीचा करार केलेला असला तरी सीरियानं त्यात सामील व्हायला नकार दिला होता. दुसरं म्हणजे, सौदी अरेबियाच्या तेल वाहून नेण्यासाठीच्या वाहिनीला मार्ग करून द्यायलाही सीरिया तयार नव्हता. यामुळे सीआयएच्या दमास्कसमध्ये असलेल्या एका वरिष्ठ पदाधिकाऱ्यानं सीरियाला नमवण्याची गरज असल्याचं आपल्या वरिष्ठांना कळवलं.

कर्नल झैम सीरियामध्ये उठाव घडवून आणण्याचा कट रचत असल्याचं सीआयएच्या कानांवर नक्की पडलं होतं; पण त्यात कटात सीआयएचा प्रत्यक्ष सहभाग होता का, याची मात्र कल्पना नाही. आपल्याला इस्रायलशी शांततामय

संबंध प्रस्थापित करायचे असल्याचे झैमनं सीआयएला सांगितल्यावर सीआयए संघटना अत्यानंदित झाली. एवढ्यावर न थांबता झैमनं सीरियाई लष्करामधल्या साम्यवादी विचारसरणीच्या लोकांची यादीसुद्धा सीआयएला दिली. अल-कव्वात्लीच्या विरोधातला कट यशस्वी झाल्यावर झैमनं इस्रायलबरोबर गुप्त करार करण्याचा प्रयत्न केला. या करारानुसार, पॅलेस्टिनी भूमीतून इतरत्र गेलेल्या निर्वासितांच्या पुनर्वसनाविषयी काही निर्णय घेतले जाणं अपेक्षित होतं. त्याखेरीज इस्रायलबरोबर राजकीय संबंध प्रस्थापित करण्याचा सीरियाचा इरादा असल्याचा मसुदाही त्यात होता. हा करार जाहीर झाला असता तर सीरियाई नागरिकांमध्ये प्रचंड असंतोष निर्माण झाला असता आणि झैमला हा करार पूर्णत्वाला नेणं अवघड झालं असतं. या संकटातून झैम बचावला याचं मुख्य कारण म्हणजे या करारासाठी त्यानं मांडलेला प्रस्तावच डेव्हिड बेन गुरियन या इस्रायली पंतप्रधानानं फेटाळला. संपूर्णपणे युद्धबंदी केल्याशिवाय आपल्याला सीरियाबरोबर कुठलाच करार करायचा नसल्याचं त्यानं सांगून टाकलं.

कर्नल हुस्नी झैमनं रचलेला कट यशस्वी झाला असला तरी त्यानं सत्ता हस्तगत करून जेमतेम साडेचार महिने उलटलेले असताना १४ ऑगस्ट रोजी पहाटे आपल्या घरी झोपेत असलेल्या झैमला उठवण्यात आलं. झोपताना घालण्याच्या कपड्यांमध्ये असलेल्या झैमला अटक करण्यात आलं. त्यानंतर त्याला मारहाण करण्यात आली आणि गोळ्या घालून ठार करण्यात आलं. या घटनाक्रमाला जबाबदार सीरियन नॅशनल पार्टीचा नेता अंतून सादा याचे समर्थक होते. सादा याला काही दिवसांपूर्वी लेबेनॉनच्या संरक्षण दलानं ठार केलं होतं. यामागे झैमनंच रचलेला कट कारणीभूत असल्याचं सादाच्या समर्थकांचं मत होतं. आता या समर्थकांचा नेता कर्नल सामी हिनावी याच्याकडे सत्ता आली. त्यानं सीरियाचा कारभार पुन्हा सुरळीत करण्याचे प्रयत्न सुरू केले. नव्यानं निवडणुकांसाठीच्या तारखा त्यानं जाहीर केल्या खऱ्या; पण यातून निवडून आलेल्या संसदेची पहिली बैठक झाल्यावर जेमतेम एका आठवड्याच्या आतच हिनावीला पदच्युत करण्यात आलं. १९ डिसेंबर रोजीच्या या घडामोडींनंतर अदिब शिशाक्ली या दुसऱ्या कर्नलकडे सत्ता आली. पुढची ४ वर्षं; म्हणजे १९५४च्या फेब्रुवारी महिन्यापर्यंत त्यानं सीरियाचा राज्यकारभार सांभाळला.

शिशाक्लीची शैली पडद्याआडून राज्यकारभार करण्याची होती. म्हणजेच वरून तो आपल्या सत्तेचा धाक वगैरे दाखवत नसे; पण लष्करातलेच नव्हे; तर

ब्रिटिशांच्या साथीनं आपल्या कह्यात असलेले इराक, जॉर्डन आणि तुर्कस्थान या देशांकरवी सीरियात गोंधळ घालण्याचा अमेरिकेचा प्रयत्न होता. याची सुरुवात या देशांच्या सीमारेषांपैकी काही ठिकाणी सीरियाशी घुसखोरीबाबत चकमकी झाल्याचं भासवायचं आणि त्या कारणाखाली सीरियाशी लढाई सुरू करायची, असा हा डाव होता. प्रत्यक्षात हा बेत फक्त कागदापुरताच शिल्लक राहिला असला तरी तो 'भरभक्कम' असल्याची नोंद ब्रिटिश पंतप्रधान हॅरॉल्ड मॅकमिलनच्या लिखाणात सापडते. हा कट फसल्यामुळे सीरिया अजूनच जास्त त्वेषानं सोव्हिएत आधिपत्याखाली आला. त्यातच १९५७च्या ऑक्टोबर महिन्यात आपलं लष्कर सीरियाई लष्कराच्या खांद्याला खांदा लावून लढेल, असं जाहीर करून इजिप्तच्या नासरनं सीरियामध्ये आपल्या लष्कराची तुकडी पाठवून दिल्यामुळे इजिप्त आणि सीरिया यांचीही युती भरभक्कम झाली. आता 'इजिप्तबरोबर सीरियानं विलीन व्हावं' या मागणीनं जोर धरला. सीरियात लोकशाही नांदणं आणि एखाद्या राजकीय पक्षानं राज्यकारभार समर्थपणे चालवणं या गोष्टी घडताना दिसत नव्हत्या.

राजकारणातलेही सगळे लोक त्याला वचकून असत. हुकूमशाहीचं वातावरण त्यानं अप्रत्यक्षरीत्या निर्माण केलं. सुरुवातीला तो लोकप्रियही होता. खासकरून सीरियाई लष्कराला त्यानं प्रोत्साहित केलं. सीरियाई लष्करातल्या सैनिकांची संख्या त्यानं १९५१मध्ये ३१,५०० वरून ४३,००० वर नेली. पॅलेस्टिनी भूमीवर इस्रायलचं वाढणारं प्राबल्य तसंच तुर्कस्थान, जॉर्डन आणि इराक यांचा वाढता धोका यामुळे आपलं लष्कर भरभक्कम असावं, अशी शिशाक्लीची इच्छा होती. अशा प्रकारे लष्कराला प्रशिक्षित करणं आणि शस्त्रास्त्रं पुरवणं यामागे शिशाक्लीचा हेतू फक्त बाह्य शक्तींपासूनच्या धोक्याचा सामना करण्याचा नव्हता; आपल्या विरोधात देशांतर्गत कट रचला जाऊ नये यासाठी त्याला तयारी करायची होती. शिशाक्लीनं आपली सत्ता भरभक्कम केली असली तरी काही वर्षांनी अलेप्पोमध्ये त्याच्या विरोधात जनमत पेटायला लागलं. याला इराकचा गुप्त पाठिंबा होता. लवकरच हा

वणवा होम्स, हमा आणि दमास्कस इथेही पसरला. सुरुवातीला हा उठाव फसणार अशी चिन्हं दिसत होती. शिशाक्लीनं हा उठाव ठेचून काढण्यासाठी लष्कराची तुकडी पाठवली. त्यांनी प्रमाणाबाहेर हिंसाचार केला आणि वातावरण तापलं. आपल्याच बांधवांवर अशा प्रकारचे हल्ले करणं चुकीचं असल्याची भावना लष्करामधल्या काही जणांमध्ये पसरली. शिशाक्लीच्या विरोधात उठाव सुरू झाला आणि तो वेगानं पसरत गेला. आपला जीव कसाबसा वाचवून शिशाक्लीनं बैरुतला पलायन केलं. तिथे त्याच्या एका विरोधकानं १९६४मध्ये त्याची हत्या केली. यामुळे पुढची काही वर्षं सीरियामध्ये बाथ पक्षाचं वर्चस्व वाढलं.

या गोंधळात अज्ञातवासात गेलेला शुक्री अल-कव्वात्ली राजकारणात परतला. १९५५ची निवडणूक जिंकून तो पुन्हा एकदा सीरियाचा राष्ट्रपती बनला.

हा कालखंड शीतयुद्धाचा होता. दुसऱ्या महायुद्धानंतर जगावर आपलं वर्चस्व प्रस्थापित करण्यासाठी अमेरिका आणि सोव्हिएत युनियन या महासत्तांमध्ये रस्सीखेच सुरू होती. मध्यपूर्व आशियावर सोव्हिएत साम्यवादाची छाया पडू नये यासाठी अमेरिकेनं खूप प्रयत्न केले. तरीही, अमेरिकेच्या इस्रायलवादी धोरणांमुळे या भागांमधले अनेक देश नाराज झाले. त्यांनी सोव्हिएत युनियनची बाजू घेतली. उदाहरणार्थ, इजिप्तचा राष्ट्रपती नासर यानं सोव्हिएत युनियनकडून शस्त्रास्त्रं मिळवली. इस्रायलकडून असलेल्या संभाव्य धोक्याला तोंड देण्यासाठी हे धोरण स्वीकारणं त्याला आवश्यक वाटलं. सीरियाही सोव्हिएत युनियनकडेच वळला. यामुळे सीरियामध्ये अंदाधुंद माजून तिथलं सरकार कोसळावं यासाठी अमेरिकेनं प्रयत्न सुरू केले. ब्रिटिशांच्या साथीनं आपल्या कह्यात असलेले इराक, जॉर्डन आणि तुर्कस्थान या देशांकरवी सीरियात गोंधळ घालण्याचा अमेरिकेचा प्रयत्न होता. याची सुरुवात या देशांच्या सीमारेषांपैकी काही ठिकाणी सीरियाशी घुसखोरीबाबत चकमकी झाल्याचं भासवायचं आणि त्या कारणाखाली सीरियाशी लढाई सुरू करायची, असा हा डाव होता. प्रत्यक्षात हा बेत फक्त कागदापुरताच शिल्लक राहिला असला तरी तो 'भरभक्कम' असल्याची नोंद ब्रिटिश पंतप्रधान हॅरॉल्ड मॅकमिलनच्या लिखाणात सापडते. हा कट फसल्यामुळे सीरिया अजूनच जास्त त्वेषानं सोव्हिएत आधिपत्याखाली आला. त्यातच १९५७च्या ऑक्टोबर महिन्यात आपलं लष्कर सीरियाई लष्कराच्या खांद्याला खांदा लावून लढेल, असं जाहीर करून इजिप्तच्या नासरनं सीरियामध्ये आपल्या लष्कराची तुकडी पाठवून दिल्यामुळे इजिप्त आणि सीरिया यांचीही युती भरभक्कम झाली. आता

'इजिप्तबरोबर सीरियानं विलीन व्हावं' या मागणीनं जोर धरला. सीरियात लोकशाही नांदणं आणि एखाद्या राजकीय पक्षानं राज्यकारभार समर्थपणे चालवणं या गोष्टी घडताना दिसत नव्हत्या.

१९५८च्या जानेवारी महिन्यात सीरियाई लष्करामधले काही वरिष्ठ अधिकारी या गोष्टींच्या संदर्भात नासरशी चर्चा करण्यासाठी इजिप्तला रवाना झाले. स्वत: नासर बऱ्याच काळापासून इजिप्त आणि सीरिया यांच्या एकत्रीकरणाविषयी जाहीरपणे बोलत असे. आता मात्र सीरियाई अधिकारी खरोखरच या प्रकरणी गंभीरपणे चर्चा करण्यासाठी आल्याचं बघून तो एकदम चकितच झाला. हा सगळा प्रकार फक्त लोकांच्या भावना भडकवण्यासाठी आणि आंतरराष्ट्रीय पातळीवर आपण सीरियाबरोबर तह करून आणखी बलवान होऊ शकतो हे भासवण्यासाठी करण्याची त्याची कल्पना होती. खरोखरच असं काही घडून यावं असं त्याला अजिबात वाटत नव्हतं. अख्ख्या अरब जगाचं नेतृत्व करण्याची त्याची महत्त्वाकांक्षा नक्कीच होती; पण या देशांचं एकत्रीकरण करून ते साध्य करावं असं त्याला अजिबातच वाटत नव्हतं. इजिप्त आणि सीरिया यांच्या सामाजिक रचनांमध्येही मूलभूत फरक होते. इजिप्त हा तसा एकसंध देश होता. तिथे खूप भिन्न विचारसरणी किंवा संस्कृती असलेले समाज नव्हते. सीरिया मात्र कृत्रिमरीत्या तयार करण्यात आलेल्या देशासारखा होता. अलेप्पो, दमास्कस आणि इतर भाग इथल्या लोकांमध्ये प्रचंड फरक होते. अशा पार्श्वभूमीवर इजिप्त आणि सीरिया यांचं एकत्रीकरण होणंच अशक्यप्राय होतं. नासरनं इजिप्तमधल्या बहुपक्षीय राजकारणाला पूर्णविराम देत एकपक्षीय राजकारण राबवलं होतं. खासकरून साम्यवादी विचारसरणीकडे झुकणाऱ्या बाथ पक्षाला तर तिथे अजिबातच स्थान नव्हतं. स्वाभाविकपणे सीरियाशी एकत्रीकरण करणं एकाच अटीवर त्याला मान्य होतं : सीरियामधल्या राजकारणानं आणि समाजानं इजिप्तमध्ये पूर्णपणे विरघळून जाणं. याचा अर्थ बाथ पक्षही संपणार असा होता.

नासरची भेट घेतलेलं शिष्टमंडळ सीरियाला परतलं. सीरियाई राज्यकर्त्यांची या संदर्भात बैठक झाली. पुन्हा नासरसमोर एक नवा प्रस्ताव ठेवण्याचं निश्चित करण्यात आलं. नासर मात्र आपल्या आधीच्या मतांवर ठाम होता. आपल्या अटींमध्ये कसलीच सूट द्यायला आपण तयार नसल्याचं त्यानं स्पष्ट केलं. अखेर नासरचा प्रस्ताव स्वीकारण्यावाचून दुसरा कुठलाच मार्ग सीरियाई प्रशासकांसमोर उरला नाही. १ फेब्रुवारी १९५८ रोजी या संदर्भातला करार झाला. सीरियानं आपलं

स्वातंत्र्य आणि संयुक्त राष्ट्रसंघाचं प्रतिनिधित्व या दोन्ही गोष्टी गमावल्या. इजिप्त आणि सीरिया यांचा मिळून 'संयुक्त अरब प्रजासत्ताक' असा देश बनला. सीरियाचं नाव 'संयुक्त अरब प्रजासत्ताकामधला उत्तरेकडचा प्रदेश' असं झालं. या संयुक्त राष्ट्राला असं नाव देण्याचं महत्त्वाचं कारण म्हणजे इतर अरब देशांनीही आपली बंधनं झुगारून देत या नव्या राष्ट्रामध्येच विलीन होण्यासंबंधीचा विचार करावा, हे होतं.

अशा प्रकारे सीरियामधली लोकशाही आणि तिथला बाथ पक्ष यांचा अस्त झाला. सीरियामधली लोकशाहीची थट्टा बघून कदाचित मिशेल अफ्लाकला आपला बाथ पक्ष नसलेलाच बरा असंही वाटलं असावं. एवीतेवी बाथ पक्षाला या घटनाक्रमाआधीच्या शेवटच्या निवडणुकीत एकही जागा मिळालेली नव्हती. म्हणूनच आपल्याला आदर्शवत वाटणाऱ्या गोष्टी इजिप्तबरोबरच्या विलीनीकरणामधून तरी साध्य होतील अशी आशा त्याला वाटली. बाथ पक्षामध्ये प्रचंड गटबाजी उफाळून आली होती. कुणीही सल्लामसलतीनं किंवा इतरांचे विचार लक्षात घेऊन कृती करत नव्हतं. नासरनं लगेचच सगळ्या साम्यवादी संघटना आणि संबंधित पक्ष यांच्यावर बंदी घातली. सीरियामधला साम्यवाद संपला.

मूळ इजिप्तची लोकसंख्या सीरियाई लोकसंख्येपेक्षा चार-पाच पटींनी जास्त होती. सुवेझ कालवा आणि नाईल नदी या अत्यंत महत्त्वाच्या ठिकाणांवर इजिप्तची मालकी होती. तसंच वसाहतवादी देशांकडून स्वातंत्र्य मिळालेल्या किंवा ते मिळवण्याच्या बेतात असलेल्या आफ्रिकी-अरब देशांचं आंतरराष्ट्रीय पातळीवरचं अघोषित नेतृत्वही इजिप्तकडेच होतं. आता शुक्री अल-कव्वात्लीकडून सीरियाच्या राष्ट्रपतिपदाची सूत्रं गेली. त्याला नावापुरतं 'प्रथम अरब नागरिक' असं बिनअधिकाराचं पद देण्यात आलं. नव्या संयुक्त अरब प्रजासत्ताकाच्या प्रशासनासाठी तब्बल चार उपराष्ट्रपती नेमण्यात आले. त्यामधले दोघे जण सीरियाई होते. त्यात आम हुरानीचा समावेश होता. तसंच या प्रजासत्ताकाच्या ६०० सदस्यांच्या संसदेत ४०० प्रतिनिधी इजिप्तचे, तर २०० प्रतिनिधी सीरियाचे असतील असं ठरलं. या आकडेवारीवरून सीरियाला इजिप्तनं प्रमाणाबाहेर महत्त्व दिलं असल्याचं वरकरणी वाटलं असलं, तरी प्रत्यक्षात मात्र हा नुसता दिखावा असल्याचं लवकरच स्पष्ट झालं. सगळे निर्णय नासरच्या हाती एकवटलेले होते. सीरियाई प्रशासक म्हणजे नुसते बाहुले होते. त्यांचे वैयक्तिक पातळीवर भरपूर लाड होत असले तरी त्यांना राजकीयदृष्ट्या काहीच महत्त्व नव्हतं, हे काही काळातच

स्पष्ट होत गेलं. साहजिकच, वैतागून या नव्या संयुक्त प्रजासत्ताकामधल्या वरिष्ठ सीरियाई प्रशासकांनी आणि पदाधिकाऱ्यांनी आपल्या पदांना रामराम ठोकला.

इतकी वर्षं सीरियाई अर्थव्यवस्थेमध्ये सरकारची फारशी लुडबूड होत नसे. इतकंच नव्हे; तर मुळात सरकारी यंत्रणाच इतक्या अस्थिर होत्या, की अर्थकारणावर प्रभावशाली घराणी आणि खासगी उद्योजक यांचा पगडा होता. आता इजिप्तनं सीरियावरही आपला पंचवार्षिक आर्थिक सुधारणा कार्यक्रम राबवायचं ठरवलं. सीरियाई बँकांचं राष्ट्रीयीकरण करण्याचा घाट घालण्यात आला. सीरियामधल्या खासगी मालमत्तेचंही सरकारीकरण करण्याचा कार्यक्रम आखण्यात आला. वैतागून २८ सप्टेंबर १९६१ रोजी सीरियाई लष्करानं दमास्कसमध्ये उठाव केला. आपल्याला नासरशी चर्चा करायची असल्याचं त्यांनी सांगितलं खरं; पण नासर याला अजिबात बधला नाही. यामुळे सीरियाई लष्करानं आपला देश इजिप्तबरोबरच्या संयुक्त अरब प्रजासत्ताकामधून बाहेर पडत असल्याचं जाहीर केलं. याला उत्तर म्हणून नासर बळाचा वापर करू शकला असता; पण त्यानं असं करायचं टाळलं. सीरिया दुसऱ्यांदा स्वतंत्र झाला!

उद्योजक आणि व्यावसायिक मंडळींचा पाठिंबा असलेल्या आणि परंपरावादी विचारसरणी असलेल्या दमास्कसमधल्या लष्करी अधिकाऱ्यांनी हा उठाव घडवून आणला होता. त्यांना बाहेरून सौदी अरेबिया आणि जॉर्डन या देशांचा पाठिंबा होता. सगळे अरब देश नासरच्या पाठीशी उभे राहिले तर आपलं वर्चस्व कमी होण्याची भीती त्यांना सतावत होती. आता सीरियात नव्यानं निवडणूक घेण्यात आली आणि त्यानंतर आधीच्या धर्तीवर संसद पुन्हा कामकाज बघायला लागली.

तिकडे आपला अपमान नासर विसरू शकत नव्हता. त्याच्या रेडिओवरच्या गाजणाऱ्या भाषणांमध्ये त्यानं दगाबाज लोकांवर कडाडून टीका केली. तसंच आपल्या हेरांना सीरियामध्ये पेरून त्यानं तिथे अशांतता माजवण्यासाठी प्रयत्न केले. सीरियामधल्या राजकीय पक्षांनी आपली पुनर्बांधणी करण्याचे प्रयत्न केले. देश एका संकटातून दुसऱ्यात गटांगळ्या खात राहिला. १९६२मध्ये नवा उठाव झाला आणि कहर म्हणजे या उठावाला ठेचून काढण्यासाठी आणखी एक विरोधी उठाव झाला! अखेर ८ मार्च १९६३ रोजी बाथ पक्ष, नासरवादी आणि अपक्ष यांचा समावेश असलेल्या लष्करी अधिकाऱ्यांनी सत्ता आपल्याकडे खेचून घेतली. याबरोबरच सीरियामधला सुन्नी मुस्लिमांच्या वर्चस्वाचा काळ संपुष्टात आला. अलावी, ख्रिस्ती, ड्रूझ आणि इस्माइली या वंशांच्या लोकांची अचानक

चांदी झाली. या सगळ्या अल्पसंख्याक समुदायांनी बहुसंख्याक सुन्नी मुस्लिमांवर वर्चस्व गाजवण्याचा अकल्पित प्रकार सुरू झाला. यातून अनेक विचित्र प्रकार घडले. प्रशासनाचा कसलाच अनुभव नसलेल्या लोकांकडे महत्त्वाची खाती आली. उदाहरणार्थ, खासगी उद्योगक्षेत्राची कसलीच जाण नसलेल्या एका माणसाकडे या विभागाची जबाबदारी आली. तो कडव्या डाव्या विचारसरणीचा असल्यामुळे त्यानं त्याच्याकडून अपेक्षित असलेलं काम करण्याचा प्रश्नच उद्भवत नसे! प्रशासन आणि लष्कर अशा दोन्ही महत्त्वाच्या ठिकाणी वशिलेबाजीला ऊत आला. खासकरून अलावी पंथाच्या लोकांचं महत्त्व एकदमच वाढलं. सोव्हिएत युनियनबरोबर सीरियाचे संबंध एकदम सुधारले; पण बाथ पक्षाकडे अनधिकृतपणे लष्कराचा ताबा आला. या पक्षानं सीरिया हा इतर अनेक देशांप्रमाणे सोव्हिएत युनियनच्या हातचा बाहुला बनणार नाही, याची खबरदारी घेतली.

१९६३च्या जुलै महिन्यात नासरवादी गटानं परत एकदा उठाव घडवून आणण्याचा प्रयत्न केला; पण तो फोल ठरवण्यात आला. यात शेकडो लोक ठार झाले. या घटनेमुळे सीरियाई लष्करावरची बाथ विचारसरणीची पकड आणखी घट्ट करण्यात आली. २७ नासरवादी सैनिक आणि अधिकारी यांना घाईघाईनं एका न्यायालयापुढे उभं करण्यात आलं आणि त्यांना गोळ्या घालून 'न्याय' देण्यात आला. सीरियामध्ये भीती आणि गोंधळ यांचं थैमान सुरू झालं. घाबरून किंवा वैतागून अनेक जणांनी देश सोडून इतरत्र बस्तान हलवायला सुरुवात केली. या सगळ्याला बाथ पक्षाचं दिशाहीन नेतृत्व असल्याचा निष्कर्ष बहुतेकांनी काढला. अनेक ठिकाणी बाथ पक्ष हा इस्लामचा शत्रू असल्याच्या घोषणा देत आणि तशाच मजकुराचे फलक हाती घेत लोक रस्त्यांवर उतरले. सीरियाई राजपटलावरून मुस्लीम ब्रदरहूड हा पक्ष केव्हाच अस्तंगत झाला होता. पण आता सीरियामध्ये नव्यानं इस्लामला अनुकूल होत असलेल्या वातावरणात अशा पक्षांना पुन्हा नव्यानं स्थान मिळू शकेल असं वाटायला लागलं. सुन्नी पंथामधल्या धार्मिक नेत्यांनी देशभर आंदोलनं, संप, निदर्शनं यासाठी हाकाटी दिली. यामुळे काही ठिकाणी हिंसाचार झाला. १९६६च्या फेब्रुवारी महिन्यात बाथ पक्षामधली दुफळी उफाळून वर आली. मिशेल अफ्लाकच्या विरोधकांनी यात आपलं वर्चस्व सिद्ध करण्याचा प्रयत्न केला. अफ्लाक मात्र मागे हटला नाही. धीरानं त्यानं या परिस्थितीतून मार्ग काढत परत एकदा आपला वरचश्मा प्रस्थापित केला. या सुमाराला सीरियाचा लष्करप्रमुख अमिन अल-हफीझ होता. बाह्य जगाच्या नजरेतून तोच सीरियाचा

सर्वेसर्वा होता. त्याची मर्जी अफ्लाकनं संपादित केली. यामुळे हफीझनं नवं सरकार स्थापन केलं. काही दिवसांमध्ये आणखी एका कटानं त्यालाही पदच्युत करवलं. हा उठाव सुरू असताना झालेल्या गोळीबाराचे आवाज जवळच राहत असलेल्या अफ्लाकला ऐकू आले. आता आपल्यालाही अटक होणार अशी त्याची अपेक्षा होती. प्रत्यक्षात मात्र त्याच्याकडे कुणी ढुंकूनसुद्धा बघितलं नाही! तिथून तो आधी बैरुतला गेला आणि नंतर ब्राझीलमध्ये राहिला. कालांतरानं आपल्या अखेरच्या दिवसांमध्ये सद्दाम हुसेनच्या बाथ पक्षाचं समर्थन करत त्यानं इराकमध्ये प्राण सोडले.

आता सलाह जदिद या अलावी पंथाच्या लष्करी अधिकाऱ्याकडे सीरियाची सूत्रं आली. सीरियात आता 'राष्ट्रपती' असं पदच नव्हतं. त्याऐवजी 'राष्ट्रप्रमुख' म्हणून हे नेते ओळखले जात. त्याखालोखाल पंतप्रधान आणि परराष्ट्रमंत्री अशी पदं मात्र होती. या काळात आपल्या विरोधकांना ठार किंवा किमान पदच्युत करण्याचा प्रकार सत्ताधाऱ्यांनी खूप मोठ्या प्रमाणावर राबवला. याचा परिणाम अनेक महत्त्वाच्या पदांवरून सुन्नी लोक हटण्यात झाला. उदाहरणार्थ, ३ मार्च १९६४ रोजी तब्बल १०४ वरिष्ठ अधिकाऱ्यांना अचानकपणे कामावरून काढून टाकण्यात आलं. यानंतर तीन दिवसांनी आणखी १५० जण अशाच प्रकारे पदच्युत करण्यात आले. असे प्रकार घडत राहिले. सलाह जदिदचं सरकार सीरियाच्या आधुनिक काळातल्या इतिहासामधलं सगळ्यात क्रांतिकारी होतं. पूर्वीपासून सत्तेची सूत्रं आपल्या हाती ठेवलेल्या आणि अर्थकारणाची सूत्रं आपल्याकडे बाळगलेल्या लोकांचा वरचश्मा या सरकारनं दूर केला. याखेरीज, 'लोकांना धर्माची अफू देणं योग्य नाही' असं सरकारच्या वतीनं प्रत्यक्ष-अप्रत्यक्षरीत्या सांगितलं जात असे. याविषयीचा एक अत्यंत आक्रमक लेख अधिकृत सरकारी वार्तापत्रात छापून आल्यावर लोकांमध्ये असंतोषाचा भडका उडाला. अमेरिकेच्या तालावर सरकार ही थेरं करत असल्याची टीका अनेकांनी केली. एकूणच जनतेच्या मतांचा आदर या सरकारला नाही, अशी भावना पसरत गेली. सीरियाचं लष्कर भरभक्कम करण्याऐवजी आपल्या विरोधातल्या लोकांना पदावरून काढून टाकण्याच्या कार्यक्रमातच सरकार मग्न होतं. यामुळे १९६७च्या जून महिन्यात इस्रायलविरुद्ध सीरियाचं युद्ध झालं तेव्हा सीरियाई लष्कराची अवस्था खराब होती. सीरियाई लष्करामधल्या सुमारे एक-तृतीयांश अधिकाऱ्यांना काढून त्यांच्या जागी अर्धशिक्षित लोकांना नेमण्यात आलं

होतं. यात ग्रामीण भागातल्या शालेय शिक्षकांचा भरणा होता! १९६३पासून सीरियाचा संरक्षणमंत्री सात वेळा, तर लष्करप्रमुख चार वेळा बदलण्यात आला होता!

इस्रायल आणि त्याचे अरब शेजारी देश यांच्यामधला तणाव कित्येक वर्षांपासून वाढत गेला होता. यामागे भौगोलिक, पाण्याच्या हक्कांसंबंधीचे, राजकीय, आर्थिक अशी अनेक कारणं होती. आपलं लष्कर इस्रायली लष्कराच्या तुलनेत कमजोर असल्याची जाणीव असूनसुद्धा इजिप्तच्या नासरनं अत्यंत आक्रमक भाषा केली. त्यामुळे इस्रायली जनसामान्यांमध्ये भीतीची लहर उमटली. साईनाई प्रांतात नासरनं आपलं लष्कर धाडलं. अरब देशांमध्ये प्रखर राष्ट्रवादाचे वारे वाहायला लागले. आपण या परिस्थितीत नासरला पाठिंबा दिला पाहिजे हे ओळखून जॉर्डनचा राजा हुसेन यानं 'नासरच्या नेतृत्वाखाली आपलंही लष्कर लढेल', असं जाहीर केलं. आपण इस्रायलला धमकावून नमतं घ्यायला भाग पाडू शकतो, असं नासरला सिद्ध करायचं होतं. यामुळे त्याची पत वधारली असती. तसंच शीतयुद्धाच्या खेळात अमेरिकाविरोधी गटामध्ये नासरची जागा अजून भरभक्कम झाली असती. नासरची ही महत्त्वाकांक्षा अनाठायी होती.

५ जूनच्या सकाळी इस्रायलनं इजिप्तवर हल्ला केला. नासर कल्पित युद्ध खेळत होता; इस्रायलनं प्रत्यक्ष आक्रमण केलं. इजिप्तचं लष्कर खिळखिळं करणं आणि भविष्यात कुठल्याही अरब देशानं आपल्या विरोधात दंड थोपटण्याची हिंमत करू नये याची व्यवस्था करणं, हे इस्रायलचे मुख्य उद्देश होते. इस्रायलचा हल्ला जबरदस्तच होता. अगदी पहिल्या दिवशीच इस्रायली हवाईदलानं इजिप्तच्या धावपट्ट्या आणि तळांवर उभी करण्यात आलेली लष्करी विमानं यांचं अतोनात नुकसान केलं. यामुळे इजिप्तच्या लष्कराचं अक्षरशः कंबरडं मोडलं. यानंतर इस्रायली हवाईदलानं इतर प्रकारचे हल्ले करून अरब शत्रूंच्या नाकीनऊ आणले. ६ जूनला संयुक्त राष्ट्रसंघानं युद्धबंदीसंबंधीचा प्रस्ताव मांडला आणि ८ जूनला सीरियानं तो स्वीकारलाही! असं असूनही सीरियाच्या मालकीचा गोलान हाईट्सचा भाग आपल्या ताब्यात घेण्याचे आदेश इस्रायली संरक्षणमंत्री मोशे दयान यानं आपल्या लष्कराला दिले. कहर म्हणजे त्याचा हा अत्यंत एककल्ली निर्णय होता. इस्रायलच्या मंत्रीमंडळाचीही याला मान्यता नव्हती!

'६ दिवसांचं युद्ध' म्हणून ओळखल्या जाणाऱ्या या लढाईच्या अखेरच्या दोन दिवसांत इस्रायलनं आणखी आक्रमणं केली. त्यातल्या पहिल्या दिवशी सीरियाई लष्करानं चिवट झुंज देण्याचा प्रयत्न केला; पण तो अपुरा पडला. सीरियाई

लष्करामधली बेशिस्त आणि अपुरी तयारी हे सगळं उघड पडलं. दुसऱ्या दिवशी सीरियाई सैनिकांनी आणखी त्वेषानं लढणं अपेक्षित असताना आपली दुसऱ्या आघाडीवर जोरदार पीछेहाट झाल्याची खोटी बातमी ऐकून ते पार गळून गेले. सीरियाई संरक्षणमंत्री हफिझ अल-असाद यानं ही अफवा असल्याचं रेडिओवरून जाहीर करेपर्यंत खूप उशीर झाला होता. सीरियानं अगदी सपशेल माघार घेतली. सीरियाई लष्कराचा बराच किमती ऐवज इस्रायलनं जप्त केला. या घटनाक्रमामुळे सीरियाई नेतृत्वामध्ये गोंधळ माजणं अगदी स्वाभाविक होतं. खासकरून राष्ट्रप्रमुख सलाह जदिद आणि संरक्षणमंत्री हफिझ अल-असाद यांच्यामधले मतभेद विकोपाला गेले. पूर्वी इजिप्त आणि सीरिया यांचं संयुक्त अरब प्रजासत्ताक असण्याच्या काळात कैरोमध्ये बाथ पक्षाची गुप्त लष्करी संघटना उभी करण्यात या दोघांचा मोठा वाटा होता. दोघं पूर्वीपासूनच एकमेकांचे सहकारी होते. आता मात्र हफिझ अल-असादनं लष्करामधून सलाह जदिदच्या समर्थकांना दूर करायला सुरुवात केली. त्यांच्या जागी हफिझ अल-असादनं आपल्या मर्जीतल्या लोकांना नेमलं. यातल्या काही जणांना सलाह जदिदनं सत्तेवर आल्यानंतर पदच्युत केलेलं होतं. त्यांना पुन्हा नेमून त्यांच्यावरचा अन्याय आपण दूर करत असल्याची आणि ते आपले उपकार विसरू शकणार नसल्याची भावना हफिझ अल-असादच्या मनात होती. हळूहळू बाथ पक्षीय संघटना आणि लष्कर यांच्यामधला दुरावा वाढत गेला. दोघांच्या निष्ठा निरनिराळ्या असल्याचा हा परिणाम होता.

१९६९च्या फेब्रुवारी महिन्यात गृहमंत्री कार्यालयात महत्त्वाच्या पदावर असलेल्या रिफात या आपल्या धाकट्या भावाच्या मदतीनं हफिझ अल-असादनं आपला प्रभाव आणखी वाढवला. रातोरात सीरियाई लष्कराचे रणगाडे रस्त्यांवर आले. वर्तमानपत्रांचे संपादक, रेडिओवरचे अधिकारी, सरकारी आणि पक्षीय अधिकारी अशा अनेक महत्त्वाच्या पदांवर सलाह जदिदच्या समर्थकांच्या जागी हफिझ अल-असादचे समर्थक आले. हे पाहून अशाच घटना रोखण्यासाठी म्हणून नेमण्यात आलेल्या बाथ पक्षाच्या राष्ट्रीय सुरक्षाप्रमुखानं स्वतःच्या डोक्यात गोळी घातली. ताण वाढत गेला.

अखेर १९७०चा ऑक्टोबर महिना संपायला आलेला असताना सलाह जदिद आणि हफिझ अल-असाद यांच्यामधल्या संघर्षामधली शेवटची ठिणगी पडली. याआधी २८ सप्टेंबर रोजी इजिप्तच्या नासरचं हृदयविकाराच्या झटक्यानं निधन झालं. नासर नुकताच अम्मानहून घरी परतला होता. जॉर्डनचा राजा हुसेन आणि

पॅलेस्टिनी मुक्ती संघटनेचा म्हणजे पीएलओचा नेता यासर अराफात यांच्यामध्ये शांतता करार करण्यासाठीची महत्त्वाची भूमिका बजावण्यासाठी नासर तिथे गेला होता. जॉर्डन आणि पीएलओ यांच्यामधल्या संघर्षात सीरियाही भरडून निघाला होता. सलाह जदिदचा वैचारिकदृष्ट्या पीएलओला पाठिंबा असल्यामुळे त्यानं आपलं लष्कर जॉर्डनच्या विरोधात लढण्यासाठी पाठवण्याचा आग्रह धरला होता. हफिझ अल-असादला मात्र खूप मोठ्या प्रमाणावर सीरियानं यात पडू नये आणि पॅलेस्टाईनला अगदी माफक मदत करावी, असं वाटत होतं. याचं कारण म्हणजे जॉर्डनच्या वतीनं इस्रायल आणि अमेरिका या भानगडीत आपलं नाक खुपसू शकतात याची हफिझ अल-असादला कल्पना होती. तसं घडल्यास पुन्हा एकदा सीरियाई लष्कर मोठ्या प्रमाणावर भरडलं जाणार, हे उघड होतं. यामुळे त्यानं सीरियाई लष्कराला जॉर्डनच्या विरोधात रणभूमीवर उतरण्यापासून रोखलं. साहजिकच, पीएलओला जॉर्डन नमवणार हे स्पष्ट झालं.

या पार्श्वभूमीवर ऑक्टोबर महिन्याच्या अखेर बाथ पक्षाच्या राष्ट्रीय कार्यकारणीची बैठक भरली. या बैठकीत सलाह जदिदनं पक्षावरचा आपला सुटत चाललेला ताबा भरभक्कम करण्यासाठी जोरदार प्रयत्न केले. हफिझ अल-असाद घाबरट असून त्यानं वर्चस्ववादी शक्तींपुढे गुडघे टेकले असल्याची जहाल टीका करण्यात आली. हफिझ अल-असाद आणि त्याच्या खास विश्वासातला सहकारी या दोघांनाही पदच्युत करण्यात आलं. ही बैठक संपताच हफिझ अल-असादनं आपली चाल खेळली. लष्करानं पक्षाची आणि पक्षीय संघटनांची सगळी कार्यालयं आपल्या ताब्यात घेतली. रक्तहीन उठाव घडला. सलाह जदिदला त्याच्या कार्यालयात भेटायला म्हणून हफिझ अल-असाद गेला. त्यानं सलाह जदिदला राष्ट्रप्रमुख पदावरून पायउतार व्हायला सांगितलं. यावर अत्यंत भडकलेल्या सलाह जदिदनं 'जर मी पुन्हा राष्ट्रप्रमुख झालो तर तुला मरण येईपर्यंत रस्त्यांमधून फरफटत नेईन' असं हफिझ अल-असादला सांगितलं असल्याचं मानलं जातं. प्रत्यक्षात मात्र अटक करण्यात आलेला सलाह जदिद १९ ऑगस्ट १९९३ या त्याच्या मृत्युदिनापर्यंत तुरुंगवासातच खितपत राहिला.

❑❑❑

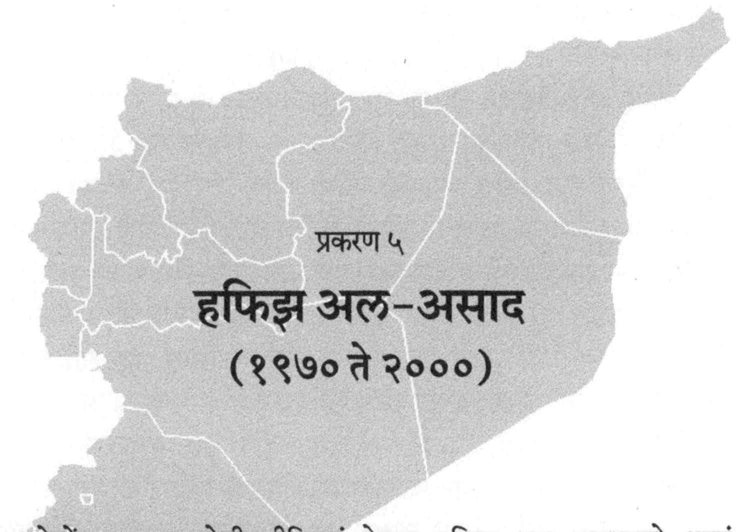

प्रकरण ५

हफिझ अल-असाद
(१९७० ते २०००)

१३ नोव्हेंबर १९७० रोजी सीरियाचं नेतृत्व हफिझ अल-असादकडे आलं. सीरियासाठी हा पूर्णपणे नव्या युगाचा आरंभ ठरला. १० जून २००० या दिवशी हफिझ अल-असादचं निधन झालं. तोपर्यंत सीरियावर त्याचीच सत्ता कायम राहिली. हफिझ-अल असादची सत्ता सीरियामध्ये प्रस्थापित होईपर्यंतच्या वादळी घडामोडी बघता, त्यानंतर इतका काळ एकाच माणसाची सत्ता सीरियामध्ये राहील असं भाकित कुणी केलं असतं, तर त्या माणसाला पूर्ण वेडं ठरवलं गेलं असतं. अर्थात, सीरियाला स्थैर्य आणि भरभक्कम नेतृत्व यांची गरज असल्याचं मात्र सगळ्यांनीच मान्य केलं असतं. खासकरून इस्रायलकडून झालेल्या दारुण पराभवानंतर सीरियाची अवस्था अजूनच बिकट झाली होती. सीरियाला या दोलायमान परिस्थितीतून बाहेर काढण्यासाठी हफिझ अल-असादनं सीरियात तसंच सीरियाबाहेर गरज पडेल तेव्हा अत्यंत आक्रमक धोरण राबवलं. हुकूमशाही व्यवस्थेत असतो तसा हिंसाचार त्यानं न्याय्य मानला. अनेक जणांची हत्या करवण्याचे आरोप हफिझ अल-असादवर वारंवार झाले. यात बाथ पक्षाचा सहसंस्थापक सलाह अल-दिन बितर आणि लेबेनॉनमध्ये राष्ट्रपतिपदाची निवडणूक जिंकलेला बशिर गमाल यांचा समावेश होता. सीरियाच्या आधीच्या इतिहासाप्रमाणेच हफिझ अल-असादच्या कारकिर्दीतसुद्धा बाह्य घटनांचा परिणाम सीरियामधल्या अंतर्गत राजकारणावर झाला. आंतरराष्ट्रीय पटलावरच्या दोन गोष्टी या काळात सगळ्यांत महत्त्वाच्या ठरल्या : (१) अरब देश-इस्रायल यांच्यामधला संघर्ष सुरूच राहणं आणि इस्रायलनं काबीज केलेला

गोलान हाईट्स हा सीरियाचा प्रदेश परत मिळवण्यासाठी सीरियानं धडपडत राहणं; (२) लेबेनॉनमधल्या संघर्षातली सीरियाची भूमिका.

हफिझ अल-असादनं सीरियाई सत्ता आपल्याकडे खेचून घेण्याच्या सुमाराला इस्त्रायली रणगाडे दमास्कसपासून जेमतेम ७५ किलोमीटर अंतरावर तैनात करण्यात आले होते. तसंच इस्त्रायली दुर्बिणी आणि रडार यांची यंत्रणा दमास्कस विमानतळावर येणाऱ्या-जाणाऱ्या विमानांचा वेध घेऊ शकत होती. इतकंच नव्हे; तर दमास्कस शहराभोवतीची वाहतूकही इस्त्रायली हेरांना दिसू शकत होती. अशा परिस्थिती गोलान हाईट्सचा प्रदेश परत मिळवणं आणि पॅलेस्टिनी लोकांना न्याय मिळवून देणं, या अशक्यप्राय गोष्टी होत्या. तरीही, सीरियाई सत्ता हाती घेणाऱ्या नेत्यासमोर हे साध्य करण्यावाचून दुसरा पर्यायच नव्हता. म्हणूनच आपलं लष्कर भरभक्कम करणं सीरियाच्या दृष्टीनं अत्यावश्यक होतं. नासरपश्चात इजिप्तची सत्ता अन्वर सदातकडे आली. इजिप्तच्या साथीनं इस्त्रायलला पराभूत करण्यासाठी कंबर कसण्याचं हफिझ अल-असादनं ठरवलं. १९६३च्या उठावापासूनच सीरियामध्ये आणीबाणी होती. हफिझ अल-असादच्या कारकिर्दीत ती कायम ठेवण्यात आली. तसंच सातत्यानं शस्त्रास्त्रं आणि लष्करी गोष्टींच्या संदर्भातली तांत्रिक मदत या गोष्टीही सीरियासाठी आवश्यक होत्या. शीतयुद्ध तसंच पॅलेस्टाईन-इस्त्रायल लढा या पार्श्वभूमीवर अमेरिका, इंग्लंड, फ्रान्स यांच्याकडून अशा प्रकारची मदत मिळवणं सीरियासाठी अशक्यच होतं. सोव्हिएत युनियनकडून अशा प्रकारची मदत मिळणं शक्य होतं; पण त्याच्या मोबदल्यात आपलं राजकीय वर्चस्व सोव्हिएत युनियन वाढवणार, हे नक्की होतं.

६ ऑक्टोबर १९७३ रोजी दुपारी २ वाजता अत्यंत अनपेक्षितपणे सीरिया आणि इजिप्त यांनी इस्त्रायलवर हल्ला चढवला. असाच हल्ला इस्त्रायलनं १९६७मध्ये केला होता. इस्त्रायलनं तेव्हा बळकवलेला गोलान हाईट्सचा भाग परत मिळवणं हा सीरियाचा; तर सुवेझ कालव्याच्या पूर्वेकडचा भाग परत मिळवणं हा इजिप्तचा मुख्य हेतू होता. सुरुवातीला सीरियाच्या हवाईदलानं इस्त्रायली बचावाला खिंडारं पाडली खरी; पण इस्त्रायलनं जोरदार पुनरागमन केलं. सीरियाई लष्कराला इस्त्रायली सैन्यानं मागे तर ढकललंच; शिवाय दमास्कसपासून फक्त ३० किलोमीटरपर्यंत धडक मारली. खरं म्हणजे इराक आणि जॉर्डन यांनीही मोठ्या संख्येनं आपले सैनिक इजिप्त तसंच सीरिया यांच्या मदतीसाठी धाडले होते. त्यांचाही फारसा उपयोग झाला नाही. युद्धात सीरियाचे ३१०० सैनिक ठार झाले, तर त्याहून जवळपास दुप्पट

जायबंदी झाले. इस्त्रायलचे ७७२ सैनिक दगावले आणि २४५३ सैनिक जखमी झाले. तरीही, या युद्धात सीरियानं दिलेला लढा आधीच्या तुलनेत खूपच चांगला होता. यामुळे सीरियाई लष्करामध्ये निराशा न पसरता उलट काही अंशी उत्साहाचं वातावरण निर्माण झालं.

इस्त्रायलशी युद्धबंदीखेरीज इतर कोणत्याही प्रकारचा तह करायला हफिझ अल-असादनं नकार दिला. तसंच सीरियाच्या ताब्यात असलेल्या युद्धकैद्यांची यादी इस्त्रायलच्या हाती सोपवायलाही आपण अजिबात तयार नसल्याचं त्यानं सांगून टाकलं. या तुलनेत इजिप्तचा राष्ट्रपती अन्वर सदात यानं मात्र एकदम वेगळा पवित्रा स्वीकारला. त्यानं इस्त्रायलशी सहकार्य करत असल्यासारखं युद्धकैद्यांच्या याद्यांची देवाणघेवाण केली. तसंच इस्त्रायली आणि इजिप्तचे लष्करी अधिकारी एकमेकांना भेटले. हफिझ अल-असाद आणि अन्वर सदात यांच्यामध्ये फूट पडत चालली असल्याचं यातून अगदी स्पष्टपणे दिसून आलं. याचा फायदा उठवून अमेरिकेनं इजिप्त आणि इस्त्रायल यांच्यामध्ये चर्चा घडवून आणण्यासाठी प्रयत्न सुरू केले. यात सोव्हिएत युनियननं मध्यस्थी करू नये याचीही अमेरिकेनं तजवीज केली. इस्त्रायलखेरीज जॉर्डन, सौदी अरेबिया, काही आखाती देश, लेबेनॉन, तुर्कस्थान, इराक, इतकंच नव्हे; तर इराण या सगळ्यांशी अमेरिकेचे या काळात चांगले संबंध होते. आर्थिक आणि लष्करी मदतीच्या मोबदल्यात हे सगळे देश अमेरिकेचे मांडलिक असल्यासारखेच वागत. हा काळ रिचर्ड निक्सन आणि गेराल्ड फोर्ड या अमेरिकी राष्ट्रपतींच्या कार्यकालाचा होता. अमेरिकी परराष्ट्रमंत्री हेन्री किसिंजरनं या राष्ट्रपतींच्या साथीनं इजिप्तला सोव्हिएत युनियनच्या प्रभावक्षेत्रातून बाहेर काढून आपल्या वर्चस्वाखाली आणण्यासाठी कंबर कसली. एकदा इस्त्रायल आणि इजिप्त हे दोन्ही मोठे मध्यपूर्व आशियाई देश आपल्या ताब्यात आले की या भागातलं सोव्हिएत वर्चस्व संपुष्टात आल्यासारखं असल्याची अमेरिकेला कल्पना होती. याच कारणामुळे आणि इतर अरब देश आपल्यावर अवलंबून असल्यामुळे अमेरिकेला सीरियाची अजिबातच गरज उरली नाही. पॅलेस्टाईनच्या प्रश्नाविषयीही अमेरिकेला कधीच जिव्हाळा नव्हता. इस्त्रायलची पाठराखण करण्याशिवाय दुसरा कार्यक्रम अमेरिकेनं या बाबतीत अजिबात राबवला नाही. त्यातच इजिप्तला बाजूला काढलं की गोलान हाईट्स परत मिळवण्यासाठीचे प्रयत्न करायला सीरियाला साथीदार उरणार नव्हता.

अमेरिकेचा खरा हेतू हफिझ अल-असादला जरा उशिरानंच समजला. संयुक्त राष्ट्रसंघासमोर सीरियानं भोळेपणानं पॅलेस्टिनी लोकांचे हक्क त्यांना मिळवून देणं, त्यांचं प्रतिनिधित्व पीएलओ ही संघटना करत असल्याचं मान्य करणं यासकट काही मागण्या केल्या. तेव्हा तरी अमेरिका आणि इस्रायल यांना सीरियाच्या या मागण्यांना प्रतिसाद देण्यात अजिबात रस नव्हता. त्यांचं कपट हफिझ अल-असादला समजू शकलं नाही. त्यांनी सीरियाकडे पूर्ण दुर्लक्ष करण्याचं धोरण अवलंबलं; पण काही काळातच लेबेनॉनचा प्रश्न तापायला लागला आणि त्या प्रश्नीही हफिझ अल-असादचा सामना त्यांना करावाच लागला.

१९७०च्या दशकात अरब विश्वातली आदर्श लोकशाही म्हणून लोक लेबेनॉनकडे बघायचे. तिथला समाज बऱ्यापैकी बंधनमुक्त होता. तिथे माध्यमस्वातंत्र्यही होतं. निवडणुकांमध्ये नागरिक राष्ट्रपती निवडून द्यायचे. तो पंतप्रधान नेमायचा. इतर कुठल्याही अरब देशांमध्ये अशा प्रकारचं विचारस्वातंत्र्य आणि खुलं राजकारण तेव्हा नव्हतं. एकीकडे असं वातावरण असलं तरी दुसरीकडे लेबेनॉनमध्ये प्रचंड भ्रष्टाचार पसरला होता, तसंच विलक्षण सामाजिक तेढही तिथे होती. याचा फायदा उठवून सशस्त्र टोळ्या धुमाकूळ घालत. सरकारही यावर फारसा अंकुश आणू शकत नसे. यामागचं मुख्य कारण म्हणजे लेबेनॉन या देशाची निर्मिती झाली तेव्हा त्या भूभागात निरनिराळ्या टोळ्याच होत्या. या टोळ्यांना कृत्रिमपणे एका देशात बांधण्यात आलं. नावापुरता देश नकाशावर साकार झाला असला तरी प्रत्यक्षात त्यामध्ये अजिबातच एकवाक्यता नव्हती. देशामधली परिस्थिती अंदाधुंदीचीच होती. साहजिकच, या निरनिराळ्या टोळ्यांमधल्या सामंजस्यावरच देशामधली शांतता टिकून राहिलेली होती. जेव्हा हे सामंजस्य ढळायचं तेव्हा तिथे प्रचंड हिंसाचार होत असे.

लेबेनॉनमध्ये आधीच अशांतता असताना पॅलेस्टिनी प्रश्नाची त्यात भर पडली. खरं म्हणजे पॅलेस्टिनी भूमीची १९४७ ते ४९ या काळात झालेल्या फाळणीदरम्यान लेबेनॉननं कसलीच भूमिका बजावली नव्हती. आता मात्र सुमारे १.३५ लाख पॅलेस्टिनी निर्वासितांनी लेबेनॉनमध्ये आसरा घेतला होता. निर्वासित म्हणून आलेले हे पॅलेस्टिनी लोक हळूहळू लेबेनॉनमध्ये कायमस्वरूपी नागरिकच झाले. लेबेनॉनमधल्या सुन्नी नागरिकांप्रमाणेच या पॅलेस्टिनी लोकांच्या लोकसंख्यावाढीचा दरही खूप जास्त होता. १९७०च्या दशकाच्या मध्यावर या पॅलेस्टिनी निर्वासितांची संख्या ३.५० लाखांच्या आसपास जाऊन पोहोचली. संयुक्त राष्ट्रसंघाच्या मदत

१९७५च्या मार्च महिन्यात लेबेनॉनमध्ये यादवी युद्धाची ठिणगी पडली. समुद्रामध्ये मासेमारी करण्याच्या हक्कांसंबंधीच्या वादांवरून सुरू झालेलं प्रकरण वेगानं तापलं. स्थानिक लेबनीझ लोक, निर्वासित पॅलेस्टिनी असे अनेक गट एकमेकांशी झुंजायला लागले. लेबेनॉनमध्ये सुरू असलेले हे प्रकार सीरिया जरा बिचकूनच बघत होता. याचं कारण म्हणजे फक्त फ्रेंचांच्या धोरणामुळेच लेबेनॉन आणि सीरिया हे नकाशावर वेगवेगळे देश बनले होते. म्हणूनच काही विस्तारित कुटुंबं दोन्ही देशांमध्ये पसरलेली होती. या दोघांमध्ये सांस्कृतिक नाळेखेरीज व्यापारी संबंधही होते. लेबेनॉनमध्ये घडणाऱ्या घटनांचं प्रतिबिंब अगदी जोरकसपणे सीरियामध्ये उमटणार, यात शंकाच नव्हती. तसंच या प्रकरणामुळे दुर्बळ होत चाललेला लेबेनॉन इस्त्रायलसमोर झुकला तर तेही सीरियासाठी अत्यंत धोकादायक ठरणार होतं.

पथकांनी या लोकांसाठी छावण्या उभ्या केल्या. तिथे ते राहत. अगदी मोजके पॅलेस्टिनी लोकच लेबनीझ समाजामध्ये एकरूप होऊ शकले.

१९६७च्या इस्त्रायलबरोबरच्या युद्धात लेबेनॉन सहभागी झाला नव्हता; पण आता लेबनीझ भूमीवरून आक्रमक पॅलेस्टिनी लोकांनी इस्त्रायलवर रॅकिट्सद्वारे हल्ले करायला सुरुवात केली. त्यातच १९७०मध्ये जॉर्डननं पीएलओ संघटनेला आपल्या देशातून हाकलून दिल्यामुळे लेबेनॉनची राजधानी बैरुत हेच पीएलओचं केंद्रस्थान बनलं. लेबेनॉनचं सरकार दुबळं असल्यामुळे आपल्या भूमीतल्या पीएलओ संघटनेकडून इस्त्रायलवर होत असलेले हल्ले थांबणं शक्यच नव्हतं. यातला दैवदुर्विलास म्हणजे याला प्रत्युत्तर म्हणून इस्त्रायलकडून होणारे प्रतिहल्ले लेबेनॉनला विनाकारण सोसावे लागत होते. इस्त्रायलनं नेहमीच्या बेरकेपणानं पीएलओच्या हल्ल्यांना परतवून लावण्यासाठी केलेली आक्रमणं पीएलओवर न करता लेबेनॉनच्या जनतेवर केली. यामुळे आपली काही चूक नसताना विनाकारणच पॅलेस्टिनी निर्वासितांच्या कृतींचा त्रास आपल्याला भोगावा लागतो, अशी भावना

लेबनीझ जनतेमध्ये निर्माण झाली. साहजिकच, याचा बदला घेण्यासाठी तसंच मुळात ही कटकट थांबवण्यासाठी लेबनीझ नागरिक पॅलेस्टिनी निर्वासितांच्या विरोधात आक्रमक झाली. उदाहरणार्थ, १९६८च्या डिसेंबर महिन्यात बैरुतमधली १३ प्रवासी विमानं इस्त्रायलनं नष्ट केली. पीएलओनं याआधी ग्रीसच्या अ‍ॅथेन्स शहरात केलेल्या इस्त्रायली नागरिकांच्या अपहरणाचा हा बदला होता. खरं म्हणजे लेबेनॉनचा किंवा संबंधित खासगी विमान कंपनीचा या प्रकरणाशी दुरूनही संबंध नव्हता. तरीही, इस्त्रायली नागरिकांच्या मनातली बदला घेण्याची भावना शांत करण्यासाठी अशा गोष्टी घडत राहिल्या. असाच प्रकार १९७२च्या म्युनिक ऑलिम्पिक प्रकरणानंतरही घडला. पॅलेस्टिनी आक्रमक लोकांनी या स्पर्धेत सहभागी झालेल्या काही इस्त्रायली खेळाडूंचं अपहरण केलं आणि त्यांना नंतर ठारही केलं. याचा बदला इस्त्रायलनं या पॅलेस्टिनी लोकांना नंतर टिपून केला; त्याच्या जोडीला लेबेनॉनच्या दक्षिण भागात हल्ले करून तिथेही इस्त्रायलनं आपला राग शांत केला.

१९७५च्या मार्च महिन्यात लेबेनॉनमध्ये यादवी युद्धाची ठिणगी पडली. समुद्रामध्ये मासेमारी करण्याच्या हक्कांसंबंधीच्या वादांवरून सुरू झालेलं प्रकरण वेगानं तापलं. स्थानिक लेबनीझ लोक, निर्वासित पॅलेस्टिनी असे अनेक गट एकमेकांशी झुंजायला लागले. लेबेनॉनमध्ये सुरू असलेले हे प्रकार सीरिया जरा बिचकूनच बघत होता. याचं कारण म्हणजे फक्त फ्रेंचांच्या धोरणामुळेच लेबेनॉन आणि सीरिया हे नकाशावर वेगवेगळे देश बनले होते. म्हणूनच काही विस्तारित कुटुंबं दोन्ही देशांमध्ये पसरलेली होती. या दोघांमध्ये सांस्कृतिक नाळेखेरीज व्यापारी संबंधही होते. लेबेनॉनमध्ये घडणाऱ्या घटनांचं प्रतिबिंब अगदी जोरकसपणे सीरियामध्ये उमटणार, यात शंकाच नव्हती. तसंच या प्रकरणामुळे दुर्बळ होत चाललेला लेबेनॉन इस्त्रायलसमोर झुकला तर तेही सीरियासाठी अत्यंत धोकादायक ठरणार होतं. लेबेनॉनचा वापर करून सीरियामध्ये आपलं लष्कर घुसवणं इस्त्रायलला सोपं गेलं असतं.

सुरुवातीला हफिझ अल-असदनं मध्यस्थाची भूमिका बजावण्याचा प्रयत्न केला. लेबेनॉनमधल्या संघर्षात प्रारंभी क्रांतिकारी विचारसरणीच्या डाव्या शक्तींची सरशी होत चालल्याचं चित्र होतं. हफिझ अल-असदनं पॅलेस्टिनी नेता यासर अराफातला लेबेनॉनमधल्या या डाव्या विचासरणीच्या नेत्यांशी तह करून लेबेनॉनचं विघटन थांबवण्याची विनंती केली. त्यात अपयश आल्यावर त्यानं सरळ इस्त्रायलबरोबर एक शाब्दिक करार केला. त्यानुसार लेबेनॉनमधलं यादवी

युद्ध थांबवण्यात सीरिया मदत करेल, असं ठरलं. सीरियाई लष्कर लेबनीझ भूमीत उतरणार असलं तरी इस्रायलच्या संमतीशिवाय आपलं हवाईदल तिथे जाणार नाही, असं हफिझ अल-असादनं मान्य केलं. आपल्या लष्कराला पॅलेस्टिनी तसंच लेबेनॉनमधल्या डाव्या विचारसरणीच्या शक्ती फार विरोध करणार नाहीत, अशी हफिझ अल-असादला आशा वाटत असली तरी काही ठिकाणी मात्र याच्या अगदी उलट घडलं. इतकंच नव्हे; तर इस्रायली हवाई हल्ल्यांपासून पॅलेस्टिनी निर्वासितांचं रक्षण करण्यासाठी सीरियानं या लोकांच्या वस्त्यांमध्ये तैनात केलेल्या जवानांनाच पॅलेस्टिनी लोकांनी जायबंदी केलं. अशा घटनांमुळे हफिझ अल-असाद उद्विग्न झाला. यासर अराफातवरचा त्याचा विश्वास साफ उडाला. यासर अराफातनंही हफिझ अल-असादला जोरदार विरोध करायचं धोरण अवलंबलं. याचा सगळ्यांत मोठा फटका निर्वासित म्हणून राहत असलेल्या पॅलेस्टिनी लोकांना बसला. या पॅलेस्टिनी लोकांशी लढणाऱ्या डाव्या विचासरणीच्या लेबनीझ टोळ्यांना रोखण्याचे कुठलेच प्रयत्न सीरियाई सैन्यानं केले नाहीत. निर्वासित पॅलेस्टिनींच्या छावण्यांवर झालेल्या हल्ल्यांमध्ये हजारो जणांचे बळी गेले. अखेर पीएलओला माघार घेणं भाग पडलं.

१९७७च्या जानेवारी महिन्यात जिमी कार्टरकडे अमेरिकी राष्ट्रपतिपदाची सूत्रं आली. इतर अमेरिकी राष्ट्रपतींनी मध्यपूर्व आशियाचा प्रश्न सोडवण्यासाठी खरी धडपड क्वचितच केली. कार्टरला मात्र या प्रश्नाविषयी सहानुभूती होती. जीनिव्हामध्ये कार्टरची सीरियाई राष्ट्रपती हफिझ अल-असादशी भेट झाली. या भेटीदरम्यान हफिझ अल-असाद खूपच सकारात्मकता आणि सहकार्य यांची भाषा करत असल्याचा उल्लेख कार्टरनं आपल्या लिखाणात केला. इस्रायलबरोबर कुठल्याही प्रकारची चर्चा करणं अगदी काही महिन्यांपूर्वी अशक्यप्राय वाटत असलं, तरी आता मात्र परिस्थिती काही प्रमाणात बदलत असल्याचं हफिझ अल-असाद त्याला म्हणाला. कहर म्हणजे या चर्चेनंतर लगेचच जीनिव्हामधल्या याच शांतता परिषदेदरम्यान कोणत्याही प्रकारे शांतता प्रस्थापित होण्यासाठीची चर्चा होण्यामध्ये याच हफिझ अल-असादनं प्रचंड आडकाठी घातल्याचं कार्टरनं नमूद केलं. अर्थात, याचा सगळा दोष हफिझ अल-असादकडे जात नाही. अमेरिका आणि इस्रायल यांचाही यात सहभाग होता. हेन्री किसिंजर या अमेरिकी परराष्ट्रमंत्र्यानं अत्यंत चलाखीनं इजिप्तच्या अन्वर सदातला अमेरिकेच्या बाजूनं ओढून घेतलं होतं. यामुळे इजिप्त आणि सीरिया यांच्यातले मतभेद टोकाला जाऊन

पोहोचले होते. याचा परिणाम हफिझ अल-असादच्या निर्णयावर झाला होता. खरं म्हणजे हफिझ अल-असादचा कार्टरवर विश्वास बसत होता. कार्टर प्रामाणिक असून तो खरोखरच हा प्रश्न सोडवण्यासाठी प्रयत्नशील असल्याचं त्याचं मत होतं. दुसरीकडे किसिंजरसारख्यांनी यात खोडा घालून ठेवला होता.

१९७९मध्ये सदातनं इस्रायलशी शांतता करार केला. सगळ्या जगाला मोठा धक्का देणारी ही घटना होती. इजिप्त या इस्रायलच्या सगळ्यांत कट्टर शत्रूंपैकी एका देशानं अशा प्रकारे सपशेल शरणागती पत्करल्यामुळे अमेरिका आणि इस्रायल यांचं पारडं एकदम जड झालं. या करारानुसार, इस्रायलनं इजिप्तमधल्या आपल्या अतिक्रमणांमधून टप्प्याटप्प्यानं माघार घेतली; पण सीरियाई आक्रमणांमधून इस्रायलनं मागे हटण्याचा प्रश्नच उद्भवत नव्हता. उलट, कुठल्याही मित्राविना एकटा पडलेला सीरिया इस्रायलचा सामना करण्यासाठी सज्ज झाला. इस्रायलची ताकद आपल्यापेक्षा कैकपटींनी जास्त असल्याची पुरती जाणीव सीरियाला होती. याचा फायदा उठवून गोलान हाईट्समधलं आपलं तात्पुरतं अतिक्रमण पक्कं करत इस्रायलनं सीरियावरचा दबाव वाढवला. अखेर १९८१मध्ये गोलान प्रदेश आपलाच असल्याचं इस्रायलनं जवळपास जाहीरच करून टाकलं. हे आंतरराष्ट्रीय कायद्यांचं सरळसरळ उल्लंघन होतं.

आता रोनाल्ड रीगन अमेरिकी राष्ट्रपती होता. त्याच्या नेतृत्वाखाली इस्रायलच्या या आक्रमक कृतीचा निषेध करण्याच्या ठरावाच्या बाजूनं संयुक्त राष्ट्रसंघाच्या सुरक्षा परिषदेच्या बैठकीत अमेरिकेनं मतदान केलं. प्रत्यक्षात मात्र इस्रायलवर कुठलीच कारवाई अमेरिकेनं केली नाही. स्वाभाविकपणे आपल्या आक्रमक कारवाया कुणीच रोखू शकत नाही अशी आधीपासूनच असलेली इस्रायली धारणा अजूनच पक्की झाली. याला अमेरिकेचा वरदहस्त लाभला होता यात अजिबात शंका नाही. इस्रायलच्या या नियमबाह्य वर्तनाचा बदला घेण्यासाठी सीरिया काहीही करू शकणार नाही याची इस्रायल आणि अमेरिका यांना पुरती जाणीव होती.

दरम्यान, लेबेनॉनमधल्या प्रश्नासंबंधीसुद्धा आपण काहीतरी निर्णायक पाऊल उचललं पाहिजे असं इस्रायलला सतत वाटत होतं. यासाठीची संधी १९८२मध्ये निर्माण झाली. इस्रायलच्या इंग्लंडमधल्या राजदूताला गोळ्या घालून ठार करण्याचा प्रयत्न पॅलेस्टिनी लोकांनी केला. लगेचच इस्रायलनं दक्षिण लेबेनॉनमध्ये आपलं लष्कर घुसवलं. तेव्हा इस्रायलचा संरक्षणमंत्री असलेल्या एरिअल शेरॉनला

इस्त्रायलची ही कारवाई अत्यंत कठोर असावी, असं वाटत होतं. बैरुतमधून पॅलेस्टिनी नेतृत्व पूर्णपणे खलास करणं, तिथलं पॅलेस्टिनी लष्कर संपवून टाकणं आणि पॅलेस्टिनी लोकांचं स्वतंत्र राष्ट्र असावं ही संकल्पनाच मिटवणं अशा त्याच्या महत्त्वाकांक्षा होत्या. इस्त्रायली पंतप्रधान मेनॅचिम बिगिन याचाही त्याला पाठिंबा होता. उरल्यासुरल्या पॅलेस्टिनी लोकांना जॉर्डनमध्ये हाकलून द्यायचं आणि वेस्टबँक तसंच गाझा या पॅलेस्टिनी भूमीवर आपणच कब्जा करायचा असा त्यांचा हेतू होता. इतकंच नव्हे; तर लेबेनॉनमध्येही सत्तापालट करायचा आणि आपल्याला अनुकूल असलेल्या बशिर गमालला सत्तेवर बसवायचं असंही त्यांचं स्वप्न होतं. याचे इस्त्रायला अपेक्षित असलेले परिणाम असे : आपोआपच लेबेनॉनमधले पॅलेस्टिनी निर्वासित उघड्यावर पडणार आणि इतर एखाद्या अरब देशात आसरा घेणार. तसंच लेबेनॉनमध्ये तैनात करण्यात आलेल्या सीरियाई लष्करालाही तिथून हुसकावून बाहेर काढलं जाणार. याचा अर्थ हफिझ अल-असाद या आपल्या कट्टर शत्रूचा घोर अपमान होणार.

इस्त्रायलनं लेबेनॉनवर ठरल्याप्रमाणे हल्ला चढवला. इस्त्रायली हवाईदलानं सुरुवातीला जोरदार यश मिळवलं. जसजसं इस्त्रायलनं लेबेनॉनमधल्या बैरुत शहरात घुसण्याचा प्रयत्न केला तेव्हा मात्र परिस्थिती काहीशी बदलली. या ठिकाणांवर काही प्रमाणात कट्टर डाव्या विचारसरणीच्या टोळ्यांचं आणि काही प्रमाणात पीएलओचं वर्चस्व होतं. या मंडळींनी इस्त्रायली लष्कराला जोरदार प्रतिकार केला. आपल्या हवाईदलाकडून या भागामध्ये विजय मिळवणं अशक्य असल्याचं इस्त्रायलच्या लक्षात आल्यामुळे तिथे पायदळ पाठवण्यात आलं. घमासान युद्धच झालं. यात जवळपास १०,००० निरपराध लेबनीझ आणि पॅलेस्टिनी नागरिकांसकट अनेक सैनिकांचा मृत्यू झाला. या घटनाक्रमामुळे सगळं जग अवाक् झालं. इस्त्रायलनं अशा प्रकारचं युद्ध करायला तर अमेरिकेनंही संमती दिली नव्हती. आता तटस्थ राहून चालणार नाही, हे शक्तिशाली राष्ट्रांना उमगलं. पीएलओच्या लोकांना सुरक्षितपणे ट्युनिशिया आणि इतर ठिकाणी हलवण्यासाठी अमेरिका आणि इंग्लंड यांनी प्रयत्न सुरू केले. रशियानं सीरियाला अत्याधुनिक शस्त्रास्त्रांचा पुरवठा केला. यामुळे सीरियाई लष्कराला नवा जोश आला. पारंपरिक युद्धात इस्त्रायलला पराभूत करणं सीरियाच्या दृष्टीनं निव्वळ अशक्य असलं, तरी आणखी विलक्षण मोठा रक्तपात घडवल्याशिवाय सीरियाई लष्कराला लेबेनॉनमधून आपल्याला बाहेर काढता येणार नसल्याचं इस्त्रायललाही उमगलं.

ठरल्याप्रमाणे बशिर गमाल लेबेनॉनचा राष्ट्रपती झाला. त्यानं खरोखरच इस्त्रायलचा बाहुला बनून काम केलं असतं का, हे कधीच समजू शकणार नाही; कारण १४ सप्टेंबर १९८२ रोजी म्हणजेच त्यानं आपल्या पदाची जबाबदारी स्वीकारण्याआधीच त्याचा खून झाला! त्याचा खून पीएलओनं केल्याच्या संशयावरून निरपराध पॅलेस्टिनी लोकांना त्यांच्या छावण्यांमध्ये घुसून ठार करण्यात आलं. याचाही आंतरराष्ट्रीय समुदायानं जोरदार निषेध केला. या भागावर इस्त्रायलचं नियंत्रण असल्यामुळे या घटनाक्रमाची जबाबदारी इस्त्रायलवर आली. इस्त्रायलनं कुठल्याही प्रकारे हा प्रकार थांबवण्याचा प्रयत्न न केल्यामुळे इस्त्रायलवरचा ठपका अजूनच ठळक झाला. इस्त्रायलमध्येच यावरून वादळ निर्माण झालं. अशा रीतीनं इस्त्रायलनं लेबेनॉनमध्ये केलेली घुसखोरी आता इस्त्रायललाच भारी पडली. बशिर गमालच्या जागी अमिन या त्याच्या भावाला इस्त्रायलनं लेबेनॉनच्या राष्ट्रपतिपदी नेमलं. तोही आपल्याला अनुकूल असेल अशी इस्त्रायलला आशा वाटत असली तरी प्रत्यक्षात मात्र अमिन सीरियाकडे झुकणारा होता. हे समजताच इस्त्रायलनं त्याच्यावर प्रचंड दबाव टाकून त्याला जवळपास शरणागतीच पत्करायला लावली. यासंबंधीचा करार अमिननं केला खरा; पण त्यानं तो पाळला नाही. यामुळे लेबेनॉनवरचं सीरियाचं वर्चस्व आधीप्रमाणेच टिकून राहिलं. लेबेनॉन आपल्या ताब्यात घेण्याचं इस्त्रायली स्वप्न अशा प्रकारे भंगलं. लेबेनॉनमध्ये हे युद्ध चकमकींच्या रूपानं सुरूच राहिलं. अखेर १९८९-९० च्या काळात सीरियाला अनुकूल असलेल्या करारानंतर या हिंसाचाराला बऱ्यापैकी पूर्णविराम मिळाला. आपण लेबेनॉन प्रकरणी घोडचूक केल्याचं लक्षात आल्यामुळे इस्त्रायलनं २०००मध्ये तिथून काढता पाय घेतला. यानंतर थोड्या काळातच हफिझ अल-असादचं निधन झालं.

लेबेनॉनमधल्या घमासान युद्धानंतर इस्त्रायल आणि सीरिया यांच्यामध्ये शांतता प्रस्थापित करण्यासाठी अमेरिकेनं एक-दोन वेळा प्रयत्न केले खरे; पण ते साफ फसले. गोलान हाईट्सचा प्रदेश ज्या प्रकारे इस्त्रायलनं बळकावला होता, त्यावरून हफिझ अल-असादच्या मनात इस्त्रायलविषयी विलक्षण संशय होता. साहजिकच, आपल्याला इस्त्रायलबरोबर तह करण्यातून काय मिळणार याची खात्री झाल्याशिवाय पुढचं पाऊल उचलायला तो तयार नव्हता. इस्त्रायल नेहमीप्रमाणेच कुटिल डावपेच लढवत राहिल्यामुळे त्यानंही कुठल्याच प्रस्तावाला सकारात्मक प्रतिसाद दिला नाही. एकूणच गोलान हाईट्स परत मिळवण्यासाठी हफिझ अल-असादनं सातत्यानं प्रयत्न केल्याचं दिसून येतं. इतर काही बाबतींमध्ये मात्र त्याच्या

धोरणांमध्ये सातत्याचा अभाव असल्याचं आढळून येतं. उदाहरणार्थ, लेबेनॉनमध्ये बाथ पक्षाशी मिळतीजुळती विचारसरणी असलेल्या डाव्या विचारसरणीच्या टोळ्यांना तसंच पीएलओला हफिझ अल-असादनं विरोध केला. यामुळे तो अत्यंत कठोर मतांचा आणि आपल्या विरोधातला आहे, असं अनेक अरब देशांना विनाकारणच वाटायला लागलं.

याखेरीज इराक आणि इराण या देशांबरोबरच्या सीरियाच्या संबंधांमुळेही या देशांमध्ये अधूनमधून वादळं निर्माण होत. इराकबरोबरचे सीरियाचे संबंध तर सुरुवातीपासूनच जरा दोलायमान होते. सीरियामधल्या राजकीय विरोधांना इराकनं सातत्यानं पाठिंबा दिला. गंमत म्हणजे इराक आणि सीरिया या दोन्ही देशांमध्ये आता बाथ पक्षाचीच सत्ता असली तरी या दोघांच्या विचारसरणीत लक्षणीय फरक होते. इराकी हुकूमशाह सद्दाम हुसेनविषयी अगदी सुरुवातीपासूनच हफिझ अल-असादच्या मनात कडवटपणा होता. १९८०च्या सप्टेंबर महिन्यात इराकनं इराणमध्ये आपलं लष्कर घुसवलं. या घनघोर युद्धात सीरियानं इराणची साथ दिली. या गोष्टीचं अनेक जणांना आश्चर्य वाटलं. हे युद्ध १९८८पर्यंत सुरू राहिलं.

इराण-इराक युद्धात विजयी कोण ठरलं, असं निश्चितपणे सांगता येत नाही. प्रचंड जीवितहानी झालेल्या या युद्धानं या दोन्ही देशांचं नुकसानच जास्त झालं. तरीही, सद्दाम हुसेन आणि खोमेनी हे दोघंही आपण शत्रूचं जास्त नुकसान केलं असल्याच्या बढाया तेवढ्या मारत राहिले. अभ्यासकांच्या मते, या युद्धात सुमारे २.०५ लाख इराणी आणि १.०५ लाख इराकी लोक मृत्युमुखी पडले. एकंदर जवळपास १० लाख लोक जखमी झाले. याशिवाय, लाखो सैनिक गायब झाले आणि हजारोंना शत्रूनं पकडून तुरुंगात टाकलं. किमान ५० ते ७० हजार इराकी सैनिकांना इराणनं पकडलं असं मानलं जातं. इराकनं किती इराणी सैनिकांना पकडलं याची आकडेवारी मात्र उपलब्ध नाही. क्षेपणास्त्रांच्या आयातीचा खर्च वगळता या युद्धात इराणनं ७४०० ते ९१०० कोटी डॉलर्स, तर इराकनं ९४०० ते ११२०० कोटी डॉलर्स खर्च केले, असं मानलं जातं. याचा दोन्ही देशांच्या अर्थव्यवस्थांवर अर्थातच भीषण परिणाम झाला. त्यातही इराकला याचा झटका जास्त जोरात बसला. या युद्धामुळे इराकला ८९०० डॉलर्सचं कर्ज घ्यावं लागलं. त्यापैकी ५००० ते ५५०० कोटी डॉलर्सचं कर्ज इराकला सौदी अरेबिया, कुवेत आणि संयुक्त अरब अमिराती या दक्षिणेकडच्या शेजाऱ्यांनी दिलं.

अत्यंत रक्तरंजित आणि नुकसानदायी ठरलेल्या या युद्धानं दोन्ही देशांना जर्जर करून सोडलं. अशा परिस्थितीत सीरियासारख्या अरब देशानं इराकसारख्या दुसऱ्या अरब देशाची साथ न देता इराणची बाजू घ्यावी, यावर अनेक जणांचा विश्वास बसला नाही. सद्दाम हुसेनबद्दलच्या रागामुळे हफिझ अल-असादनं असं केलं असावं; सर्वसामान्य लोकांना मात्र हे समजू शकलं नाही. सीरिया आणि इराण यांच्यामध्येही लक्षणीय फरक होते. सीरिया हा अरब लोकांचा, तर इराण हा पर्शियन लोकांचा देश होता. सीरियानं नेहमीच धर्मनिरपेक्षतेचं धोरण किमान सार्वजनिकरीत्या तरी अवलंबलं; पण इराणमध्ये १९७९मध्ये घडलेल्या धर्मक्रांतीनंतर कट्टर इस्लामी वातावरण होतं. हे अरब राष्ट्रवादाच्या एकदम विरुद्ध होतं. असं असूनही सीरिया आणि इराण यांनी जवळ यायचा निर्णय कसा घेतला?

इराणमधल्या क्रांतीआधी तिथे अमेरिकेचा हस्तक असलेल्या शाहची सत्ता होती. हा शाह इस्रायलचा मित्र; म्हणजेच सीरियाचा शत्रू होता. इराणी शाहच्या कारकिर्दीत इराणमधल्या काही महत्त्वाच्या राजकीय विरोधकांना तडीपार करण्यात आलं. त्यांना हफिझ अल-असादनं सीरियामध्ये आश्रय दिला. आता हे लोक इराणमधल्या क्रांतीनंतर पुन्हा इराणमध्ये परतले. इराणच्या सत्तेची सूत्रं आता त्यांच्या हाती होती. यामुळे सीरियाशी त्यांचे चांगले संबंध असणं स्वाभाविकच होतं. यामधला दुसरा महत्त्वाचा मुद्दा म्हणजे इराक-इराण युद्धामुळे इराकी लष्कराची तर पुरती वाट लागली होती. अशा परिस्थितीत इस्रायलबरोबरच्या लढ्यात सीरियाला इराकची साथ मिळण्याची सुतराम शक्यता नव्हती. तुलनेनं इराण हा पहिल्यापासूनच इस्रायलचा विरोधक होता. या अर्थानं सीरिया आणि इराण यांच्यात साम्य होतं. इस्रायलच्या विरोधातल्या आपल्या लढ्यामध्ये इराण आपल्याला साथ देण्याची शक्यता असताना इराकनं इराणवर हल्ला करावा हे हफिझ अल-असादला सहन होत नव्हतं. इराणवर जर इराकनं मात केली तर सद्दाम हुसेनची नजर सीरियासकट इतर काही अरब देशांकडे वळणार, याचीही हफिझ अल-असादला कल्पना होती. म्हणून इराणची साथ देणं त्याच्या दृष्टीनं आवश्यक ठरलं. अर्थातच, परत एकदा हफिझ अल-असाद आपल्या अरब साथीदारांना दगाफटका करत असल्याची टीका यामुळे झाली; पण त्याकडे त्यानं दुर्लक्ष केलं.

इराणबरोबरचं युद्ध संपल्यावर १९९०च्या दशकाच्या सुरुवातीलाच सद्दाम हुसेननं कुवेत या स्वतंत्र देशाचा घास गिळला. कुवेत हे वेगळं राष्ट्र नसून ते इराकचाच एक भाग असल्याचं सद्दाम हुसेननं जाहीर करून टाकलं. २ ऑगस्ट

१९९० या दिवशी कुवेतच्या सीमेलगत तैनात केलेले सुमारे एक लाख इराकी सैनिक कुवेतमध्ये घुसले आणि काही तासांमध्येच इराकनं कुवेत देशामधलं त्याच नावाचं प्रमुख शहर म्हणजेच 'कुवेत शहर' आपल्या ताब्यात घेतलं. कुवेतवर सत्ता असलेल्या राजघराण्यामधले जवळपास सगळे लोक घाबरून सौदी अरेबियामध्ये आश्रय घेण्यासाठी विमानानं पळून गेले. आठ वर्षांपूर्वी इराणवर काही आठवड्यांच्या काळातच विजय मिळवायचं स्वप्न बघणाऱ्या सद्दामनं या खेपेला मात्र फक्त काही तासांमध्येच कुवेतवर आपलं वर्चस्व प्रस्थापित केलं होतं. अत्यंत संपन्न असलेल्या कुवेतची मनसोक्त लूट करून झाल्यावर एका आठवड्याच्या आतच ८ ऑगस्ट या दिवशी कुवेत हा इराकचा १९वा प्रांत असल्याचं सद्दाम हुसेननं जाहीर करून टाकलं! याला विजय समजायचं, का येऊ घातलेल्या संकटांची सुरुवात समजायचं, हे इराकच्या लोकांना कळत नसलं तरी, निदान तेव्हा तरी सद्दामच्या या धाडसाचं इराकी लोकांनी जोरदार स्वागत केलं. सद्दामच्या या साहसामुळे अरब देशांमध्ये प्रचंड अनिश्चिततेचं वातावरण निर्माण झालं. दुसरीकडे अमेरिकेलाही सद्दामची ही मगरुरी अजिबात पसंत नव्हती. इराकमध्ये मात्र आपल्या विरोधात अमेरिका आणि इस्राईल हे देश त्यांच्या सौदी अरेबिया, कुवेत आणि संयुक्त अरब अमिराती या अरब सहकाऱ्यांच्या मदतीनं कारवाया सुरू करत असल्याच्या बातम्या सद्दामनं पसरवल्या होत्या. त्यामुळे वेळीच आपण यातून धडा घेऊन पावलं उचलली पाहिजेत, असं सद्दामनं आपल्या देशवासीयांना सांगितलं होतं.

आता इतर अरब देशांनी आपल्या या अतिक्रमणाविषयी आक्षेप न घेता, उलट आपली साथ द्यावी, यासाठी त्यानं डाव रचला. तेलसंपन्न कुवेतचा वापर आपण गरीब अरब देशांसाठी आणि खासकरून पॅलेस्टिनी लोकांच्या हक्कांसाठी करणार असल्याचं त्यानं सांगून टाकलं. जसजसा पॅलेस्टाईनचा प्रश्न सुटत जाईल तसतसं आपण कुवेतचा प्रश्नही सोडवू, असं विचित्र तर्कशास्त्र त्यानं लढवलं. जॉर्डनच्या हुसेन राजानं नाइलाजानं यात तटस्थ राहायचं ठरवलं. यासर अराफातनं सद्दाम हुसेनशी चर्चा करण्याच्या हेतूनं सरळ बगदादचा रस्ता धरला. हफिझ अल-असादनं इराकला या बाबतीतही विरोध केल्यामुळे त्याचं धोरण पुन्हा एकदा अरबविरोधी असल्याची भावना पसरली.

हा हफिझ अल-असाद असा होता तरी कोण?

अलावी पंथाच्या एका वसाहतीत १९३०मध्ये हफिझ अल-असादचा जन्म झाला. त्याचं घर अत्यंत साधं होतं. वीज, बाथरूमची सोय असं काहीच त्याच्या

हफिझ अल-असाद आपल्या परिवारासह

घरी नव्हतं. ते सतत धुळीनं माखलेलं असे. बशर अल-असाद या त्याच्या वडिलांप्रमाणेच हफिझ अल-असाद उंच होता. त्याचे आजोबा म्हणजे बशर अल-असादचे वडील तर यशस्वी मल्लच होते. आता हफिझ अल-असादचं कुटुंब शेतमजुरीचं काम करे. अलावी पंथाच्या समाजाकडे या मुस्लीमबहुल देशातले लोक संशयानं बघत. कित्येकदा तर अलावी पंथ हा मुस्लीम धर्मातला नसून इतर धर्माचाच एक प्रकार आहे, असं मुस्लिमांना वाटे. १९३० आणि १९४०च्या दशकात अलावी समाजातले लोक सीरियामध्ये सगळ्यांत दुय्यम मानले जात. सामाजिकदृष्ट्या त्यांना कुणी विचारत नसे. साहजिकच, अलावी लोक समूह करून जवळपास चोरून राहिल्यासारखे राहत. शेतमजूर म्हणून काम करून ते आपलं पोट भरत. यामुळे पुरेसं उत्पन्न मिळू शकत नसल्यामुळे अलावी कुटुंबांमधल्या अनेक मुली सुन्नी लोकांच्या कुटुंबांमध्ये घरकाम करत. काही वेळा तर अशा मुलींची सरळ विक्री केली जाई. सीरियाई समाजामध्ये अशी गोष्ट लज्जास्पद समजली जाई. अलावी पंथाला दुय्यम लेखणारा प्रचार सीरियात पूर्वीपासूनच केला जाई. यामुळे अलावी पंथाविषयीचे पूर्वग्रह आणखी घट्ट होत जात. अलावी पंथाची मुळं शिया पंथात असल्यामुळे सुन्नी समाज अलावी पंथाला आपला शत्रू समजे.

हफिझ अल-असादच्या आई-वडिलांना त्यानं शिक्षण घ्यावं असं वाटे. आपल्याला शिकायला मिळालेलं नसल्यामुळे किमान आपल्या मुलानं तरी नीट शिकावं, अशी त्यांची इच्छा होती. तो अलावी पंथाचा असल्यामुळे शाळेतली इतर मुलं त्याच्याकडे कुचेष्टेच्या नजरेनं बघत. त्यांच्या अंगावर चांगलेचुंगले कपडे

असल्यामुळे घाणेरड्या हफिझ अल-असादनं आपल्यात मिसळू नये, असं त्यांना वाटे. अशा मुलांच्या आई-वडिलांना काहीही करून आपल्या मुलांना चांगले गुण मिळाले पाहिजेत असं वाटत असल्यामुळे ते शिक्षकांना सरळ लाच देत.

अशाच एका प्रसंगी एका शिक्षकानं संबंधित पालकाकडून लाच घ्यायला साफ नकार दिला. हे हफिझ अल-असादच्या समोरच घडलं. या घटनाक्रमाचे त्याच्या मनावर खोल परिणाम झाले. आपणही पैसा किंवा समाजातली तथाकथित प्रतिष्ठा अशा गोष्टींना महत्त्व न देता निर्भिडपणे पुढे जात राहिलं पाहिजे, असा विचार त्यानं आपल्या मनात पक्का कोरला. शिक्षणानंतर त्याच्यासारख्या मुलासमोर लष्करी सेवा सोडून इतर फारशा संधी उपलब्ध नव्हत्या. १९४६मध्ये त्यानं बाथ पक्षाचं सदस्यत्व स्वीकारणं तसं अपेक्षितच होतं. त्या काळात खासगी तंबाखू उद्योगाची एकाधिकारशाही होती. त्याचं राष्ट्रीयीकरण करण्याची मोहीम बाथ पक्षानं उघडली होती. त्यात हफिझ अल-असादनं सहभाग घेतला. विचारसरणीनं परस्परविरोधी असलेल्या तरुणांच्या टोळ्यांमध्ये रस्त्यांवर चकमकी उडत. हफिझ अल-असादही त्यात सामील असे.

अशाच प्रसंगी एकदा त्याच्या पाठीत कुणीतरी सुरा भोसकला होता. साहजिकच, धर्माच्या नावानं हिंसाचार करणाऱ्यांविषयी त्याच्या मनात प्रचंड चीड निर्माण होत गेली. हफिझ अल-असादला खरं म्हणजे डॉक्टर व्हायचं होतं; पण त्याच्या घरची परिस्थिती बेताची असल्यामुळे यासाठीची फी परवडण्याचा प्रश्नच नव्हता. यामुळे आपली राजकीय लुडबूड कायम ठेवत त्यानं सीरियाई हवाईदलात शिकाऊ वैमानिकाची नोकरी स्वीकारली. लवकरच त्याला १० महिन्यांच्या प्रशिक्षणासाठी सोव्हिएत युनियनला धाडण्यात आलं. तिथून परतल्यावर इजिप्तबरोबर सीरियानं संयुक्त प्रजासत्ताक स्थापण्याच्या काळात हफिझ अल-असाद तिथे गेला. तिथे असताना इजिप्तचा राष्ट्रपती नासर सीरियाचं खूप खच्चीकरण करतो असं त्याच्या लक्षात आलं. यामुळे त्यानं कैरोमध्ये गुप्तपणे कारवाया करत असलेल्या सीरियाई बाथ पक्षाचं काम करायला सुरुवात केली. यात सहभागी असलेल्या १४ जणांपैकी पाच जण अलावी पंथाचे होते.

१९६१मध्ये इजिप्त आणि सीरिया यांच्यामधले संबंध विकोपाला गेले. हफिझ अल-असादला सीरियानं आता अर्थमंत्रालयात नोकरशाहीशी संबंधित असलेल्या कामावर नेमलं. तरीही, गुप्तपणे कारवाया करणाऱ्या लष्करी गटाचं सदस्यत्व

त्यानं सोडलं नाही. याच गटानं इतर सहकाऱ्यांच्या मदतीनं सीरियामधला यशस्वी ठरलेला आजवरचा शेवटचा उठाव ८ मार्च १९६३ रोजी घडवून आणला.

या उठावामध्ये हफिझ अल-असादनं महत्त्वाची भूमिका बजावली. यामुळे त्याची पत एकदम वधारली. १९६४च्या अखेरीला तो लष्करप्रमुख बनला. १९६६च्या फेब्रुवारी महिन्यातल्या उठावात मिशेल अफ्लाकचे सगळे हक्क गेले आणि सलाह जदिद खऱ्या अर्थानं सीरियाचा राष्ट्रप्रमुख झाला. हफिझ अल-असादची नेमणूक सीरियाच्या संरक्षणमंत्रिपदी करण्यात आली. याच्या पुढच्या वर्षी इस्रायलबरोबर झालेल्या युद्धानंतरही हफिझ अल-असादनं आपली पत कशीबशी सांभाळली. तरीही, या युद्धामध्ये सीरियाला पराभव पत्करावा लागल्यामुळे सीरियाई नागरिकांची टीका त्याला सहन करावीच लागली. एकूणच हे युद्ध हफिझ अल-असादच्या राजकीय कारकिर्दीमधला निर्णायक टप्पा ठरलं. तोपर्यंत सलाह जदिदच्या नेतृत्वाखाली हफिझ अल-असाद त्याला देण्यात आलेली भूमिका वठवण्याचा प्रामाणिक प्रयत्न करत होता. आता मात्र त्यात बदल घडला. सीरियाकडून घडलेल्या चुकांचा त्याला खूप राग आला होता. इतकंच नव्हे; तर या चुकांची कबुली देण्याइतका प्रामाणिकपणा किंवा त्यामधून काही शिकण्याची तयारी दाखवण्याइतका प्रांजळपणा सीरियाई उच्चपदस्थांमध्ये अजिबात दिसत नव्हता. हफिझ अल-असाद यामुळे खूप वैतागला होता.

इस्रायलच्या लष्करी ताकदीविषयी हफिझ अल-असादच्या मनात कसलीच शंका नव्हती. सीरियाच्या डाव्या विचारसरणीच्या उच्चपदस्थांना मात्र हे समजू नये, हे त्याला आश्चर्यकारक वाटत होतं. नासरसकट इतर अनेक अरब नेते आपल्या ताकदीविषयी फुशारक्या मारत असल्याचं बघून, तो हे नेते मूर्खांच्या नंदनवनात राहत असल्याचं मानत होता. सीरिया आणि इजिप्त यांनी विनाकारणच आपल्या नागरिकांच्या भावना इस्रायलच्या विरोधात भडकावल्या असल्याचं त्याचं मत होतं. म्हणूनच इस्रायलला या देशांवर हल्ला करण्याची सुवर्णसंधी प्राप्त झाली, असं हफिझ अल-असादचं स्पष्ट मत होतं.

आपलं मत स्पष्टपणे मांडायचं नाही असं धोरण हफिझ अल-असादनं पूर्वीपासूनच राबवलं होतं. साहजिकच, त्याच्या मनात नक्की काय सुरू आहे याविषयी कुणाला फारसं समजू शकत नसे. वरवर तो एकदम शांत आणि स्थिर वाटे. याचा अर्थ त्याला खऱ्या परिस्थितीचा अंदाज यायचा नाही, असं मात्र अजिबातच नाही. उदाहरणार्थ, आपल्या एखाद्या सहकाऱ्याविषयी त्याचं मत फार

चांगलं नसेल तर ते स्पष्टपणे बोलून दाखवण्याऐवजी तो भावना आपल्या मनातच ठेवी. हुकूमशहांविषयी अशा प्रकारच्या स्वभावाच्या आणि वागण्याच्या नोंदी हमखास सापडतात. आपण कुठल्या माणसावर विश्वास टाकला आहे हे सलाह जदिदला अर्थातच समजलं नव्हतं.

१९७०मध्ये सीरियाची सत्ता आपल्या ताब्यात घेण्याची संधी हफिझ अल-असादला मिळण्याचं मुख्य कारण म्हणजे सीरियाई लष्कराचा त्याला पाठिंबा होता. अर्थातच, त्याच्यासमोरचं पहिलं उद्दिष्ट बाथ पक्षाची पुनर्रचना करणं आणि पक्षातून आपल्याला कुणी प्रतिस्पर्धी निर्माण होणार नाही, याची खात्री करण्याचं होतं. यासाठी त्यानं आपल्या सत्तेच्या खुंट्या बळकट केल्या. बाथ पक्षाच्या स्थापनेच्या वेळी 'एका नेत्याच्या हाती सत्ताकेंद्र नसावं' अशी महत्त्वाची अपेक्षा व्यक्त करण्यात आली होती. आता मात्र हफिझ अल-असाद म्हणेल ती पूर्वदिशा असा प्रकार सुरू झाला. कदाचित सीरियामध्ये आपल्या नजरेसमोर घडत असलेले उठाव आणि त्यामुळे अडचणीत सापडणारे सत्ताधारी हे सगळं बघून आपल्यासमोर हुकूमशाही राबवण्याशिवाय दुसरा पर्याय नसल्याची त्याची खात्री झाली असावी.

कामात बुडून जाणं त्याला आवडे. सगळे जण त्याचा उल्लेख 'सतत कामात बुडालेला माणूस' असाच करत. आधीप्रमाणेच त्याच्या मनात काय चालू आहे याचा थांगपत्ता कुणाला लागत नसे. कुणाशीही बोलायचं तर त्या माणसाला थेट भेटण्याचं तो टाळे. त्याऐवजी फोनवरून बोलणं तो जास्त पसंत करे. यात प्रत्यक्ष संपर्क टाळण्याचा हेतू असे. प्रत्येक गोष्टीत बारकाईने लक्ष घालण्याचा त्याचा स्वभाव होता. त्यानं आपल्या आजूबाजूलाही कामात गर्क राहणं पसंत करणारी; म्हणजेच थोडक्यात आपल्यासारखी माणसं गोळा केली. हे सगळे लोक त्याच्याशी अत्यंत एकनिष्ठ होते. आधीपासूनच त्याचा खूप विश्वास असलेले त्याचे सहकारी अनेक दशकं त्याच्यासोबत राहिले. यात दोन्ही बाजूंचा फायदाच होता. यातून तो सत्तेवरची आपली पकड अधिकाधिक घट्ट करत गेला. तसंच त्याच्या संपर्कात कुणी यावं किंवा येऊ नये, या संदर्भातले निर्णयही त्याच्या खास विश्वासातली माणसंच सतत घेत राहिली. त्याच्या आधीच्या काही नेत्यांनी लष्कराकडे दुर्लक्ष करण्याची चूक केली होती. हफिझ अल-असादनं मात्र आपल्या हातून असं घडू दिलं नाही. सीरियाई लष्कर जास्तीत जास्त भरभक्कम आणि विस्तारित करण्यावर त्यानं भर दिला. यामुळे लष्करातल्या एखाद्या छोट्या तुकडीनं त्याच्या विरोधात उठाव करण्याची शक्यताही जवळपास मावळली. असं असूनही हफिझ अल-असादनं

अजिबात धोका पत्करला नाही. लष्करामधल्या सगळ्या प्रमुखांचा तो थेट नेता तर होताच; तरीही, यावर विसंबून न राहता त्यानं काही गुप्तचर संघटनाही सीरियात पेरल्या. यामुळे सीरियात प्रथमच आव्हान देता न येण्यासारखा नेता सत्तेवर आला.

१९७१मध्ये सीरियात निवडणूक घेण्याचं नाटक पार पडलं. हफिझ अल-असाद हा एकमेव उमेदवार रिंगणात होता. आपोआपच सात वर्षांच्या मुदतीसाठी तो सीरियाचा राष्ट्रपती बनला. हफिझ अल-असादनं बाथ पक्षाव्यतिरिक्त इतर राजकीय पक्षांची पूर्ण हकालपट्टी केली नाही, तसंच त्यांना संसदेमध्ये त्यानं काही जागा मिळतील याची व्यवस्थाही केली. अर्थातच, आपण एककल्ली हुकूमशहा नसल्याचा दिखावा निर्माण करण्यासाठी त्याच्या दृष्टीनं हे आवश्यक होतं. १९७३मध्ये तर 'बाथ पक्ष राजकारण आणि समाज या दोन्हींमध्ये मुख्य भूमिका निभावेल' अशा अर्थाची घटनादुरुस्तीही त्यानं करून घेतली. एका अर्थानं हफिझ अल-असादची राजवट अरब राजांना शोभेलशी होती. तोपर्यंत सीरियाचे राज्यकर्ते दमास्कसमध्ये बसून आपल्या अनुयायांकडून देशात काय चाललं आहे, हे समजून घेण्याचा प्रयत्न करत. त्यांच्याप्रमाणे रेडिओवर भाषणं न देता हफिझ अल-असाद मात्र अनेक दौरे काढत असे. जनसामान्यांपाशी जाऊन त्यांच्याशी थेट बोलण्यावर त्याचा भर असे. समाजामधले निरनिराळ्या पातळ्यांवरचे भेद आपल्या सत्तेच्या मार्गात अडथळे बनू शकतात याची कल्पना असल्यामुळे ते दूर करण्यासाठी त्यानं प्रयत्न केले. यामुळे आधीच्या तुलनेत सीरियाई समाजामध्ये जरा मोकळेपणा आला.

कुठलाही महत्त्वाचा निर्णय घेताना या निर्णयाशी संबंधित असलेल्या सगळ्या लोकांना काय वाटतं, हे जाणून घेण्यासाठी तो प्रयत्नशील असे. तसंच हा निर्णय आपण एकट्यानं घेतलेला नसून तो निर्णय म्हणजे जनमानसाचं प्रतिबिंब आहे हे दाखवण्यासाठी तो धडपडत असे. परराष्ट्रसंबंध आणि संरक्षण या बाबतींमध्ये मात्र तो विलक्षण गुप्तता राखे. अत्यंत कठोरपणे तो या संदर्भातल्या हालचाली करे. अंतर्गत सुरक्षेच्या बाबतीतसुद्धा तो अजिबात ढिला पडत नसे. साहजिकच, त्याच्यामधल्या हुकूमशाही छटा सीरियात आणि इतरत्रही लगेच उठून दिसत. आपल्या विरोधात कोणत्याही प्रकारे उठाव किंवा घातपात होण्याची बारीक शक्यतासुद्धा जाणवली तर हफिझ अल-असाद अत्यंत कठोरपणे ती मोडून काढत असे. अर्थातच, धोक्याच्या गांभीर्यानुसार नक्की कोणत्या प्रकारची कारवाई करायची, हे तो ठरवत असे.

सीरियात पूर्वीपासूनच 'मुखबरात' नावानं ओळखल्या जाणाऱ्या गुप्तचर संस्था होत्या. या संस्था आणि पोलीस दल यांना कुठल्याही प्रकारची भीड न बाळगता अत्यंत कठोरपणे हव्या त्या कारवाया करण्याची कायदेशीर परवानगी होती. याचा पुरेपूर फायदा उठवला जाई. अर्थातच, या संस्थांमध्ये काम करणारे लोक प्रचंड भ्रष्टाचारही करत. त्यांना हवं त्या लोकांना अटक करणं, त्यांना हवं तितके दिवस तुरुंगात ठेवणं, त्यांचे हाल करणं हे सगळं घडत राही. कित्येक जण तर एकदा या मंडळींच्या तावडीत सापडल्यावर जिवंतच राहत नसत. म्हणूनच सर्वसामान्य सीरियाई नागरिक त्यांना वचकून असत. शक्यतो आपण या अधिकारिवर्गाच्या तावडीत सापडायला नको, यासाठी ते प्रयत्न करत. मुखबरात किंवा पोलीस यांची वक्रदृष्टी पडल्यामुळे अटक करण्यात आलेल्या लोकांना सोडवण्यासाठी लाचखोरी किंवा कुठल्यातरी उच्चपदस्थाची शिफारस एवढेच मार्ग उपलब्ध असत. या मार्गांना सीरियामध्ये 'वास्ता' म्हणून ओळखलं जाई.

एकीकडे हफिझ अल-असादनं अत्यंत कठोरपणे आपली एकाधिकारशाही निर्माण केलेली असली तरी दुसरीकडे सर्वसामान्य सीरियाई नागरिकांच्या आयुष्याचं त्यानं भलंही केलं. प्रथमच सीरियामध्ये मोठ्या प्रमाणावर शिक्षण, वीज, घरांपर्यंत पाणीपुरवठा होण्याची सोय अशा गोष्टी दिसायला लागल्या. बालमृत्यूंचं प्रमाण लक्षणीयरीत्या घटलं. तसंच सरासरी आयुर्मानही वाढलं. १९६३ ते ९३ या काळात सीरियामधल्या रेल्वेमार्गांची संख्या चौपटींनी वाढली. याच काळात चांगल्या दर्जाच्या रस्त्यांचं प्रमाण पाचपट झालं.

१९६०च्या आकडेवारीनुसार, १० वर्षांहून जास्त वय असलेल्या सीरियाई नागरिकांपैकी तब्बल ६६ टक्के निरक्षर होते. एकूण मुलींपैकी तब्बल ८४.२० टक्के जवळपास कधीच शाळेत गेल्या नव्हत्या; तर मुलांच्या बाबतीत हे प्रमाण एकूण मुलांच्या संख्येच्या साधारण निम्मं होतं. १९९०मध्ये या परिस्थिती आमूलाग्र बदल झाला. १० वर्षांहून जास्त वयाच्या नागरिकांपैकी तब्बल ८० टक्के जण लिहू-वाचू शकत होते. मुलं-मुली यांच्यामधला अन्यायी फरक मात्र अजूनही बऱ्याच अंशी कायम होता. मुलांमध्ये ९० टक्के मुलं तर मुलींमध्ये ७० टक्के असं साक्षरतेचं प्रमाण होतं. अर्थात, शिक्षणामध्ये बरेचदा कुतूहल जोपासण्यापेक्षा सरकारी धोरणांची प्रत्यक्ष-अप्रत्यक्षपणे प्रशंसा करणाऱ्या गोष्टींचा बरेचदा समावेश असे. १९९२पर्यंत एकूण खेड्यांपैकी तब्बल ९५ टक्के खेड्यांमध्ये वीज पोहोचली होती. हफिझ अल-असादनं युफ्रिटिस नदीवर बांधलेल्या मोठ्या धरणामुळे हे शक्य

झालं. हा प्रकल्प पूर्णत्वाला जाण्याआधी फक्त ५ टक्के सीरियाई घरांपर्यंत वीज पोहोचली होती.

हफिझ अल-असादच्या कारकिर्दीमधली दुसरी महत्त्वाची गोष्ट म्हणजे सावकारी आणि जमीनदारी यांच्यामध्ये झालेली घट ही होती. तोपर्यंत एका हंगामाच्या शेवटानंतर नव्या हंगामाच्या सुरुवातीला नव्यानं रोपं लावण्यापासून इतर सगळ्या कामांसाठी शेतकऱ्यांना कर्जं घ्यावी लागत. यासाठी सावकार किंवा जमीनदार त्यांना तब्बल ३० ते ५० टक्के इतक्या महाप्रचंड दरानं व्याज आकारत. साहजिकच, अनेक शेतकरी या कर्जांच्या भाराखाली पुरते दबून जात. आता त्यात बदल झाले. अर्थात, एकीकडे सीरियाई अर्थव्यवस्थेमध्ये अशा प्रकारच्या सार्वजनिक पातळीवरच्या सुधारणा करत असताना दुसरीकडे इतरांना याची नुकसानभरपाईसुद्धा करावी लागली. अनेक खासगी उद्योगांचं राष्ट्रीयीकरण करण्यात आलं. सरकारी यंत्रणा आणि सरकारी कर्मचाऱ्यांची संख्या यात विलक्षण वाढ झाली. १९६०मध्ये सरकारी कर्मचाऱ्यांची संख्या ६०,००० होती; ती १९९२मध्ये तब्बल सात लाखांवर गेली! साहजिकच, नोकरशाही आणि सरकारी बाबुगिरी यात टोकाची वाढ झाली.

हफिझ अल-असाद सत्तेवर आला तेव्हा महागाई वाढत चालली होती आणि अर्थकारणाची गती मंदावत होती. लाचखोरीमुळे सरकारी यंत्रणा सुस्त झाल्या होत्या. प्रस्थापित सुन्नी मुस्लिमांचा तोपर्यंतचा सीरियाई अर्थकारण आणि समाजकारण यांच्यावरचा घट्ट पगडा बाथ पक्षाच्या क्रांतिकारी विचारांमुळे सैल झाला होता. अनेक दशकं उपभोगलेली सत्ता आणि संपत्ती यावर टाच आल्यामुळे कट्टर सुन्नीपंथीय लोक बिथरले. त्यांनी बाथ पक्षाच्या सत्तेला उलथून टाकण्यासाठी खूप प्रयत्न केले.

ज्या प्रकारे हफिझ अल-असादनं सीरियामध्ये सत्तांतर घडवून आणलं, त्यामुळे इतर अनेक अरब सत्ताधीशांप्रमाणेच त्यालाही आपल्या जवळच्या लोकांवर मोठ्या प्रमाणावर अवलंबून राहणं भाग पडलं. नातेवाईक आणि मित्र यांचे हितसंबंध जोपासणं आणि त्यांच्या मदतीनं आपली सत्ता आणखी भरभक्कम करणं असा कार्यक्रम त्यानं राबवला. रिफात हा हफिझ अल-असादचा धाकटा भाऊ यामध्ये सगळ्यांत ठळकपणे सगळ्यांच्या नजरेमध्ये भरत असे. तसंच अलावी वंशाच्या अनेक जणांवर हफिझ अल-असादची कृपादृष्टी वळली. खासकरून लष्कर आणि सुरक्षा यंत्रणा इथे तर प्रामुख्यानं अलावी पंथाच्या मुस्लिमांचा भरणा

खूपच वाढला. अर्थात, हफिझ अल-असादला सगळीकडे अलावी पंथाचा पगडा भरभक्कम करायचा होता, असं नाही. तसंच इतर पंथांच्या लोकांचं जगणं मुश्कील व्हावं यासाठीही त्यानं काही प्रयत्न केले नाहीत. अलावी पंथाच्या लोकांना प्राधान्य देणं म्हणजे आपल्याशी एकनिष्ठ राहू शकणाऱ्या लोकांची संख्या वाढवत नेणं आणि आपलं स्थान अजून बळकट करणं हे हफिझ अल-असादचे मुख्य हेतू होते. यामुळे सुन्नी पंथाच्या लोकांमध्ये चीड निर्माण होणं स्वाभाविक होतं. हफिझ अल-असाद हे न समजण्याइतका दूधखुळा अजिबात नव्हता. म्हणूनच त्यानं आपल्या मंत्रीमंडळात सुन्नी पंथाच्या लोकांना सामील करण्यावर भर दिला. महत्त्वाची खाती त्यानं या लोकांकडे सोपवली. यामधला महत्त्वाचा मुद्दा म्हणजे अलावी पंथाचं वर्चस्व कायम राखत त्यानं हे साधलं. म्हणजेच अलावी आणि सुन्नी या पंथांखेरीज इतर पंथांच्या लोकांना त्यानं फारसं महत्त्व दिलं नाही. सातत्यानं निरनिराळ्या धर्मांच्या लोकांना खेळवत राहण्याचं कसब त्यानं साधलं होतं. जवळपास प्रत्येक धर्माच्या लोकांना इतरांकडून धोका असल्याचं वातावरण निर्माण करत आणि हा धोका आपल्यामुळे टळत असल्याचं भासवत हफिझ अल-असादनं आपलं स्थान पक्कं केलं.

आंतरराष्ट्रीय पातळीवरचं राजकारण समजून आपल्या चाली खेळण्याची हातोटीसुद्धा हफिझ अल-असादकडे होती. बराच काळ त्यानं शीतयुद्धात थेट सहभागी न होता सोव्हिएत युनियनची बाजू घेतली. १९९०च्या दशकात सोव्हिएत युनियनचं विघटन सुरू झाल्यावर चातुर्यानं तो अमेरिकेच्या बाजूनं वळला. इराकनं कुवेतचा घास गिळल्यावर अमेरिकेनं जेव्हा इराकवर आक्रमण केलं तेव्हा सीरिया अमेरिकेच्या बाजूनं होता. अमेरिका आणि इस्रायल यांचं काम यामुळे सोपं झालं. अस्थिर सीरियापेक्षा हफिझ अल-असादची घट्ट सत्ता असलेला सीरिया त्यांच्या दृष्टीनं सोयीचा ठरला.

हफिझ अल-असाद कुठल्याही परिस्थितीत हार न मानणारा, अत्यंत चिवट मनुष्य होता. त्याच्याबरोबर काही बैठकांना हजर असलेल्या एका अमेरिकी परराष्ट्र मंत्रालयातल्या अधिकाऱ्यानं तर त्याचा उल्लेख 'मूत्रपिंड वार्तालाप' असा केला! याचं कारण म्हणजे कुठल्याही शारीरिक बेचैनीशिवाय हफिझ अल-असाद तब्बल सलग आठ-नऊ तास एका बैठकीत सहभागी होऊ शके. यामुळे या बैठकीला हजर असलेल्या अमेरिकी परराष्ट्र मंत्रालयातल्या अधिकाऱ्यांची मात्र चांगलीच कुचंबणा होई. मध्येच उठून लघुशंकेला जाण्याचीही त्यांची टाप नसे!

आपण मुस्लीम असल्याचं हफिझ अल-असाद नेहमी अगदी आवर्जून सांगे. उदाहरणार्थ, 'आपल्या देशाचं इस्लामी रूप बदलण्यासाठी' आपण सत्ता हस्तगत केल्याचं तो म्हणत असे. मुस्लीम लोकांच्या महत्त्वाच्या सणांच्या वेळी सुन्नी लोकांबरोबर दिसणं त्याला महत्त्वाचं वाटे. खरं म्हणजे हफिझ अल-असादला सीरियाची राज्यघटना पूर्णपणे धर्मनिरपेक्ष असावी, असं वाटत असे; पण नाइलाजानं त्याला या बाबतीत तडजोड करावी लागली. सीरिया हे 'इस्लामी राष्ट्र' म्हणून घोषित करण्याची मुस्लीम ब्रदरहूड आणि काही इस्लामी संघटनांची मागणी फेटाळून लावण्यात आलेली असली तरी, निदान राष्ट्रपती तरी मुस्लीम असावा, अशी तरतूद करण्यात आली. एकूणच सुन्नी मुस्लिमांना आपल्या बाजूनं वळवून घेण्यासाठीचे हफिझ अल-असादचे प्रयत्न फारसे यशस्वी झाले नाहीत.

बाथ पक्षाचे लोक मुस्लीम धर्माला काळं फासत असल्याचे आरोप करून अलावी पंथाच्या लोकांना ठार करण्याची एक मोहीमच १९७६मध्ये सुरू झाली. याच कारणावरून १९७९मध्ये अलेप्पो आणि त्याच्या जवळच्या भागांमध्ये दंगलीही पेटल्या. खूप प्रयत्न करून हफिझ अल-असादनं हा प्रकार नियंत्रणाखाली आणला. तशात १९८०च्या जून महिन्यात हफिझ अल-असादवरच प्राणघातक हल्ला झाला. त्यात तो कसाबसा वाचला. दमास्कसमधल्या गेस्ट हाउसच्या बाहेर तो कुण्या पाहुण्याची वाट बघत उभा होता. त्या वेळी मशीनगन्समधून गोळीबार झाला, तसंच त्याच्या दिशेनं दोन हातबॉम्ब फेकण्यात आले. हफिझ अल-असादनं स्वतः त्यापैकी एका हातबॉम्बला लाथ मारून तो दूर सारला. दुसऱ्या हातबॉम्बवर त्याच्या एका सुरक्षारक्षकानं झेप घेऊन स्वतःचं बलिदान दिलं. अक्षरशः आश्चर्यकारकरीत्या हफिझ अल-असाद बचावला. लगेचच त्यानं याचा बदला घेतला. तुरुंगात डांबलेल्या शेकडो कट्टर इस्लामवादी कैद्यांना ठार करण्यात आलं. यानंतर हमामध्ये प्रचंड रक्तपात झाला. हफिझ अल-असादच्या विरोधातला उठाव शिगेला जाऊन पोहोचला. अजिबात विचलित न होता त्यानं तो मोडून काढला.

आता हफिझ अल-असादची राजवट अत्यंत भीतिदायक झाली. त्याच्या इशाऱ्यांनुसार काम करणाऱ्या गुप्तचर संघटना आणि पोलीस यंत्रणा यांची पुरती धास्ती लोकांच्या मनात बसली. आपल्याला बाह्य आणि अंतर्गत अशा दोन्ही पातळ्यांवर धोके असल्याची हफिझ अल-असादला पुरेपूर जाणीव झाली. म्हणूनच उठावांना अत्यंत कठोरपणे मोडणं आणि कट्टर लोकांवर नियंत्रण ठेवणं अशा आघाड्याच त्यानं उघडल्या. सातत्यानं आपल्या विरोधात कट रचला जात

असल्याची भावना त्याला सतावत असे. म्हणूनच त्याचा आधीच संशयी असलेला स्वभाव आता कमालीचा संशयी बनला. आपल्या विरोधात अशा प्रकारचे कट रचले जात असूनही त्यानं सुन्नी पंथीयांवर सरसकट अत्याचार करण्याचे प्रकार मात्र केले नाहीत. जे लोक कशाच्या अध्यातमध्यात न येता शांतपणे आपलं आयुष्य जगू इच्छित असत, त्यांना फारसा त्रास होत नसे. अलेप्पोमधल्या व्यापारिवर्गाला त्यानं आपल्या पाठीशी उभं राहण्याच्या मोबदल्यात सुरक्षितता आणि स्थैर्य पुरवण्याचं आश्वासन दिलं. काही सुन्नी धर्मगुरूंशी चर्चा करून त्यानं त्यांना आपलंसं केलं. साहजिकच, या धर्मगुरूंनी त्याची जाहीर प्रशंसा केली. सर्वसामान्यांच्या मनात आपल्याविषयी असलेली अढी दूर करण्यासाठी हफिझ अल-असादला हे आवश्यकच वाटत असे.

१९८२नंतर हफिझ अल-असादसमोरचं सगळ्यांत मोठं आव्हान कट्टर इस्लामी लोक किंवा कुठली बाह्य शक्ती यांच्या रूपानं निर्माण झालं नाही. उलट, त्याच्या कुटुंबातूनच त्याला मोठं आव्हान मिळालं. १९८३मध्ये लेबेनॉनमध्ये परिस्थिती चिघळली होती. अशा वेळी सीरियाचं नेतृत्व अत्यंत समर्थपणे करणं आणि लेबेनॉनप्रश्नी कच न खाता निर्णय घेणं या गोष्टी आवश्यक होत्या. सातत्याच्या ताणतणावामुळे हफिझ अल-असाद मात्र या काळात हृदयविकार जडल्यामुळे त्रस्त होता. या आजारातून तो पूर्णपणे बरा होईल का, याचीही शाश्वती नव्हती. यामुळे एकाच माणसाच्या हातात सगळी सत्ता एकवटली असण्याच्या दुष्परिणामांविषयी चर्चा सुरू झाली.

हफिझ अल-असादखालोखाल सीरियामधला सगळ्यांत प्रभावशाली माणूस म्हणजे रिफात हा त्याचा भाऊच होता. सलाह जदिदच्या विरोधातला कट हफिझ अल-असादनं यशस्वी करण्यापासून सीरियाचा राज्यकारभार चालण्यापर्यंत रिफात हा नेहमी त्याच्याबरोबर होता. हफिझ अल-असादपेक्षा तो सात वर्षांनी लहान होता. त्याची कारकिर्द हफिझ अल-असादच्या सावलीत गेलेली असली तरी त्याला स्वतःचं निश्चित असं स्थान होतं. पाश्चिमात्य जगाविषयीची त्याची जाण काही बाबतींमध्ये हफिझ अल-असादपेक्षा जास्त होती. हे जग त्याला खुणावत असल्यामुळे तो 'खासगीकरणावर जास्त भर दिला पाहिजे' असं म्हणत असे. सीरियामध्ये विकास आणि शिक्षण यासंबंधीच्या प्रकल्पांमध्ये त्यानं महत्त्वाचं योगदान दिलं होतं. सोव्हिएत युनियनशी सीरियानं खूप घनिष्ठ संबंध ठेवता कामा नये, असं तो म्हणत असे. युरोप आणि अमेरिका यांच्याशी सीरिया फार फटकून

वागतो, असं त्याला वाटत असे. तसंच सीरिया आणि इस्रायल यांच्यामध्ये वर्चस्वासाठी सुरू असलेल्या स्पर्धेत सीरिया कधीच इस्रायलवर वर्चस्व गाजवू शकणार नसल्यामुळे या शर्यतीतून सीरियानं बाहेर पडावं, असं त्याचं मत होतं. बाथ पक्षामध्ये असलेली लोकशाही पुरेशी नसल्यामुळे त्यासाठी आणखी प्रयत्न करणं आवश्यक असल्याचा त्याचा आग्रह होता. त्याच्या या विचारांमुळे त्याच्याविषयी अधूनमधून संशयाचं वातावरण निर्माण होई. रिफातनं मोठ्या प्रमाणावर संपत्तीही गोळा केली होती; पण त्याविषयी सगळ्यांना बऱ्याच उशिरा समजलं. या संपत्तीत सीरियाच नव्हे; तर युरोप आणि अमेरिका इथल्या मालमत्तांचा समावेश होता.

आजारी असलेल्या हफिझ अल-असादनं राज्यकारभार चालवण्यासाठी एक छोटंसं कार्यकारी मंत्रीमंडळ स्थापन केलं. याचे सहाच्या सहा सदस्य सुन्नी पंथीय होते. यात रिफात अल-असादचा समावेश नव्हता. तरीही, त्यानं राज्यकारभारासंबंधीच्या निर्णयांमध्ये सहभागी व्हावं यासाठी त्याची मनधरणी करण्यात आली. हफिझ अल-असादच्या प्रकृतीत काही काळानंतर जरा सुधारणा झाली. आता सीरियात एकदम विचित्र परिस्थिती निर्माण झाली. काही जण आणि खासकरून लष्करामधले अनेक अधिकारी रिफात अल-असादला आपला आदर्श मानत. हफिझ अल-असादऐवजी त्याच्याकडे सीरियाचं नेतृत्व असावं अशी त्यांची इच्छा होती. स्वाभाविकपणे, सीरियामध्ये या दोघा भावांच्या अनुयायांमधल्या मतभेदांमुळे यादवी युद्ध होण्याची शक्यता काही जण व्यक्त करायला लागले. अखेर आपल्या भावाला आव्हान देण्याचा विचार काही काळ मनात घोळवत असलेला रिफात सत्तेपासून दूर झाला. काही कामानिमित्त म्हणून तो काही काळ मॉस्कोला गेला. नंतर अधूनमधून तो सीरियामध्ये अल्पकाळ परतला असला तरी खऱ्या अर्थानं तो पॅरिसमध्ये स्थायिक झाला.

रिफात अल-असादनं सत्तेचा मोह कसाबसा आवरला असला तरी असाद कुटुंबामध्येच सत्ता राखण्यासंबंधीची भूक मात्र संपली नाही. इतरत्र असते तशाच प्रकारची घराणेशाही असाद घराण्यामध्येही सुरू झाली. बासिल हा हफिझ अल-असादचा मुलगा त्याच्यापश्चात सीरियाचं नेतृत्व करेल, असं लोक म्हणायला लागले. मौजमजा करणारा आणि खऱ्या प्रश्नांविषयी फारसं गांभीर्य नसलेला बासिल सगळीकडे खुशालचेंडू म्हणूनच ओळखला जाई. तरीही, १९९१मध्ये अनेक ठिकाणी हफिझ अल-असादचा उल्लेख 'अबू बासिल' म्हणजेच 'बासिलचा पिता' म्हणून करणारी पोस्टर्स झळकायला लागली. राष्ट्रपतीच्या संरक्षणासाठी

तैनात करण्यात आलेल्या रक्षकांच्या गटाच्या प्रमुखपदी बासिलची नेमणूक करण्यात आली. यातून पुढे काय झालं असतं हे सांगणं कठीण आहे. याचं कारण म्हणजे दमास्कसच्या विमानतळानजीकच्या रस्त्यावर धुकं असताना विलक्षण वेगानं आपली गाडी निष्काळजीपणानं चालवत असलेल्या बासिलचा १९९४मध्ये अपघाती मृत्यू झाला.

अकस्मातपणे बासिलचा मृत्यू झाल्यामुळे त्याचा भाऊ आणि हफिझ अल-असादचा दुसरा मुलगा बशर याला लंडनहून परत बोलावून घेण्यात आलं. नेत्ररोगतज्ज्ञ बनण्यासाठी डोळ्यांच्या एका रुग्णालयात उमेदवारी करणाऱ्या बशरला सीरियाई लष्करात भरती करण्यात आलं. तेव्हा बशर अल-असाद हा हफिझ अल-असादचा राजकीय वारस ठरेल, असं कुणालाही वाटलं नाही. १९९८मध्ये हफिझ अल-असादची तब्येत खूपच बिघडल्यानंतर मात्र त्याची गादी पुढे चालवण्यासाठी बशर अल-असादच योग्य असल्याचं बोललं जायला लागलं. या सुमाराला एक भ्रष्टाचारविरोधी मोहीम उघडण्यात आली. यात भ्रष्टाचाराला आळा घालण्याचा मुद्दा एकदम दुय्यम होता. या मोहिमेचं खरं लक्ष्य हफिझ अल-असादनंतर सीरियामध्ये असाद घराण्यातच सत्ता कायम ठेवण्याला विरोध करणाऱ्या लोकांची तोंडं बंद करण्याचं होतं. तसंच रिफात अल-असाद ही संधी साधून सत्ता प्राप्त करण्यासाठी धडपड करेल असं वाटल्यामुळे त्याच्या पाठीराख्यांनाही अटक करण्यात आलं. बशर अल-असाद तेव्हा त्याच्या वयाच्या तिशीत होता. इतक्या तरुण माणसाला राष्ट्रपती होता यावं यासाठी सीरियाई राज्यघटनेत बदल करण्यात आले. खरं म्हणजे २०००च्या जून महिन्यात हफिझ अल-असादचा मृत्यू झाल्यावर सीरियाचं राष्ट्रपतिपद त्याचा वरिष्ठ आणि अत्यंत विश्वासू उपराष्ट्रपती अब्दुल हलिम खद्दाम याच्याकडे आलं.

हफिझ अल-असादची कारकिर्द वादग्रस्त होती. तो नक्की कोणतं पाऊल उचलेल याचा भल्याभल्यांना अंदाज येत नसे. अशा प्रकारची चकवा देत राहण्याची त्याची नीती सगळ्यांना बुचकळ्यात टाके. कित्येकदा रास्त मार्ग अवलंबणं आणि क्रूरपणे आपली धोरणं अमलात आणणं यामधला फरक तो विसरून जाई, असंही अभ्यासक म्हणत. कित्येकदा त्याचे समर्थक म्हणून ओळखले जाणाऱ्या लोकांनाही अटक केली जात असल्यामुळे हा गोंधळ वाढे. हमामध्ये त्याच्या विरोधात झालेल्या उठावाला संपवताना त्यानं खूपच निर्दयीपणे कारवाई केली, असंही इतिहास सांगतो. त्या मानानं १९८२मध्ये लेबेनॉनमध्ये घडलेल्या घटनांच्या

वेळी हफिझ अल-असादनं दुरूनच आपल्या चाली खेळण्याचं धोरण स्वीकारलं होतं. कदाचित लेबेनॉनमध्ये दुसरं काही करणं त्याला शक्यही नसावं.

१९८७च्या सुमाराला सीरियाई अर्थव्यवस्थेपैकी तब्बल ३० टक्के हिस्सा बेहिशेबी म्हणजेच काळ्या पैशांचा होता असे अहवाल सापडतात. नंतरच्या काळात यात घट झाली असण्याची जवळपास सुतराम शक्यता नाही. खरं म्हणजे याच्या बऱ्याच आधीपासून म्हणजे सुमारे १९७५च्या सुमारालाच सीरियामधल्या वाढत्या भ्रष्टाचाराविषयी बोललं जात असे. याला हफिझ अल-असाद फक्त आपली मान हलवून किंवा छोटं स्मितहास्य करून धुडकावून लावणारा प्रतिसाद देत असे. या प्रकरणांमधून त्याच्या जवळचे अनेक लोक गर्भश्रीमंत झाले. कित्येकदा भ्रष्टाचाराला सीरियाई सरकारची नुसती मूकसंमती नसे; उलट सरकारचा त्यात थेट सहभाग असे. उदाहरणार्थ, दयार अल-झूर इथल्या तेलविहिरींमधून मिळणारं उत्पन्न कुठेही दाखवलं जात नसे. सरकारी तिजोरीत ते जमा होण्याऐवजी हफिझ अल-असादच्या खास मर्जीतल्या लोकांकरवी त्याची योग्य प्रकारे वाट लावली जात असे. म्हणूनच हफिझ अल-असाद मृत्युशय्येवर असताना त्याच्या हुकूमशाही आणि भ्रष्टाचारी राजवटीचा सीरियाई अर्थव्यवस्थेच्या प्रगतीमध्ये मोठा अडथळा आला असल्याचं बहुतेक सगळ्यांनाच जाणवत होतं. खेडोपाडी पसरलेली गरिबी आणि बेकारी सर्वसामान्य सीरियाई नागरिकांना प्रचंड अडचणीची ठरत होती. काम शोधण्यासाठी शहरांमध्ये लोक मोठ्या संख्येनं येत असले तरी त्यांना कामं मिळवून देण्यासाठीच्या उपाययोजना करण्यासाठी सरकारी तिजोरीमध्ये पैसे येणार कुठून? भ्रष्टाचारानं पोखरल्या गेलेल्या सीरियामध्ये नागरिकांना हालअपेष्टा सोसाव्या लागल्या हेच सत्य आहे.

□□□

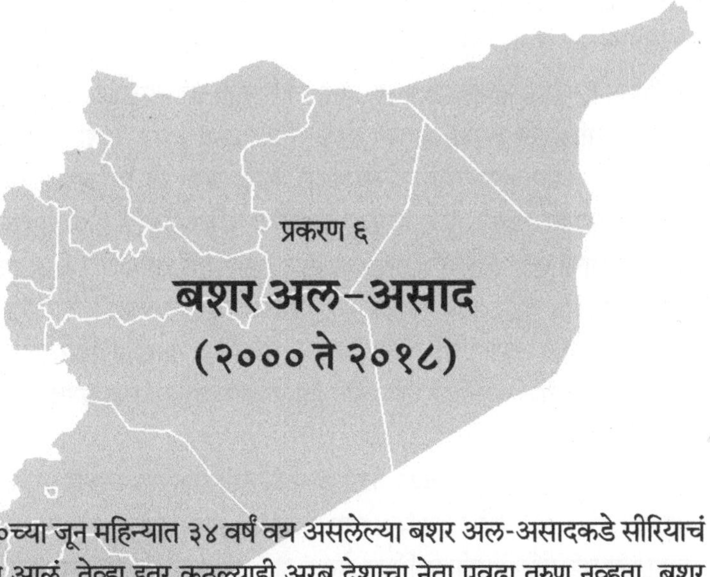

प्रकरण ६

बशर अल-असाद
(२००० ते २०१८)

२०००च्या जून महिन्यात ३४ वर्षं वय असलेल्या बशर अल-असादकडे सीरियाचं नेतृत्व आलं, तेव्हा इतर कुठल्याही अरब देशाचा नेता एवढा तरुण नव्हता. बशर अल-असादचं शिक्षण फ्रेंच भाषेत झालं होतं आणि त्याला उत्कृष्ट इंग्लिश येत असे. आधी उल्लेख केल्याप्रमाणे नेत्ररोगतज्ज्ञ बनण्यासाठीचं प्रशिक्षण तो लंडनमध्ये घेत असताना अचानकपणे त्याचा भाऊ बासिल याचा मृत्यू झाल्यामुळे तो सीरियाला परतला होता. लंडनमध्ये तो दीड वर्षं राहिला. यावरून आपल्या वडिलांची गादी आपण चालवू अशी शक्यताही त्याच्या मनात तेव्हा नसणार असं स्पष्टपणे दिसून येतं. लंडनमध्ये असताना अस्मा या मूळच्या सीरियाई वंशाची असलेल्या; पण लंडनची नागरिक असलेल्या मुलीशी त्याची ओळख झाली. अस्माशीच त्यानं

बशर अल-असाद आपल्या परिवारासह

लग्न केलं. अस्मा सुन्नी पंथाची होती. आर्थिक क्षेत्रात खूप चांगल्या प्रकारची नोकरी ती करे. तिचे वडील हृदयरोगतज्ज्ञ होते. बशर अल-असाद आणि अस्मा या दोघांनाही तंत्रज्ञानामध्ये खूप रस होता. दोघांनाही चांगलेचुंगले कपडे घालायला आवडे. 'सेलिब्रिटी कपल' म्हणून लोक त्यांच्याकडे बघत. सुन्नी आणि अलावी पंथांमधला कडवटपणा त्यांच्या लग्नामुळे काही प्रमाणात दूर झाला असल्याचं जाणकार म्हणत. बशर अल-असादनं आपल्या वडिलांनंतर सीरियाची सत्ता हाती घेण्यासंबंधीची एक महत्त्वाची अडचण म्हणजे सीरियाई राज्यघटनेनुसार राष्ट्रपतीचं वय किमान ४० वर्षं असणं गरजेचं होतं. खरं म्हणजे यात बदल करणं खूप कठीण आणि वेळखाऊ असलं तरी बशर अल-असादसाठी तातडीनं सीरियाई संसदेची बैठक बोलावण्यात आली. या बैठकीत किमान वयाचा आकडा घटवून ४० वरून ३४ करण्यात आला.

१७ जुलै २००० रोजी बशर अल-असादनं सीरियाई संसदेसमोर आपलं पहिलं भाषण केलं. त्याचे वडील दगावून तेव्हा फक्त ३७ दिवस झाले होते. आपलं भाषण त्यानं खूप काळजीपूर्वकरीत्या लिहून घेतलं होतं. आपल्या वडिलांच्या कारकिर्दीचा त्यानं गौरवपूर्ण आढावा घेतला. तसंच कुठल्याही नव्या प्रशासकाकडून ज्या प्रकारच्या भाषणाची अपेक्षा असते तसं भाषण एकंदर त्यानं केलं. गोलान हाईट्सचा प्रदेश परत मिळण्याच्या मोबदल्यात आपण इस्रायलशी शांतता करार करायला तयार असल्याचंही तो म्हणाला. अप्रत्यक्षपणे त्यानं सीरियामधला भ्रष्टाचार आणि बिनचूक माहितीचा अभाव या गोष्टींचाही उल्लेख केला. तसंच सीरियानं मुक्त बाजारपेठीय व्यवस्थेकडे वाटचाल करणं आवश्यक असल्याचंही तो म्हणाला. एकूणच सीरियामधलं हुकूमशाहीचं वातावरण संपवणं आणि सीरियामधल्या नागरिकांना भयमुक्त करणं, अशी त्याची उद्दिष्टं असल्याचं त्याच्या भाषणामधून जाणवलं. अर्थातच, यामुळे सीरियामधल्या प्रस्थापित उच्चपदस्थांना मोठा हादरा बसला. खरोखरच बशर अल-असादनं आपल्या भाषणामधल्या मुद्द्यांनुसार पावलं टाकली तर आपली पंचाईत होईल याची त्यांना कल्पना होती. म्हणूनच त्यांनी लगेचच बशर अल-असादला जोरदार विरोध केला. बाथ पक्ष आणि त्याच्या अधिकृत मुखपत्रांमधून या धोरणांवर टीका झाली. बशर अल-असादचे वडील हफिझ अल-असाद यांच्या काळापासून उपराष्ट्रपतिपद आणि संरक्षणमंत्रिपद सांभाळणाऱ्या वरिष्ठ नेत्यांनी बशर अल-असादला असं काही चालणार नसल्याचं

सांगितलं. तसंच खरोखरच तो अशी धोरणं राबवणार असेल तर तो फार काळ सत्तेवर टिकून राहणार नसल्याचंही ते स्पष्टपणे म्हणाले.

दुसरीकडे पाश्चिमात्य जगानं मात्र बशर अल-असादच्या भाषणाचं स्वागत केलं. सीरियामध्ये होऊ घातलेल्या सुधारणांविषयी आपल्याला कौतुक वाटत असल्याचा बहुतेक जणांचा सूर होता. तसंच त्यांना बशर अल-असादविषयी सहानुभूती वाटत असल्याचंही जाणवत होतं. अर्थातच, बशर अल-असाद इंग्लंडमध्ये राहिलेला असल्यामुळे खरोखरच तो सीरियाला आधुनिकीकरणाकडे नेईल, अशी आशा त्यांना वाटत होती. प्रत्यक्षात मात्र बशर अल-असाद हा मूळचा सीरियाचा असल्यामुळे त्यानं अनुभवलेलं मूळ जग वेगळंच होतं. पॅलेस्टिनी लोकांची चळवळ, अरब-इस्त्रायल वाद, सीरिया आणि इतर अरब देश विरुद्ध इस्त्रायल या सगळ्या गोष्टींचा तो साक्षीदार होता. साहजिकच, हे सगळं विसरून तो अचानकपणे सीरियाला एकदम नव्या युगात घेऊन जाईल, हा आशावाद तसा फोल ठरण्याचीच दाट शक्यता होती. तेव्हा मात्र असं कुणाला फार वाटलं नाही. एखादा नवा नेता आल्यावर जसं उत्साहाचं वातावरण असतं आणि तो खरोखर परिस्थिती बदलून टाकेल असं अनेकांना वाटत असतं, तसं घडलं. याखेरीज स्वत: बशर अल-असादच्या हातामध्ये किती गोष्टी होत्या, हाही महत्त्वाचा मुद्दा होता. त्याच्या नियंत्रणाबाहेरच्या घटनाक्रमासंबंधी काही करणं त्याच्या दृष्टीनं अशक्य होतं. याची चुणूक लगेचच मिळाली.

२०००च्या सप्टेंबर महिन्यात; म्हणजेच बशरनं सत्ता संपादित करून जेमतेम चार महिने होत आलेले असताना इस्त्रायलनं नवी ठिणगी पेटवली. एहूद बराक या इस्त्रायली पंतप्रधानाची संमती घेऊन तेव्हा इस्त्रायली संसदेचा विरोधी पक्षनेता असलेल्या एरिअल शेरॉननं पूर्व जेरुसलेममध्ये १००० सशस्त्र सैनिकांसह मुद्दाम वादग्रस्त भागात प्रवेश केला. पॅलेस्टिनी लोकांचे हक्क मान्य करणं तर सोडाच; उलट, त्यांच्या हक्कांवर गदा आणण्याचा प्रकार इस्त्रायल आधीप्रमाणेच राबवत असल्याचा हा स्पष्ट पुरावा होता. अगदी जाणूनबुजून पॅलेस्टिनी लोकांना दुखवण्याचा आणि त्यांच्याकडून इस्त्रायलविरोधी कारवाया सुरू व्हाव्यात यासाठीचा हा प्रयत्न होता. अपेक्षेप्रमाणेच पॅलेस्टिनी लोक चवताळले. काहींनी निदर्शनं सुरू केली. याला इस्त्रायली लष्करानं अत्यंत कठोर प्रत्युत्तर दिलं. पॅलेस्टिनी लोकांच्या संघर्षाचा म्हणजेच इंतिफादाचा दुसरा अध्याय सुरू झाला. पुढची काही वर्षं यामुळे मोठा रक्तपात घडला. पॅलेस्टिनी लोकांनी इस्त्रायली भागांमध्ये छोटे स्फोट घडवून

आणण्याचे प्रकार सुरू केले. साहजिकच, इस्रायलनं याला प्रत्युत्तर दिलं पाहिजे अशी सर्वसामान्य इस्रायली नागरिकांनी मागणी केली. याचा आधार घेत इस्रायली सैनिकांनी पॅलेस्टिनी लोकांवर क्रूर आक्रमणं केली. या घटनाक्रमाचे पडसाद अरब जगतात उमटले. सीरियामध्येही इस्रायलच्या विरोधात वातावरण तापत राहिलं.

१७ जुलै २००० रोजी बशर अल-असादनं सीरियाई संसदेसमोर आपलं पहिलं भाषण केलं.

गोलान हाईट्सचा प्रदेश परत मिळण्याच्या मोबदल्यात आपण इस्रायलशी शांतता करार करायला तयार असल्याचंही तो म्हणाला.

एकूणच सीरियामधलं हुकूमशाहीचं वातावरण संपवणं आणि सीरियामधल्या नागरिकांना भयमुक्त करणं, अशी त्याची उद्दिष्टं असल्याचं त्याच्या भाषणामधून जाणवलं.

एकीकडे असं वातावरण असताना दुसरीकडे ९ सप्टेंबर २००१ रोजी ओसामा बिन लादेनच्या नेतृत्वाखाली लढणाऱ्या अल-कायदा संघटनेनं अमेरिकेच्या वर्ल्ड ट्रेड सेंटरच्या गगनचुंबी इमारतींना भुईसपाट केलं. सुमारे ३००० लोक यात ठार झाले. यामुळे जगभरात खळबळ माजली. अनेक अमेरिकी लोकांना दुसऱ्या महायुद्धादरम्यान जपाननं केलेल्या पर्ल हार्बरच्या हल्ल्याची आठवण झाली. आपल्या शत्रूला नष्ट करण्याची भावना त्यांच्यामध्ये बळावली. अमेरिकी राष्ट्रपती जॉर्ज डब्ल्यू बुश यांनी आपल्यावरच्या हल्ल्याचा बदला घेण्यासाठी कंबर कसली. अचानकपणे काही काळ अमेरिका आणि सीरिया यांच्यातले संबंध सुधारले; याचं कारण म्हणजे अमेरिकेवर हल्ला करणाऱ्यांविषयीची महत्त्वाची माहिती सीरियानं अमेरिकेला पुरवली. हे फार काळ टिकलं नाही. बुश आणि त्यांचे सहकारी यांनी प्रत्येक देशाला 'तुम्ही आमच्याबरोबर आहात का आमच्या विरोधात आहात?' या प्रश्नाचं थेट उत्तर विचारलं. सीरियासकट अनेक देशांना अशा प्रकारे या प्रश्नाचं उत्तर देणं शक्य नव्हतं. याचं कारण म्हणजे आपल्या शेजारच्या पॅलेस्टाईनमध्ये अमेरिका आणि इतर पाश्चिमात्य देश यांनी इस्रायलला मदत करून केलेल्या

नरसंहाराची आणि अन्यायाची भावना विसरणं या देशांसाठी अशक्य होतं. २००३च्या मार्च महिन्यात अमेरिकेनं इराकवर हल्ला केला.

१७ मार्च २००३ या दिवशीच्या आपल्या टीव्हीवरच्या भाषणात बुश यांनी आपण सद्दाम हुसेन आणि त्याचे कुटुंबीय यांना इराक सोडून जाण्यासाठी ४८ तासांची मुदत देत असल्याचं सांगितलं. त्यांनी आपला हुकूम ऐकला नाही तर आपण इराकवर लष्करी कारवाई सुरू करू, अशी धमकीसुद्धा त्यानं दिली. कुवेतमध्ये १.३० लाख आणि जवळपासच्या इतर देशांमध्ये आणखी काही लाख सैनिक अमेरिकेनं तयार ठेवले. इराकविरुद्धच्या कारवाईला बहुतेक सगळ्या देशांचा विरोध असला तरी अपेक्षेप्रमाणे इंग्लंडनं या निर्णयाला पाठिंबा देऊन आपले २५,००० सैनिक पाठवले. याशिवाय, ऑस्ट्रेलिया आणि पोलंड यांनी नावापुरते काही सैनिक पाठवले. सुरुवातीला इराकवर बॉम्बहल्ले करून इराकची लष्करी ताकद खलास करायची आणि त्यानंतर इराकमध्ये सैन्य घुसवायचं असा अमेरिकेचा बेत होता. इराकमधल्या घुसखोरीसाठी वापरल्या जाणाऱ्या काही मार्गांमध्ये तुर्कस्थानमधून इराकमध्ये जात असलेल्या एका मार्गाचाही समावेश होता. पण तुर्कस्थानच्या संसदेनं यामुळे आपल्या विरोधात तापत चाललेलं वातावरण बघून अमेरिकेला यासाठीची परवानगी नाकारली.

१९ मार्चच्या दुपारी अमेरिकन सैनिकांची पहिली तुकडी इराकमध्ये घुसली. यानंतर अमेरिकन सैनिकांची मोठी फळी इराकमध्ये शिरणार होती. तेवढ्यात बगदाद शहराच्या बाहेरच्या भागातल्या एका शेतात सद्दाम हुसेन आणि त्याची मुलं हे आपला मुक्काम त्या रात्रीपुरता हलवणार असल्याची बातमी अमेरिकेला समजली. याबरोबर ही बातमी अमेरिकेमध्ये बुश यांना कळवण्यात आली. एका झटक्यातच सद्दाम आपल्या हाती लागू शकतो या आनंदापोटी सद्दाम आणि त्याची मुलं यांना घेऊन येणारा वाहनांचा ताफा आला की त्यावर हल्ला करण्याचे आदेश बुश यांनी दिले. ठरल्याप्रमाणे या वाहनांच्या ताफ्यावर अमेरिकेनं हल्ला केला आणि त्यात प्राणहानीसुद्धा झाली. पण, अमेरिकेच्या दुर्दैवानं त्यात सद्दाम किंवा त्याची मुलं यांच्यापैकी कुणीच नव्हतं. उलट, अमेरिकेला ज्या इराकी खबऱ्यानं ही माहिती पुरवली होती तोच या हल्ल्यात ठार झाला. त्या रात्री टीव्हीवर बुश यांनी इराकवरचा हल्ला सुरू झाल्याची बातमी दिली. त्याला उत्तर म्हणून सद्दाम हुसेननं टीव्हीवर बुश यांची 'गुन्हेगार' म्हणून संभावना केली. अर्थात, अमेरिकेच्या ताकदीसमोर लढायची आधीपासून गलितगात्र अवस्थेत असलेल्या इराकी सैन्याची

अजिबातच तयारी नव्हती. त्यामुळे अमेरिकेला इराकला नमवण्यासाठी फारसे कष्ट घ्यावेच लागले नाहीत.

याचा निषेध करणं सीरियाच्या दृष्टीनं आवश्यक होतं. इराकवरच्या अमेरिकी हल्ल्यामुळे सीरिया आणि इराक यांच्यामध्ये सुरू असलेल्या अवैध व्यापारावरही निर्बंध आले. संयुक्त राष्ट्रसंघानं इराक दहशतवादाला प्रोत्साहन देत असल्याच्या आरोपांवरून इराकबरोबरचे आर्थिक संबंध तोडण्याची सक्ती सगळ्या देशांना केली होती. त्याला न जुमानता सीरियाचा इराकशी व्यापार सुरू होता. या पार्श्वभूमीवर इराकनंतर अमेरिका सीरियामध्ये आपलं लष्कर घुसवणार का, असा प्रश्न विचारला जायला लागला. अमेरिकेमध्ये अनेक परंपरावादी विचारसरणीचे लोक याला उघड पाठिंबा देत होते. ९/११च्या हल्ल्यामुळे अमेरिकेमधलं वातावरण एकदम भावनिक आणि देशप्रेमाचं भरतं आल्यासारखं झालं होतं. त्या ओघात चूक-बरोबरसारख्या गोष्टींचा विचार कुणी फारसा करत नव्हतं. तसंच याचा फायदा उठवून अमेरिका आणि इस्त्रायल यांना हव्या असलेल्या पद्धतीनं मध्यपूर्व आशियाची पुनर्रचना करण्याचा डाव आखला जात होता.

दरम्यान, इराकवर अमेरिकेनं केलेल्या आक्रमणाचा मोठा परिणाम म्हणजे इराकमधले नागरिक विस्थापित होण्याचा होता. त्यांना आपल्या मायदेशी राहणं अशक्य झाल्यामुळे त्यांनी शेजारच्या सीरियामध्ये आश्रय घेण्याचे जोरदार प्रयत्न केले. या निर्वासितांचा लोंढा ही सीरियासमोरची नवी समस्या बनली. तब्बल १२ लाख इराकी लोक सीरियामध्ये शिरले. त्यामधल्या पैसेवाल्यांनी सीरियाई अर्थव्यवस्थेमध्ये पैसे ओतून महागाई निर्माण केली. यामुळे दमास्कससारख्या मोठ्या शहरांमध्ये स्थानिक सीरियाई लोकांची विनाकारणच पंचाईत झाली. दुसरीकडे गरीब इराकी लोक गरीब सीरियाई लोकांशी रोजगार मिळवण्यासाठी स्पर्धा करायला लागले. अमेरिकेसारख्या देशांना याची अजिबात फिकीर नव्हती.

एकीकडे विनाकारणच सीरियाची अशा प्रकारे कोंडी होत असताना दुसरीकडून अमेरिकेनंही सीरियाला जोरदार दणका दिला. इराकमध्ये अमेरिकेशी लढण्यासाठी इतर ठिकाणांहून दाखल होत असलेल्या लोकांना सीरियानं आपला देश 'रस्तात्र म्हणून उपलब्ध करून दिल्यामुळे अमेरिका चिडली. याखेरीज सीरियाचा लेबेनॉनवर असलेला पगडा कमी करण्याचीही हीच संधी असल्याचं बुश यांनी हेरलं. परिणामी, १२ डिसेंबर २००३ रोजी सीरियावर कडक निर्बंध घालणारा कायदा अमेरिकेमध्ये मंजूर करण्यात आला. अन्न आणि औषधं यांचा

अपवाद वगळता सीरियामध्ये काहीही निर्यात न करण्याची अट अमेरिकी कंपन्यांना घालण्यात आली. सीरियाबरोबरचा सगळा व्यापार बंद करण्यात आला. सीरिया दहशतवादाला प्रोत्साहन देणारा देश असल्याचं अमेरिकेनं स्पष्टपणे म्हटलं. तसंच सीरियानं लेबेनॉनमधून आपलं लष्कर काढून घ्यावं यासाठी बशर अल-असादवर दबाव टाकण्यात आला. सीरियाखेरीज हमास, हिझबुल्ला, पॅलेस्टिनी संघटना यांच्यावरही अमेरिकेनं असाच शिस्तीचा बडगा उगारला. हे सगळे इस्त्रायलच्या विरोधात लढण्याचा प्रयत्न करत होते. कहर म्हणजे इस्त्रायलच्या दहशतवादी कारवायांविषयी मात्र अमेरिकेनं अवाक्षरही उच्चारलं नाही. इस्त्रायलकडे अण्वस्त्रंही होती. इस्त्रायलच्या कुठल्याच शत्रूकडे ती नव्हती. सीरियानं आपल्याकडची संहारक शस्त्रं नष्ट करण्याचा आग्रह अमेरिकेनं धरला. इस्त्रायलला मात्र अशी कुठलीच अट घालण्यात आली नाही. याखेरीज सीरिया आणि लेबेनॉन यांनी इस्त्रायलशी विनाअट द्विपक्षी चर्चा करून शांतता प्रस्थापित करावी, अशी तरतूदही या कायद्यात करण्यात आली. गोलान हाईट्सचा यात साधा उल्लेखसुद्धा नव्हता. आता तर इस्त्रायल गोलान हाईट्सचा प्रदेश आधीपासून स्वत:चाच असल्याच्या थाटात वावरत असे. इस्त्रायलमध्ये येणारे पर्यटक जेव्हा गोलान हाईट्सला फेरफटका मारत तेव्हा त्यांना आपण आता इस्त्रायमध्ये नसल्याची जाणीवसुद्धा होत नसे.

बशर अल-असादनं अमेरिकेच्या या एकतर्फी धोरणांसमोर शरणागती न पत्करण्याचं धोरण अवलंबलं. त्याचे वडील जिवंत असते तर त्यांनी बहुधा हेच केलं असतं. इराकमध्ये अमेरिकेशी लढायला म्हणून जाणारे सुन्नी लोक सीरियातूनच पुढे जात होते. हळूहळू इराकमध्ये अमेरिकी लष्करावर होत असलेल्या गनिमी काव्याच्या हल्ल्यांचं प्रमाण वाढत गेलं. इराकवर आपण सहजपणे ताबा मिळवू शकू असा अमेरिकेला वाटत असलेला आत्मविश्वास धुळीला मिळाला. अमेरिकी लोकांमध्ये अस्वस्थता वाढत गेली. बुश यांनी घेतलेला निर्णय आततायी असल्याचं मत व्यक्त व्हायला लागलं. या पार्श्वभूमीवर अमेरिकेनं इराकपाठोपाठ आणखी एखाद्या मध्यपूर्व आशियाई देशामध्ये घुसखोरी करण्याची शक्यता धूसर झाली.

तशात १४ फेब्रुवारी २००५ या दिवशी एक नवं संकट निर्माण झालं. लेबेनॉनच्या बैरुत शहरात तब्बल एक टन वजनाचा बॉम्ब एका पार्क करण्यात आलेल्या गाडीत भरण्यात आलेला होता. त्याचा स्फोट अपेक्षित वेळी झाला आणि यात लेबेनॉनचा माजी पंतप्रधान रफिक अल हरिरी ठार झाला. अत्यंत श्रीमंत असलेल्या हरिरीचे अनेक देशांमध्ये उद्योजकांशी घनिष्ठ संबंध होते. १९९२मध्ये लेबेनॉनचा पंतप्रधान

झाल्यापासून हरिरीनं यादवी युद्धात बेचिराख झालेल्या लेबेनॉनची पुनर्बांधणी करण्यामध्ये महत्त्वाची भूमिका बजावली होती. अर्थातच, हरिरीच्या रिअल इस्टेट उद्योगाचं यात अक्षरश: उखळ पांढरं झालं. त्यानं विलक्षण कमाई केली. तरीही, भ्रष्टाचार करूनसुद्धा त्यानं लेबेनॉनच्या पुनरुज्जीवनामध्ये खूप योगदान दिलं, असं सगळेच म्हणायचे. पूर्वी लेबेनॉनवर सीरियानं आपलं अप्रत्यक्ष नियंत्रण ठेवणं रास्त असलं तरी आता खरं म्हणजे त्याची अजिबातच गरज नव्हती. १९९०मध्ये लेबेनॉनमधलं यादवी युद्ध संपुष्टात आलं आणि त्यानंतर साधारण दशकभरानंतर इस्रायलनं तिथून आपलं लष्कर काढून घेतलं होतं. तरीही तिथे सीरियाचा हस्तक्षेप सुरूच होता. याचा अनेक लेबनीझ लोकांना विलक्षण संताप होता.

२००४मध्ये लेबेनॉनच्या राष्ट्रपतिपदी एमिल लहूदची निवड होण्यामध्ये सीरियानं महत्त्वाचा वाटा उचलला. लहूद हा सीरियाला अनुकूल असलेला उमेदवार होता. सीरियाच्या या लुडबुडीला पंतप्रधान रफिक अल-हरिरीचा विरोध होता. आता हरिरीचा खून झाल्यावर साहजिकच संशयाची सुई सीरियाकडे वळली. सीरियाचा सहकारी असलेल्या हिझबुल्ला या संघटनेविषयीही काहींना संशय वाटत होता. या सगळ्याचा उद्रेक झाला. १४ मार्च रोजी लेबेनॉनमध्ये तब्बल १० लाख लोकांनी रस्त्यांवर उतरून निदर्शनं केली. लेबनीझ नागरिकांच्या या नाराजीला पाश्चिमात्य देशांचा पाठिंबा असल्यामुळे त्यांच्या दबावापोटी लेबेनॉनमधून आपलं लष्कर काढून घेण्यावाचून सीरियासमोर दुसरा पर्याय उरला नाही. सीरियानं आपलं लष्कर लेबेनॉनमधून काढून घेतलेलं असलं तरी सीरियाशी मित्रत्वाचं नातं असलेल्या हिझबुल्ला संघटनेनं मात्र लेबेनॉनमधलं आपलं प्रस्थ कायम राखलं. नागरिकांचाही हिझबुल्लाला पाठिंबा होता. यामुळे लेबेनॉनमध्ये पूर्ण शांतता नांदू शकली नाही.

अखेर २००६मध्ये इस्रायलनं परत एकदा लेबेनॉनमध्ये आपलं लष्कर धाडलं. इस्रायलला या खेपेला हिझबुल्लाशी लढायचं होतं. हिझबुल्ला या संघटनेला सीरियाची साथ असली तरी तिला प्रामुख्यानं इराणनं मदत केली होती. यामुळे हिझबुल्ला ही एका अर्थानं शिया पंथीयांची संघटना होती. इराकमध्ये इतर ठिकाणांहून येत असलेल्या सुन्नी लोकांशी लढण्याचा प्रयत्न अमेरिका एकीकडे करत असताना दुसरीकडे इस्रायलला आता शियांशी लढणं भाग पडलं. बदला घेण्यासाठी हिझबुल्ला संघटनेचे काही लोक १२ जुलै रोजी इस्रायलमध्ये घुसले. त्यांनी काही इस्रायली सैनिकांना ठार केलं आणि दोघांना ओलीस बनवून परत आणलं. यामुळे भडकलेल्या इस्रायलनं परत एकदा दक्षिण लेबेनॉनवर हल्लाबोल

केला. मोठ्या कष्टानं पुनर्बांधणी करण्यात आलेला हा भाग परत एकदा बेचिराख झाला. इस्त्रायलला या कामात काही युरोपीय देशांची साथ लाभली. आता सुमारे चार लाख निर्वासित लेबनीझ सीरियामध्ये शिरले. अनेक सीरियाई कुटुंबांनी लेबेनॉनमधून आलेल्या निर्वासितांना आपल्या घरांमध्ये आश्रय दिला. या काळात लेबेनॉनमध्ये इस्त्रायलच्या विरोधात एकमत झालं आणि लेबनीझ लोकांनी मोठ्या प्रमाणावर हिझबुल्लाला पाठिंबा दिला. हिझबुल्लानं इस्त्रायलला त्याच्याच भाषेत उत्तर द्यायचं ठरवलं. इस्त्रायलच्या उत्तरेकडच्या भागावर रॉकेट्सचा हल्ला करून हिझबुल्लानं इस्त्रायलप्रमाणेच मानवतावादी संकेतांचं पूर्ण उल्लंघन केलं.

इस्त्रायल आणि हिझबुल्ला यांच्यातला हा संघर्ष वाढत गेला. अखेर दोन्हीकडून शांततेची अपेक्षा करत अमेरिका आणि इतर पाश्चिमात्य देश यांनी सबुरीची भाषा केली. इस्त्रायलसमोर गुडघे न टेकता हिझबुल्लानं जोरदार प्रतिकार केल्यामुळे हिझबुल्लाची प्रतिमा अरब जगात उजळली. हिझबुल्ला ही शिया पंथीयांची संघटना असूनही सुन्नीबहुल अरब राष्ट्रांनी तिला काही काळासाठी डोक्यावर घेतलं. इस्त्रायलसारख्या कट्टर शत्रूशी लढणारं कुणीही आपल्यासाठी मित्रत्वाचं असल्याचं तात्पुरत्या काळासाठी या देशांना वाटलं यात नवल असं नव्हतंच. हिझबुल्लाच्या आक्रमक धोरणामुळे सीरियानं सातत्यानं हिझबुल्लाला पाठिंबा देणं बरोबरच होतं, असंही मत अरब जगात पसरलं. आपोआपच लेबनीझ राजकारणामधली हिझबुल्लाची पत वधारली. याखेरीज, हरिरीच्या हत्येनंतर सीरियाची लेबेनॉनमध्ये झालेली बदनामीही काही प्रमाणात विस्मरणात गेली.

अमेरिका आणि इस्त्रायल यांच्या अतिआक्रमक आणि एकतर्फी चालींसमोर न झुकण्याची हिंमत दाखवून बशर अल-असादही आपल्या वडिलांची गादी समर्थपणे चालवत असल्याचं अनेक जण म्हणाले. सीरियात तसंच इतर अरब देशांमध्ये त्याची लोकप्रियता वाढली. अमेरिकेकडून सीरियाला होत असलेला विरोधही काही प्रमाणात मावळण्याची चिन्हं दिसायला लागली. २००७मध्ये काही वरिष्ठ अमेरिकी संसदपटूंनी सीरियाचा छोटा दौरा केला. याच्या पुढच्या वर्षी सीरिया आणि इस्त्रायल यांच्यात तुर्कस्थानच्या मध्यस्थीद्वारे अप्रत्यक्ष चर्चा झाली. त्यातून काही हाती येईल असं वाटत असतानाच इस्त्रायलनं गाझा पट्ट्यावर हल्ला केला, यामुळे शांततेचं समीकरण पार कोलमडलं. काही महिन्यांनी बराक ओबामा या नव्या अमेरिकी राष्ट्रपतीनं सीरियावरच्या कडक निर्बंधांपैकी काही निर्बंध दूर केले.

२००९मध्ये सौदीचा राजा अब्दुल्ला यानं सीरियाचा दौरा केला. तसंच सीरियाचा तुर्कस्थानबरोबरही लष्करी करार झाला.

बशर अल-असादच्या कारकिर्दीची सुरुवात आंतरराष्ट्रीय पातळीवरच्या अशा अत्यंत सनसनाटी आणि जीवघेण्या घडामोडींनी झाली. याचा अर्थ सीरियामध्ये अंतर्गत प्रश्न काहीच नव्हते, असं अजिबातच नाही. उलट, तिथले प्रश्नही बिकट होते. सीरियाई अर्थव्यवस्था संकटात होती. सीरियामधल्या नागरिकांपैकी ६५ टक्के लोक तरुण होते; म्हणजेच त्यांचं वय २५च्या आत होतं. यात भर म्हणून सीरियाई लोकसंख्यावाढीचा दर दरसाल २.४ टक्के एवढा होता. अशा परिस्थितीत बेरोजगारीचं प्रमाण खूप जास्त होतं. बाथ पक्षानं सीरियात केलेल्या सुधारणांमुळे सीरियाई तरुण महाविद्यालयीन पदवी मिळवून बाहेर पडत; पण त्यांना नोकऱ्या मिळणं कठीण होऊन बसलं. नवे उद्योग स्थापन करायचे तर त्यासाठी भांडवल नव्हतं. बँकांवर सरकारी नियंत्रण असल्यामुळे त्याही उद्योजकांना कर्जं पुरवू शकत नव्हत्या. बँकांचं खासगीकरण करणं सोपं नव्हतं. या काळाचं अगदी अचूक वर्णन बँकिंग क्षेत्राचा अनुभव असलेल्या अस्मा अल-असाद या बशर अल-असादच्या पत्नीनं नंतर असं केलं :

> *गेली ५० वर्षं सीरियामध्ये खासगी बँकांचं अस्तित्वही नाही... आमच्या सरकारी बँका बिनकामाच्या आहेत... त्यामध्ये काम करणाऱ्या कर्मचाऱ्यांना इंग्लिश येत नाही, त्यांना संगणकांचं अजिबात ज्ञान नाही... म्हणूनच आम्ही अगदी बाळबोध अवस्थेत आहोत... यातून बाहेर कसं पडायचं हे आम्हांला समजत नाही... यासाठीचा कसलाच अनुभव आमच्यापाशी नाही...*

बशर अल-असादच्या कारकिर्दीच्या सुरुवातीला आर्थिक सुधारणांवर भर देणं, मिश्र अर्थव्यवस्था राबवणं अशा मुद्द्यांविषयी चर्चा सुरू झाली. खासकरून चिनी अर्थव्यवस्थेशी साम्य असलेली व्यवस्था आपल्याकडे हवी असं असादसकट काही जणांचं मत पडलं. याचं कारण म्हणजे आर्थिक सुधारणा करणं, अर्थव्यवस्था खुली करणं याचा अर्थ सत्तेवरची आपली पकड ढिली करणं असा होत नाही, हे चीननं दाखवून दिलं होतं. जनतेवर पूर्ण ताबा ठेवून आर्थिक सुधारणा राबवण्याचा चिनी दृष्टिकोन सीरियासारख्या देशालाही उपयुक्त आहे, असं असादला वाटत होतं.

अखेर २००४मध्ये खासगी बँका आणि त्यापुढच्या वर्षात खासगी विमा कंपन्या सीरियात अवतरल्या. गुंतवणूक, करप्रणाली, कंपन्यांचं कामकाज या संदर्भातल्या नियमांमध्ये सुधारणा करण्यात आल्या. २००९मध्ये सीरियाई शेअरबाजार सुरू झाला. एके काळी परकीय चलनाच्या व्यवहारांसाठी जवळपास पूर्णपणे बंदी असलेलं सीरियाई चलन बऱ्यापैकी खुलं झालं. तरीसुद्धा जगभरातल्या एकंदर १८३ देशांमध्ये सीरियाई अर्थव्यवस्थेचं उद्योगस्नेहतेच्या संदर्भातलं स्थान १४३वं असल्याचा अहवाल जागतिक बँकेनं दिला. म्हणजेच सीरियाई अर्थव्यवस्थेला अजून प्रचंड मोठा पल्ला गाठायचा होता. सकल राष्ट्रीय उत्पन्न म्हणजेच ग्रॉस डोमेस्टिक प्रॉडक्ट (जीडीपी) सीरियात वाढत असलं तरी या वाढीचा दर जास्तीत जास्त ५ ते ६ टक्के एवढाच होता. कित्येकदा तो याहून बराच कमीही असे. याला सीरियामधला भ्रष्टाचार मोठ्या प्रमाणावर कारणीभूत होता. तसंच बाथ पक्षाची विचारसरणी अजूनही ग्राह्य समजली जात असल्याचासुद्धा तो परिणाम होता. मार्क्सवाद, साम्यवाद या गोष्टींना दुय्यम लेखण्याची सीरियामध्ये कुणाची टाप नव्हती. दीर्घ काळ सेवा केलेले राजकारणी आणि नोकरशाहीमधले अधिकारी आपापल्या पदांना चिकटून राहण्यासाठी काहीही करायला तयार होते. देशाचं भलं करण्याचा मुद्दा त्यांच्या लेखी दुय्यम होता.

या पार्श्वभूमीवर हळूहळू निरनिराळ्या विषयांमधल्या तज्ज्ञांना योग्य पदावर नेमण्याचा प्रयत्न बशर अल-असादनं बऱ्यापैकी यशस्वीरीत्या केला. यामुळे साम्यवाद, दुसऱ्या महायुद्धानंतरचं पूर्व युरोप, सौदी अरेबिया, आखाती देश अशा ठिकाणी राहिलेले लोक चालवत असलेल्या सीरियामध्ये जरा आधुनिक वारे वाहायला लागले. अमेरिका, युरोप या ठिकाणी सुरू असलेलं अर्थकारण, तिथल्या घडामोडी यांची जाण असलेले लोक काही महत्त्वाचे निर्णय सीरियातही घेताना दिसायला लागले. खरं म्हणजे अनेक आखाती देशांनी वरवर मुक्त अर्थकारणाचं धोरण स्वीकारलेलं असलं तरी प्रत्यक्षात मात्र त्यांचा राज्यकारभार बऱ्यापैकी हुकूमशाही आणि भ्रष्टाचारी पद्धतीनंच चालवला जात असे. साहजिकच, या देशांमध्ये राहून आलेल्या सीरियाई अधिकाऱ्यांना अशा प्रकारचं अर्थकारण हेच खरं अर्थकारण असं वाटत असे. त्यात काही प्रमाणात बदल झाले.

सीरियाच्या अर्थकारणात सावकाशीनं केल्या जाणाऱ्या सुधारणांचा फायदा सर्वसामान्य नागरिकांना काही प्रमाणात मिळत असला तरी खूप बदल करून आपलं पद धोक्यात आणण्याची बशर अल-असादची अजिबात इच्छा नव्हती.

आपल्याला परंपरावादी विचारसरणी असलेल्या लोकांच्या पाठिंब्यावरच सत्ता चालवायची असल्याची जाणीव असल्यामुळे त्यानं एकदम धडाधड आर्थिक बदल करण्यापेक्षा छोटे बदल करण्यावर जास्त भर दिला. अन्यथा, समाजामध्ये प्रचंड उलथापालथ होईल आणि याचा शेवट आपल्याला पदच्युत करण्यात होईल, याची त्याला कल्पना होती. महत्त्वाच्या पदांवर असलेल्या लोकांकडून होत असलेल्या भ्रष्टाचाराला आणि आपल्या जवळच्या लोकांना करून दिल्या जात असलेल्या नफेखोरीला नुसता ऊत आला होता. त्याकडे दुर्लक्ष करण्यावाचून दुसरा पर्याय असादसमोर नव्हता. त्यात त्याचा वैयक्तिक सहभाग जवळपास निश्चितपणे होता. उदाहरणार्थ, असादच्याच नात्यातला रमी मखलूफ सीरियाई अर्थकारणामधल्या तब्बल ६० टक्के भागावर नियंत्रण ठेवून असल्याचं उघडपणे बोललं जाई. त्याची वैयक्तिक संपत्ती तब्बल ५०० कोटी डॉलर्सपेक्षा जास्त होती! सीरियात नव्यानं एकाधिकारशाहीच्या विरोधात कायदे करण्यात आलेले असले तरी मखलूफवर कोणत्याही प्रकारचं नियंत्रण आणलं जाणार नाही, हे अगदी स्पष्ट होतं. एकूणच मोजक्या अतिश्रीमंतांची श्रीमंती वाढणं आणि अतिगरिबांची संख्या कैकपटींनी वाढणं, ही दरी वाढत गेली. मध्यमवर्गालाही वाली नव्हताच!

हफिझ अल-असाद आणि बशर अल-असाद यांच्या परिस्थितीतही महत्त्वाचे फरक होते. हफिझ अल-असादला सत्ता आपल्याकडे खेचून घेताना खूप संघर्ष करावा लागला. तसंच कालांतरानं सीरियावर त्यानं आपलं एकहाती वर्चस्व निर्माण केलेलं असलं तरी त्याला इतर अनेक वरिष्ठ लोकांशी जुळवून घ्यावं लागत असे. यामुळे तो सीरियाचा हुकूमशहा असला तरी त्याला अगदी मोकळं रान होतं असं म्हणता येणार नाही. बशर अल-असादला मात्र अशा परिस्थितीचा सामना करावा लागला नाही. यामुळे त्यानं आपलं स्थान भरभक्कम करण्यासाठी आपल्या कुटुंबीयांचा वापर करून घेतला. मेहर या आपल्या धाकट्या भावाकडे असादनं संरक्षण खात्यामधल्या महत्त्वाच्या जबाबदाऱ्या सोपवल्या. असादचा मेहुणा असिफ शौकत अर्थमंत्रालयात मुख्यमंत्र्यानंतरच्या पदावर होता. १८ जुलै २०१२ रोजी एका बॉम्बस्फोटात त्याची हत्या झाली. रमी अकलूफ याचा उल्लेख तर वर आलाच आहे. या अकलूफचा भाऊ हफिझ दमास्कसच्या अंतर्गत सुरक्षेची जबाबदारी सांभाळत होता. या सगळ्या मंडळींवर बशर अल-असादचं नियंत्रण नव्हतं. त्यांचा कारभार नक्की कसा चालतो याची माहितीही त्याला अनेकदा नसे.

श्रीमंत आणि गरीब यांच्यामध्ये सीरियात आधीपासूनच असलेली दरी आणखी रुंद झाली होती. बशर अल-असादला सत्तेनं भ्रष्ट केलं असल्याचं मत सर्वदूर पसरलं.

बशर अल-असादनं सीरियामधल्या ग्रामीण जनतेकडे खूप दुर्लक्ष केलं. त्याचा पिता हफिझ अल-असाद यानं मात्र ही चूक कधीच केली नव्हती. आर्थिक सुधारणांचा कार्यक्रम राबवण्याच्या नावाखाली बशर अल-असादनं सीरियामधल्या सरकारी योजनांमध्ये कपात केली. ग्रामीण भागातल्या सार्वजनिक प्रकल्पांची अवस्था आधीच फार चांगली नव्हती; असादनं आता त्यातही काटकसरीचं धोरण आणलं. २००६ ते १० या काळात सीरियात वारंवार दुष्काळी परिस्थिती असताना सरकारनंही आपल्या खर्चात खूप कपात केल्यामुळे सर्वसामान्य सीरियाई नागरिकांचे हाल झाले. मोठ्या संख्येनं खेड्यांमधले लोक कामाच्या शोधात शहरात आले.

सीरियात दक्षिणेकडे डेरा नावाचं शहर आहे. नंतर सीरियात झालेल्या यादवी युद्धाची सुरुवात या शहरातून झाली असं मानलं जातं. खरं म्हणजे हे शहर बाथ पक्षाच्या बलस्थानांपैकी एक मानलं जाई. असादनं मात्र त्याकडे दुर्लक्ष केलं. स्वाभाविकपणे तिथली जनता असादवर नाराज झाली. तसंच या शहराच्या कारभारासाठीची तसंच सुरक्षेसाठीची व्यवस्था असादनं शहराबाहेरच्या लोकांकडे दिली असल्याचं स्थानिक लोकांचं मत झालं. अशा प्रकारे आपल्या डोक्यावर बाहेरचे लोक आलेले त्यांना खपलं नाही. हळूहळू असादच्या विरोधात नाराजी पसरत गेली.

सीरियामधल्या कट्टर सुन्नी मुस्लीम लोकांनी आपल्या विरोधात उठाव करू नये यासाठी बशर अल-असादनं आपल्या वडिलांप्रमाणेच या लोकांची मर्जी सांभाळण्याचा प्रयत्न केला. त्यांच्या धर्मगुरूंचा सन्मान करणं, त्यांच्या सणांमध्ये सहभागी होणं अशा गोष्टी तो नियमितपणे करे. मुलींनी आणि स्त्रियांनी बुरखा घालावा का नाही, हा मुस्लीम जगात असलेला एक अवघड प्रश्न आहे. सर्वसाधारणपणे कट्टर किंवा परंपरावादी मुस्लीम समाजांमध्ये बुरख्याची सक्ती केली जाते; तर आधुनिक उदारमतवादी मुस्लीम समाजांमध्ये याला विरोध केला जातो. हा प्रश्न अत्यंत नाजूक असल्यामुळे असादला कुणालाच दुखावून चालणार नव्हतं. यामुळे त्यानं बुरख्याच्या संदर्भात मध्यममार्ग स्वीकारला. 'शाळांपासून कुठेच बुरख्याची सक्ती नसेल; पण ज्या मुली आणि स्त्रिया यांना बुरखा घालायचा असेल त्यांना त्या संदर्भात पूर्ण मोकळीक असेल', असा निर्णय असादनं जाहीर केला. यामुळे एकीकडे पारंपरिक सुन्नी मुस्लीम लोकांच्या भावनांना धक्का पोहोचला नाही; तर दुसरीकडे असाद बाथ पक्षाच्या तत्त्वांना अनुसरून आधुनिकता आणि धर्मनिरपेक्षता

यांनाही जपतो, असं मत पसरलं. अशा रीतीनं काही बाबतींत असादनं योग्य पावलं उचलली असली तरी भ्रष्टाचाराशी लढा देणं आणि खरीखुरी लोकशाही सीरियामध्ये रुजवणं या अत्यंत महत्त्वाच्या मुद्द्यांमध्ये मात्र त्यानं कच खाल्ली.

ट्युनिशियामध्ये २०१०च्या डिसेंबर महिन्यात 'अरब स्प्रिंग'ला सुरुवात झाली. अरब देशांमध्ये फुलू पाहणारा हा राजकीय वसंत ऋतू सगळ्यांनाच धक्का देणारा होता. अशक्यप्राय गोष्टी घडायला लागल्या. ट्युनिशियापाठोपाठ इजिप्तमध्येही हुकूमशाही सत्ता कोलमडल्या. रस्त्यारस्त्यांवर उतरून लोकांनी केलेल्या आंदोलनांनी ठिकठिकाणच्या अरब सत्ताधाऱ्यांचे दाबे दणाणले. पाठोपाठ लीबिया, बहारिन आणि येमेन यांची पाळी असल्याचं चित्र निर्माण झालं. तसंच हा प्रकार इथेच न थांबता त्याचा वणवा इतर अरब देशांनाही आपल्या कवेत घेणार असं वाटायला लागलं. लोकांच्या या उत्स्फूर्त आंदोलनांचं नेतृत्व ठरावीक कुणाकडे असं नव्हतं. मानवी हक्क, लोकशाही आणि पोट भरण्यासाठी हातांना काम या गोष्टींची आंदोलकांना अपेक्षा होती. आपल्यावर अनेक वर्षांपासून अन्याय आणि अनेकदा अत्याचार करणाऱ्या हुकूमशहांना आपण सत्तेवरून दूर फेकणार असल्याचं आंदोलक ओरडून सांगत होते. प्रत्यक्षात मात्र आंदोलकांचा हा आशावाद फोल ठरला. बहुतेक ठिकाणी हे आंदोलन अल्पजीवी ठरलं.

ट्युनिशियामध्ये काही प्रमाणात या आंदोलनाचा परिणाम झाल्याचं दिसून आलं. लोकशाहीशी संबंधित असलेल्या काही संकल्पना आपल्या देशात रुजवण्यासंबंधीच्या अटी बेन अली या तिथल्या हुकूमशहानं मान्य केल्या. इजिप्तमध्ये हुस्नी मुबारक या हुकूमशहाला पदच्युत करण्यात आलं खरं; पण नंतर परिस्थिती बिघडली. २०१२च्या जून महिन्यात राष्ट्रपतिपदासाठी घेण्यात आलेल्या निवडणुकीमध्ये मुस्लीम ब्रदरहूड पक्ष सगळ्यांत जास्त मतं मिळवून सत्तेवर आला. या पक्षानं सत्ता प्राप्त केल्यावर देशामधले मतभेद मिटवण्याऐवजी आपल्या विचारसरणीचा ठसा देशावर उमटवण्यासाठी प्रयत्न केले. म्हणजेच जी सत्ता उलथवून टाकण्यात आली होती, तशाच सत्तेसारखे वारे इजिप्तमध्ये वेगळ्या रूपात वाहायला लागले होते. आता कट्टर मुस्लीमवादाचा पगडा घट्ट करण्यासाठी मुस्लीम ब्रदरहूडनं कंबर कसली. वातावरण तापत गेलं. सुमारे वर्षभरानंतर महंमद मोर्सी या मुस्लीम ब्रदरहूडच्या वतीनं राष्ट्रपती झालेल्या नेत्याची सत्ता इजिप्तच्या लष्करानं घालवून दिली. मोर्सीला तुरुंगात डांबण्यात आलं. सुमारे १००० लोकांचे प्राण या काळातल्या रक्तरंजित संघर्षात गेले.

२०१४च्या मे महिन्यात अब्दुल फतेह अल-सिसी या माजी लष्करप्रमुखाची इजिप्तच्या राष्ट्रपतिपदी निवड करण्यात आली. सिसी नवा हुकूमशहा बनला हे वेगळं सांगायला नको. २०१८च्या निवडणुकीमध्ये पुन्हा सिसीच राष्ट्रपतिपदाचा जवळपास एकमेव दावेदार ठरला. अशा रीतीनं इजिप्तमध्ये काही महिन्यांसाठी लोकशाही अवतरली आणि ती पुन्हा लगेचच लुप्तही झाली. मुस्लीम ब्रदरहूडवर बंदी घालण्यात आली.

लीबियामध्ये यादवी युद्ध घडवून आणणाऱ्या बंडखोरांना संरक्षण देण्यासाठी युरोपीय देशांनी आघाडी उभी केली. त्यांना काही अरब देशांचा पाठिंबा होता. यामुळे मुअम्मर अल-गद्दाफीची सत्ता कोसळली. गद्दाफी आपला जीव वाचवण्यासाठी लपून बसला होता. त्याला बंडखोरांनी शोधून काढलं. त्या ठिकाणाहून त्याला खेचत बाहेर आणण्यात आलं. दीनवाण्या अवस्थेतल्या गद्दाफीला ठेचून ठार करण्यात आलं. या घटनाक्रमाची कॅमेरात कैद करण्यात आलेली दृश्यं अंगावर काटा आणणारी ठरली. २०११च्या ऑक्टोबर महिन्यात लीबियामध्ये झालेल्या या सत्तांतरानंतर तिथली परिस्थिती अजिबात सुधारली नाही. यादवी युद्ध संपुष्टात आलंच नाही. उलट, वेगवेगळ्या गटांमध्ये सुरू असलेल्या हिंसक चकमकी देशाला अत्यंत अस्थिर करणाऱ्या ठरल्या. निरनिराळ्या गटांमध्ये नव्यानं यादवी युद्ध सुरू झालं.

हा अरब स्प्रिंग सीरियामध्ये तसा उशिराच पोहोचला. याची आपल्याला फारशी झळ पोहोचणार नाही, असा असादला आत्मविश्वास वाटत होता. याचं कारण म्हणजे ट्युनिशिया आणि इजिप्त या ठिकाणची शासनं आणि आपलं शासन यात महत्त्वाचे फरक आहेत, असं त्याचं मत होतं. मुख्य मुद्दा म्हणजे या देशांच्या हुकूमशहांनी अमेरिका आणि इस्रायल यांच्यासमोर गुडघे टेकले होते. या देशांमधल्या सर्वसामान्य नागरिकांना ते अजिबात रुचलं नव्हतं. आपला हुकूमशहा एकीकडे आपल्यावर प्रचंड दबाव टाकतो आणि आपलं जीवन असह्य करून टाकतो; तर दुसरीकडे आपल्या कट्टर शत्रूंशी एकदम मऊपणे वागतो, या गोष्टीचा संताप त्यांच्या मनात भरला होता. या संतापाचा उद्रेक इतर कारणांबरोबर झाला होता. सीरियानं मात्र कधीच अमेरिका आणि इस्रायल यांच्यासमोर नमतं घेतलं नव्हतं. साहजिकच, आपली जनता आपल्या विरोधात रस्त्यांवर उतरणार नाही, असा आत्मविश्वास असादच्या मनात होता. उलट, अमेरिका आणि इस्रायल यांच्या पाठिंब्यानं सुरू असलेला हा सत्ताविरोधी संघर्ष सीरियामध्ये टिकाव धरू शकणार नाही, असं तो

बशर अल-असाद

म्हणत होता. याखेरीज, सीरियाच्या बाबतीत दुसराही एक मुद्दा महत्त्वाचा होता. सीरियाचे शेजारी देश असलेले इराक आणि लेबेनॉन इथे झालेल्या यादवी युद्धानंतर त्या देशांची अवस्था किती बिकट झाली होती, याचा अनुभव सीरियाई नागरिकांनी अगदी जवळून घेतला होता. आपलीही अशी होरपळ होऊ नये अशी त्यांची भावना होती. साहजिकच, त्यांच्या मनात असादच्या राजवटीविषयी कितीही संताप असला तरी रस्त्यांवर उतरून सत्ताबदल घडवण्याविषयी ते साशंक होते. यामुळे भरभक्कम सुरक्षा दिमतीला असलेला असाद फार काळजीत नव्हता. सीरियामध्ये बेरोजगारीचा दर २० टक्क्यांच्या आसपास असला, आणि गरिबीचं प्रमाण ४४ टक्के असलं तरी आपल्या विरोधातला असंतोष आपण हाताळू शकू, असा आत्मविश्वास असादला होता.

सीरियामधली परिस्थिती पार बदलण्यामागे २०११च्या मार्च महिन्यातली एक घटना कारणीभूत ठरली. डेरा या सीरियामधल्या अत्यंत नैराश्याच्या गर्तेत असलेल्या शहरातल्या एका शाळेत ९ ते १५ वयोगटांमधल्या काही मुलामुलींनी भिंतीवर एक मजकूर लिहिला. त्यात सीरियामध्ये सत्ताबदल घडावा आणि आपल्याला स्वातंत्र्य मिळावं, अशी अपेक्षा व्यक्त करण्यात आली होती. कदाचित ट्युनिशिया, इजिप्त, लीबिया यासारख्या देशांमधली या संदर्भातली दृश्यं टीव्हीवर बघून या मुलांनी अजाणतेपणानं असं केलं असावं; किंवा घरी दबक्या आवाजातलं आपल्या आई-वडिलांचं बोलणं ऐकून त्यांनी भिंतीवर हे लिहिलं असावं. अर्थातच, काहीही झालं तरी ही मुलं होती, ती अजाण होती. त्यांच्या कृतीला मोठ्या माणसांनी केलेल्या कृतीसारखं लेखणं चुकीचं होतं. देशांतर्गत सुरक्षिततेची जबाबदारी सांभाळणाऱ्या लोकांनी मात्र या घटनेला अवास्तव महत्त्व दिलं. अजाणतेपणानं घडलेली चूक अशा दृष्टीनं त्याकडे न बघता कुठलीही दयामाया न दाखवता उठाव चिरडून टाकण्याचा दर्जा त्यांनी तिला दिला. या कृतीला जबाबदार ठरवण्यात आलेल्या मुलांना अटक करून दमास्कसला नेण्यात आलं! इतकंच नव्हे; तर त्यांच्या अपराधासाठी त्यांचा शारीरिक छळ करण्यात आल्याच्या बातम्याही पसरल्या.

दोन आठवडे उलटून गेल्यावरही या मुलांना त्यांच्या कुटुंबीयांच्या हवाली करण्यात आलं नाही. याच्या निषेधार्थ १५ मार्च रोजी एक मोर्चा निघाला. भडकलेले लोक रस्त्यांवर उतरले. काही वेळातच ही संख्या हजारोंच्या घरात गेली. कुठलाही विचार न करता सुरक्षारक्षकांनी केलेल्या गोळीबारात चार जण ठार झाले. यामुळे निदर्शक अजूनच भडकले. दुसऱ्या दिवशी तर त्यांचा आकडा २०,००० वर गेला. त्यांनी त्या प्रांताच्या गव्हर्नरचं कार्यालय, बाथ पक्षाचं स्थानिक कार्यालय आणि सुरक्षा विभागाचं मुख्यालय या तिन्ही ठिकाणी नासधूस केली. निदर्शनं वाढत गेली. २३ मार्चला सुरक्षारक्षक एका मशिदीत घुसले. या मशिदीचं रूपांतर निदर्शकांनी आपल्यापैकी जखमी झालेल्यांवर उपचार करण्यासाठी तात्पुरत्या इस्पितळात केलं होतं. त्या दिवशी १५ जण ठार झाले आणि आणखी शेकडो लोक जायबंदी झाले.

अजूनही हा हिंसाचार डेरापुरताच मर्यादित असला तरी त्याचे पडसाद सीरियाभर उमटले. याचं कारण म्हणजे इतर ठिकाणीसुद्धा डेरासारखंच वातावरण होतं. त्याच प्रकारची अस्वस्थता, तोच संताप सगळीकडे होता. हळूहळू ठिकठिकाणच्या स्थानिक मुद्द्यांवरून होम्स, लॅटकिया, बन्याज, हमा आणि थेट दमास्कसमधले काही भाग इथेही लोकांचा उद्रेक झाला. हे मुद्दे स्थानिक असले तरी त्यांच्यामधला समान धागा देशामधली प्रमाणाबाहेरची दडपशाही थांबवणं आणि लोकशाही आणणं या मागण्यांचा होता. सगळीकडे भ्रष्टाचाराच्या विरोधात चीड होती. सगळीकडे नोकरी आणि रोजगार यांच्या संधी लोकांना अपेक्षित होत्या. अगदीच अचानकपणे उद्भवलेल्या या परिस्थितीला नक्की कसं तोंड द्यावं या संदर्भात सीरियाई राजवटीचा प्रतिसाद भांबावल्यासारखा होता. असाद सर्वसामान्य नागरिकांच्या दृष्टिपथात आला नाही. सरकारच्या वतीनं तातडीनं काही घोषणा करण्यात आल्या. १९६३च्या आणीबाणीच्या कायद्याविषयी पुनर्विचार करण्याची तयारी दाखवण्यात आली. सरकारी कर्मचाऱ्यांना तब्बल २० ते ३० टक्के पगारवाढ मिळेल, असं सांगण्यात आलं. तसंच निदर्शकांच्या मागण्यांपैकी रास्त मागण्या मान्य करण्याविषयी सरकार विचार करेल, असंही घोषित करण्यात आलं.

३० मार्च २०११ रोजी बशर अल-असादनं सीरियाई नागरिकांना उद्देशून भाषण केलं. त्याच्या भाषणाचं ठिकाण म्हणजे सीरियाई संसद होती. इतके दिवस सीरिया पेटत असताना असादनं चुप्पी साधणं लक्षणीय होतं. आपल्या वडिलांचा कित्ता गिरवत परिस्थितीचा सखोल अभ्यास केल्याखेरीज आपल्याला काहीही बोलायचं नव्हतं, असं तो म्हणाला. आता मात्र त्यानं आत्मविश्वासानं

आपल्या राजवटीवर विदेशी कटाची सावली घोंघावत असल्याचं जाहीर केलं. अत्यंत काळजीपूर्वकरीत्या त्यानं सीरियाई नागरिकांना विश्वासात घेण्याच्या हेतूनं भाषणाची सुरुवातच अशी केली :

सीरियामधलं स्थैर्य संपावं यासाठी आपले शत्रू अगदी दररोज अत्यंत नियोजनबद्धरीत्या वैज्ञानिकांच्या प्रयोगांप्रमाणे प्रयत्न करत असतात... त्यांनी यासाठी वापरलेली तंत्रं अगदी चलाखीनं निवडलेली आहेत याची कबुली दिली पाहिजे... त्याच्या जोडीला त्यांनी निवडलेला देश आणि निवडलेली जनता हे मात्र अगदी मूर्खपणाचं आहे याचीही नोंद आम्ही घेतली आहे... असं म्हणायचं कारण म्हणजे या प्रकारचे कट आमचा देश किंवा आमची जनता यांच्या बाबतीत अजिबात यशस्वी ठरू शकणार नाहीत...

असादनं आपल्या भाषणात इस्त्रायल आणि अमेरिका यांचा एक-दोन वेळा उल्लेख केला; इतर शत्रूंचं नाव मात्र त्यानं घेतलं नाही. यामुळे आधीप्रमाणेच काही अरब देशांचाही यात समावेश असण्याची शक्यता अभ्यासकांनी व्यक्त केली. सीरियाच्या विरोधात आपल्या शत्रूंनी रचलेल्या कटाचा पुरावा म्हणजे आपल्या देशात ठिकठिकाणी पसरत असलेली निदर्शनं असल्याचा उल्लेखही त्यानं केला. सीरियासमोर उभ्या राहिलेल्या संकटाचा सामना सरकार समर्थपणे करेल असं तो म्हणाला. सीरियामध्ये सुधारणा करण्याची गरज आपल्यालाही जाणवत असल्याचा उल्लेख त्यानं केला. मात्र, आपण या सुधारणा परकीय शत्रूंच्या दबावाखाली अजिबात करणार नसून सीरियाला सुयोग्य असलेल्या सुधारणांचाच आपण विचार करणार असल्याचं त्यानं स्पष्ट केलं. म्हणजेच सीरियाला काय आवश्यक आहे हाच आपल्या दृष्टीनं महत्त्वाचा मुद्दा असून, इतर जण सीरियाच्या संदर्भात काय बोलतात किंवा कृती करतात, याच्याशी आपल्याला काही देणंघेणं नसल्याचं त्याला सांगायचं होतं.

खरं म्हणजे आपण सत्तेची सूत्रं हाती घेतल्याच्या दिवसापासूनच आपल्याला सीरियात सुधारणा करायच्या होत्या, असं तो म्हणाला. एकामागून एक संकटं येत राहिल्यामुळे या सुधारणा होऊ शकल्या नसल्याचा त्याचा दावा होता. आपल्या भाषणात असादनं ९/११, पॅलेस्टिनी लोकांचा दुसरा इंतिफादा, अमेरिकेची

अफगाणिस्तान आणि इराकमधली घुसखोरी या घटनांचा उल्लेख त्यानं केला. सीरियामध्ये आवश्यक असलेल्या सुधारणा आपलं सरकार करणार असल्याचा पुनरुच्चार करून झाल्यावर असादनं परत एकदा आपल्या विरोधकांनी आपल्या देशाविरुद्ध रचलेल्या कटाविषयी बोलण्यात उरलेलं भाषण खर्च केलं.

थोडक्यात सांगायचं तर, सीरियाई नागरिकांनी आपल्यावर विश्वास कायम ठेवावा अशी विनंती अप्रत्यक्षरीत्या करणारं हे असादचं भाषण होतं. सीरियाई नागरिकांचा पाठिंबा असला तर आपण सीरियामधली परिस्थिती सुधारू शकतो, असा आत्मविश्वास तो व्यक्त करत होता. प्रत्यक्षात मात्र सीरियाई नागरिकांची अनेक वर्षांपासून होत असलेली घोर निराशा या भाषणामुळे कायम राहिली. जर सीरियात सुधारणा आणि बदल घडवून आणायचे असतील तर त्यासाठी असादनं परिस्थिती अशी हातातोंडाशी येईपर्यंत वाट का बघितली, असा प्रश्न बव्हंशी सीरियाई नागरिकांना पडला होता. असादचे कट्टर समर्थक वगळता इतर सगळ्या सीरियाई नागरिकांची घोर निराशा झाली.

यानंतर असादनं नावापुरत्या सुधारणा करण्याचा दिखावा केला. सगळ्याच प्रकारच्या लोकांना आपण खरोखरच काहीतरी सुधारणा करत असल्याचं भासेल अशी पावलं त्यानं उचलली. अर्थातच, खऱ्याखुऱ्या सुधारणा करण्याचा त्याचा हेतू नव्हताच. ही सगळी वरवरची मलमपट्टी होती. या प्रकारच्या जुजबी उपायांनी सीरियासमोरच्या खऱ्या प्रश्नांवर काही ठोस उपाययोजना होणं शक्य नव्हतं. लोकप्रियता मिळवणं हे यामागचं खरं उद्दिष्ट होतं. या घटनाक्रमामुळे निदर्शकांच्या आक्रमणाची धार अजिबात कमी झाली नाही; उलट ती वाढली. तसंच इतके दिवस न झालेल्या ठिकाणीसुद्धा निदर्शनं सुरू झाली. निदर्शकांच्या मागण्यांसमोर सरकारनं ठोस काही न करता नुसती नावापुरती कारवाई केल्याचा परिणाम परिस्थिती अजून गंभीर होण्यात झाला. सीरिया संकटाच्या गर्तेत सापडत गेला. अनेक ठिकाणी शांततेत सुरू असलेली निदर्शनं कशी हाताळायची आणि हिंसाचार घडू न देता परिस्थिती कशी आटोक्यात आणायची, याची सीरियामधल्या सुरक्षायंत्रणांना पुरेशी जाणीव नव्हती. यामुळे अनेकदा परिस्थिती विनाकारण चिघळत असे. निदर्शकांना चिथावणाऱ्या कारवाया सुरक्षायंत्रणांनी केल्यामुळे निदर्शकही आक्रमक होत. काही वेळा निदर्शनं सुरू असलेल्या ठिकाणच्या आसपासच्या इमारतींच्या छतांवर बसलेले सुरक्षारक्षक तिथूनच काही निदर्शकांना गोळ्या घालून ठार करत. हा प्रकार अक्षरश: धक्कादायक होता. त्याच काळात जॉर्डनमध्येही निदर्शनं सुरू होती. तिथे सुरक्षायंत्रणा मानवतावादी

धोरणं अवलंबताना दिसत. निदर्शकांना शांत करणं, वेळप्रसंगी त्यांना पाण्याच्या बाटल्या पुरवून त्यांची सहानुभूती मिळवणं अशा गोष्टी ते करत. सीरियामध्ये मात्र याच्या अगदी उलट परिस्थिती होती. बहुधा आपण असं धोरण अवलंबलं तरी आपलं कुणी काही वाकडं करू शकणार नाही, असा सीरियाई राजवटीचा गैरसमज होता. आपल्या विरोधात होत असलेली निदर्शनं बळाचा कठोरपणे वापर करूनच मोडून काढली पाहिजेत, असं असादला वाटत असावं. दमास्कस आणि अलेप्पो ही शहरं तशी अजून शांत होती. सीरियाच्या एकूण लोकसंख्येचा विचार केला तर या शहरांमध्ये साधारण एक-तृतीयांश लोक राहत असत. म्हणजेच, या भागांपर्यंत अजून निदर्शनं पोहोचलेली नव्हती. कदाचित यामुळेसुद्धा सीरियाई प्रशासकांना निदर्शकांच्या निर्धाराचं गांभीर्य पुरेसं समजलं नसावं.

दमास्कस आणि अलेप्पो इथे सरकारचे समर्थकही मोठ्या संख्येनं होते. अर्थातच, त्यांना असादच्या धोरणांविषयी फार अभिमान वाटत होता किंवा सीरियामध्ये लोकशाही नांदते आहे अशा प्रकारचे गैरसमज त्यांच्या मनात होते, असं अजिबातच नाही. त्यांचं भविष्य सरकारवर अगदी थेटपणे अवलंबून होतं. सीरियामध्ये अस्थिरता नांदणं म्हणजे आपलं आयुष्यही बरबाद होणं याची त्यांना कल्पना होती. म्हणूनच असादला पाठिंबा देण्यामध्ये ते आघाडीवर होते. सीरियात निदर्शनं करणाऱ्यांच्या हातून चूक घडत असल्याची त्यांची भावना होती.

सीरियाई सुरक्षायंत्रणांनी काही काळ जबरदस्तीनं परिस्थिती नियंत्रणाखाली ठेवलेली असली तरी हळूहळू ती नियंत्रणाबाहेर गेली. सीरियाई सुरक्षारक्षकांनीही निदर्शकांप्रति सहानुभूती दाखवायला सुरुवात केली. निदर्शकांवर गोळीबार करण्याचे आदेश वरिष्ठांनी दिलेले असूनही ते पाळायला नकार देणाऱ्या सुरक्षारक्षकांवरच गोळीबार करण्यात आल्याच्या घटना घडल्या. हा देशद्रोह आपल्याला अजिबात खपत नसल्याची सीरियाई सरकारची भावना होती. असादबद्दल सीरियाई समाजात जी काही सहानुभूती शिल्लक होती, ती वेगानं घटत गेली. एकीकडे सरकारच्या वतीनं सुधारणा राबवण्याच्या गप्पा सुरू राहिल्या. तसंच आपण निदर्शकांशी चर्चा करण्यासाठी उत्सुक असल्याचाही सरकारचा अधिकृत पवित्रा होता. प्रत्यक्षात मात्र यातलं काहीही न करता सरकारच्या वतीनं निदर्शकांवर क्रूरपणे कारवाया करणं सुरू राहिलं. या दुटप्पीपणामुळे सर्वसामान्य सीरियाई जनता खवळली. स्मार्टफोन, फेसबुक, यूट्यूब या माध्यमांमधून सीरियात घडत असलेल्या घटनांची माहिती दूरवर पसरली. एकीकडे निदर्शक आपली बाजू मांडत, तर दुसरीकडे सरकारच्या

वतीनं मोठ्या प्रमाणात प्रचारकी तत्त्वांवर अपडेट्स होत राहिल्या. सरकारनं निदर्शकांना 'दहशतवादी' म्हणून संबोधणं कुणालाच रुचलं नाही. त्यातच सरकारनं विदेशी वार्ताहरांना सीरियामधल्या घटनाक्रमाचं वार्तांकन करण्यावर बंदी घातलेली असल्यामुळे सरकारी छापाच्या बातम्यांवर कुणाचाच विश्वास बसेनासा झाला. याखेरीज, सरकारला पाठिंबा देणारी निदर्शनं आयोजित करण्यात आली. यात मोठ्या संख्येनं सरकारचा जयजयकार करणाऱ्या लोकांचा भरणा करण्यात आला. तसंच या निदर्शनांच्या बातम्या सगळीकडे झळकवण्याची व्यवस्था करण्यात आली. अर्थातच, यामधला फोलपणा सगळ्यांना ठाऊक होता.

नेमक्या कोणत्या क्षणी सीरियामधली परिस्थिती आटोक्याबाहेर गेली हे सांगणं मोठं कठीण आहे. सीरिया यादवी युद्धाकडे वाटचाल करत असल्याचं दृश्य मात्र अधिकाधिक ठळक होत चाललं होतं, हे नक्की. उदाहरणार्थ, हमझा अल-खतिब याचा आपण विचार करू शकतो. डेराजवळच्या जीझे इथे हा १३ वर्षं वयाचा मुलगा राहत असे. २९ एप्रिल २०११ या दिवशी तो जिवंत असल्याचे भरभक्कम पुरावे आहेत. याच दिवशी हमझा आणि त्याचं कुटुंब हे सगळे एका निदर्शनात सहभागी झाले होते. यावर सुरक्षारक्षकांनी गोळीबार केला. त्यामुळे झालेल्या पांगापांगीनंतर हमझा आणि त्याचं कुटुंब यांची फारकत झाली. साधारण एक महिना झाल्यावर हमझाचा छिन्नविछिन्न झालेला मृतदेह त्याच्या कुटुंबीयांच्या हवाली करण्यात आला. हमझाचा कोणत्याही प्रकारे शारीरिक छळ झाला नसल्याचं सरकारच्या वतीनं सांगण्यात आलं. तसंच स्वतः असादनं त्याच्या कुटुंबीयांची भेट घेऊन त्यांचं सांत्वनही केलं. अर्थातच, असादच्या कट्टर समर्थकांखेरीज इतर कुणाचाच या म्हणण्यावर विश्वास बसला नाही. सरकारच्या वतीनं हमझाच्या मृतदेहाची चिकित्सा करण्यात आली. त्यात हमझाच्या मृतदेहावर दिसणाऱ्या जखमा त्याच्यावर शारीरिक अत्याचार करण्यात आल्यामुळे झालेल्या नसल्याचं म्हटलं होतं. अर्थातच, हा सरकारी अहवाल असल्यामुळे त्यावर कुणाचाच विश्वास बसला नाही. उलट, सरकारविरोधी आंदोलनांमध्ये भाग घेणाऱ्यांची काय अवस्था होते, यासंबंधीचा इशारा सगळ्यांना द्यायचा असल्याचं मत सर्वदूर पसरलं. कदाचित सरकारी अहवाल योग्य असूही शकेल; पण ज्या पद्धतीनं सरकारकडून सातत्यानं एकतर्फी धोरणं राबवली जात होती, ते बघता कुणीच सरकारवर विश्वास ठेवायला तयार नव्हतं. उलट, आपल्या विरोधात उभं ठाकू पाहणाऱ्यांना सरकार अत्यंत निर्दयीपणे चिरडून टाकत असल्याचं सिद्ध होत असल्याचं अनेक जण म्हणाले.

सीरियामधला असह्य उन्हाळा वाढला तसं सुरक्षायंत्रणांवर केल्या जाणाऱ्या प्रतिहल्ल्यांमध्ये वाढ झाली. सर्वसामान्य जनता भयभीत झाली. आपला जीव वाचवण्यासाठी अनेक कुटुंबांनी सीरियामधून इतरत्र स्थलांतरित होण्याचा मार्ग स्वीकारला. जून महिना येईपर्यंत तुर्कस्थानबरोबरची सीमारेषा ओलांडून सुमारे १०,००० सीरियाई लोक देश सोडून गेले. ऑगस्ट महिन्यात रमझान होता. या काळात निदर्शनं, सुरक्षारक्षकांचं आक्रमण यांना ऊत आला. असादचं सरकार अजूनही आपण सुधारणा करण्याची इच्छा बाळगून असल्याचं भासवत होतं. प्रत्यक्षात मात्र कुठलेच बदल होत असल्याचं जाणवत नव्हतं. उठाव असाच सुरू राहिला आणि परिस्थिती हाताबाहेर गेली तर असाद सत्ता त्यागणार का, याविषयी काही सांगता येत नव्हतं. एक प्रकारे असादच्या सरकारच्या विरोधातलं आंदोलन तीव्र झाल्यामुळे सत्ता सोडणं असाद आणि त्याचे सहकारी यांच्या दृष्टीनं धोक्याचंही झालं होतं. सत्ता सोडल्यानंतर आपलं काय होणार, हा प्रश्न त्यांना भेडसवायला लागला. आपण जिवंत तरी राहू का, राहिलो तर आपल्यावर खटले भरले जातील का, आपल्याला तुरुंगात टाकलं जाईल का, असे अनेक प्रश्न त्यांच्या मनात पिंगा घालत होते. म्हणूनच आपण परकीय शत्रू आणि अतिकट्टर इस्लामी दहशतवाद यांच्या विरोधात लढत असल्याचं असाद म्हणत राहिला.

२०११चा जुलै महिना संपायच्या सुमाराला सीरियात एकंदर २००० लोक ठार झाले असावेत, असं मानलं जातं. संयुक्त राष्ट्रसंघाच्या मानवी हक्कांशी संबंधित असलेल्या संघटनेच्या अहवालामध्ये ही आकडेवारी दिली आहे. दरम्यान, सीरियाई लष्करातून बाहेर पडलेल्या लष्करी अधिकाऱ्यांनी असाद सरकारला उलथून टाकण्यासाठी सीरियाई लष्कराची मुक्तता करण्यासाठी आपण लढणार असल्याचं जाहीर केलं. याचं नेतृत्व सीरियाई लष्करामध्ये कर्नल म्हणून काम करणाऱ्या रियाद मूसा अल-असाद याच्याकडे होतं. आता तो सीरियाई लष्करातून बाहेर पडला होता. त्याचंही आडनाव असाद असलं तरी बशर अल-असादशी त्याचं काही नातं नव्हतं. लवकरच 'मुक्त सीरियाई लष्कर' स्थापन करून याद्वारे आपण बशर अल-असादचं सरकार उद्ध्वस्त करणार असल्याचं रियाद अल-असादनं जाहीर केलं. अर्थात, हे बंडखोर लष्कर सीरियात उठाव करणाऱ्या स्थानिक संघटनांच्या मदतीनं बशर अल-असादला कसं पदच्युत करणार, हे स्पष्ट होत नव्हतं. सगळेच जवळपास स्थानिक पातळीवर आणि स्वतंत्रपणे लढत होते. अशा परिस्थितीत सगळ्यांनी एकत्र येऊन बशर अल-असादच्या सीरियाई

लष्कराशी लढण्यासारखी परिस्थिती नव्हती. देशात नुसता गोंधळ माजला होता. काही अधिकारी सीरियाई लष्करातून बाहेर पडत असले तरी बशर अल-असादच्या पाठीशी बव्हंशी लष्करी अधिकारी ठामपणे उभे होते. यामुळे सीरियाई लष्कराला मोठी भगदाडं पाडून त्यावर मात करणं सोपं नसल्याची बंडखोरांना जाणीव होती. शेजारच्या लीबियामध्ये मात्र वरिष्ठ लष्करी अधिकारी खूप मोठ्या संख्येनं बाहेर पडल्यामुळे परिस्थिती वेगळी होती. तशा प्रकारे सीरियात वेगानं सत्ताबदल घडेल अशी अपेक्षा करणं चुकीचं होतं.

बशर अल-असादच्या विरोधात लढणाऱ्या संघटनांनी एकत्र येऊन अरब देशांचा तसंच आंतरराष्ट्रीय पातळीवर इतर देशांचा पाठिंबा मिळवण्यासाठी प्रयत्न केले. २०११च्या ऑक्टोबर महिन्यात तुर्कस्थानच्या इस्तंबुलमध्ये सीरियन नॅशनल कौन्सिल (एसएनसी) स्थापन करण्यात आल्याची घोषणा झाली. बशर अल-असादचे विरोधक, सीरियातून बाहेर पडलेले राजकारणी अशा सगळ्या लोकांना एकत्र आणून सीरियामधल्या सत्ताबदलासंबंधीची राजकीय भूमिका आकारण्यासाठी या संघटनेची निर्मिती करण्यात आली. अर्थातच, हे कामही सोपं नव्हतं. तऱ्हेतऱ्हेचे लोक यात सामील होण्याची आणि त्यांच्यात एकवाक्यता नसण्याची शक्यताच दाट होती. तसंच सीरियाबाहेर राहून सीरियामधल्या घटनाक्रमाला आपल्याला हवा तसा आकार देण्याचं त्यांच्यासमोरचं आव्हान सोपं नव्हतं. दरम्यान, नोव्हेंबर महिन्यात सीरियाई सरकारनं आपल्या विरोधात सुरू असलेल्या देशव्यापी उठावाला अत्यंत क्रूरपणे ठेचून काढण्यासाठी केलेल्या उपाययोजनांचा निषेध म्हणून सीरियाला 'अरब लीग' संघटनेतून बेदखल करण्यात आलं. अरब देशांचं प्रतिनिधित्व करणारी ही संघटना होती. या संघटनेनं सीरियावर राजकीय आणि आर्थिक निर्बंध लादले. सीरियावर थेट लष्करी कारवाई करण्याचं मात्र तिनं टाळलं. तरीही, बशर अल-असाद सरकारसाठी ही मोठी मानहानीच होती. या संघटनेच्या वतीनं सीरियामधल्या परिस्थितीची पाहणी करण्यासाठी काही निरीक्षक सीरियात दाखल झाले खरे; पण तिथला रक्तरंजित रणसंग्राम बघून ते लगेचच तिथून परतले. आता संयुक्त राष्ट्रसंघाकडे सगळ्यांची नजर लागून राहिली होती. संयुक्त राष्ट्रसंघ सीरियाचा निषेध करणार आणि सीरियावर निर्बंध लादणार, असं बहुतेक अभ्यासकांचं मत होतं. ४ फेब्रुवारी २०१२ रोजी या प्रश्नावर संयुक्त राष्ट्रसंघाच्या सुरक्षा परिषदेत मतदान घेण्यात आलं. रशिया आणि चीन यांनी सीरियाच्या विरोधात मांडण्यात आलेल्या ठरावाला आपण पाठिंबा देणार नसल्याचं

स्पष्ट केलं. त्यांच्या नकाराधिकारामुळे अमेरिका आणि तिचे सहकारी देश यांचा सीरियाला कोंडीत पकडण्याचा प्रयत्न फसला.

आपली सत्ता टिकवून ठेवण्यासाठी सीरियाच्या सरकारनं अनेक नाट्यमय गोष्टी घडवून आणल्या. उदाहरणार्थ, सीरियामधल्या मुस्लीम ब्रदरहूडची वेबसाईट म्हणून सीरियाई सरकारनं स्वतःच एक वेबसाईट तयार केली. २३ डिसेंबर २०११ रोजी दमास्कसमध्ये झालेल्या दहशतवादी हल्ल्यांमध्ये ४४ लोकांचा बळी गेला होता. या घटनेची जबाबदारी आपण स्वीकारत असल्याचं या वेबसाईटवर जाहीर करण्यात आलं. म्हणजेच सीरियामधल्या परिस्थितीची जबाबदारी दुसऱ्यावर ढकलण्याचा हा उघड प्रयत्न होता. अर्थातच, सर्वसामान्य लोकांना हे दर वेळी समजतच असे, असं नाही. स्वाभाविकपणे खरोखरच दहशतवादी संघटना आणि आपले विरोधक या हल्ल्यांना कारणीभूत आहेत, असं त्यांना वाटत असे. अशा प्रकारे बशर अल-असादचा हेतू सफल होत असे. दरम्यान, परिस्थिती अजूनच चिघळत गेली. होम्स शहरात अलावी, ख्रिस्ती, सुन्नी अशा अनेक भिन्न धर्मांचे / पंथांचे लोक राहत असत. तिथे निदर्शकांचा हिंसाचार तुलनेनं जास्त होता, तसंच हा उठाव ठेचून काढण्यासाठी सीरियाई सरकारनं केलेल्या कारवायाही या ठिकाणी जास्त तीव्र होत्या. लवकरच सरकारच्या विरोधात लढणाऱ्या बंडखोरांनी सीरियाई लष्कराचा प्रतिकार मोडून काढला. होम्स शहराच्या मोठ्या भागावर बंडखोरांचं वर्चस्व निर्माण झालं. ते मोडून काढण्यासाठी सरकारनं तिथे रणगाडे आणि इतर युद्धसामग्री धाडली. यामुळे अनेक जणांना १९८२मध्ये हमा शहरात घडलेल्या घटनाक्रमाची आठवण झाली. सीरियाई लष्करानं दीर्घ काळ बॉम्बहल्ले करून अखेर २०१२च्या मार्च महिन्यात बंडखोरांकडून होम्समधल्या काही गमावलेल्या भागांचा ताबा आपल्याकडे परत घेतला. अशा प्रकारे आपण बंडखोरांना जुमानत नसल्याचं सीरियाई सरकार आपल्या आक्रमक प्रत्युत्तरातून दाखवून देण्याचा प्रयत्न करत होतं. हा प्रकार आटोक्याबाहेर चाललेला असल्यामुळे संयुक्त राष्ट्रसंघाच्या वतीनं सीरियाई सरकार आणि बंडखोर यांच्यात युद्धबंदी घडवून आणण्याचा प्रयत्न झाला. संयुक्त राष्ट्रसंघाच्या वतीनं सीरियातल्या परिस्थितीवर नजर ठेवण्यासाठी निरीक्षकही धाडण्यात आले; पण २०१२च्या जून महिन्यात तेही भीषण परिस्थितीमुळे परतले.

आता बंडखोरांच्या फौजा दमास्कसच्या गाभ्यापर्यंत जाऊन पोहोचतील, अशी शक्यता दिसायला लागली. २०१२च्या जुलै महिन्यात अलेप्पोही युद्धज्वरानं ग्रासून

गेलं. रेडक्रॉसनं अखेर सीरियामधली परिस्थिती यादवी युद्धाच्या पातळीची झाली असल्याचं जाहीर केलं. सीरियामधली राजकीय परिस्थिती सुधारण्याच्या आणि देशाचं नियंत्रण आपल्या हाती घेण्याच्या हेतूनं तुर्कस्थानमध्ये निर्मिती झालेल्या 'सीरियन नॅशनल कौन्सिल'नं २०१२च्या नोव्हेंबर महिन्यात इतर सरकारविरोधी संघटनांना आपल्याशी जोडलं जाण्याचं आवाहन केलं. यातून 'नॅशनल कोॲलिशन फॉर सीरियन अँड ओपोझिशन फोर्सेस' नावाची नवी संघटना उभी करण्याचा घाट घातला गेला. अलेप्पो शहरात बंडखोरांच्या वतीनं लढणाऱ्या जुभत अल-नसरा आणि ताव्हिद ब्रिगेड या लढाऊ संघटनांनी मात्र यात सामील व्हायला नकार दिला. त्यांनी या नव्या संघटनेच्या निर्मितीच्या प्रकल्पालाच सरकारी कटाचा भाग म्हटलं. तरीही, पाश्चिमात्य देश, तुर्कस्थान आणि आखाती देश यांनी मात्र या संघटनेला मान्यता दिली.

२०१३च्या मार्च महिन्यात युफ्रिटिस प्रदेशानजीकच्या रक्का शहराचा ताबा तुंबळ लढाईनंतर बंडखोरांकडे आला. सीरियाई सरकारनं याचा बदला घेण्यासाठी त्यावर बॉम्बवर्षाव केला. जवळपास दर ठिकाणी असंच घडताना दिसत होतं. बंडखोरांनी एखादा भूभाग जिंकला की सीरियाई सरकार त्यावर बॉम्बहल्ला करे. म्हणजेच त्या भागातल्या लोकांचा बंडखोरांच्या विजयाशी संबंध असो वा नसो; त्यांना सरकारी बॉम्बहल्ल्याला सामोरं जावं लागे. तसंच एकूणच इतर कुठल्या ठिकाणी बंडखोरांनी वर्चस्व निर्माण केलं तरी चालेल; पण अलेप्पो आणि दमास्कस यांना जोडणाऱ्या प्रदेशावर मात्र आपलंच नियंत्रण असलं पाहिजे यासाठी सरकारची धडपड सुरू होती. हा भाग आपल्यासाठी सगळ्यांत महत्त्वाचा असल्याची सरकारची धारणा होती. तुलनेनं पूर्व सीरियासकट इतर काही प्रांतांमधून सीरियाई सरकार आपलं लष्कर हळूहळू काढून घेत होतं. यामागे सीरियाई सरकारचा एक मुख्य हेतू होता; तो म्हणजे बंडखोरांना काही प्रांतांवर वर्चस्व प्रस्थापित करण्याची संधी देणं आणि त्यांच्यामधल्या दुफळीचा फायदा उठवणं. तेव्हाच सीरियाई सरकार यात काही प्रमाणात यश मिळवतही होती.

दरम्यान, नॅशनल कोॲलिशनमध्ये फूट पडली. आपल्याला मुक्तपणे काम करण्याची संधी मिळत नसल्यामुळे आपण आपल्या पदाचा राजीनामा देत असल्याचं या समितीच्या अध्यक्षानं दिलं. त्यानं न सांगितलेली खरी कारणं मात्र वेगळीच होती. एक तर आंतरराष्ट्रीय समुदाय सीरियाई सरकारच्या विरोधात लढत असलेल्या बंडखोरांची बाजू अगदी निर्विवादपणे घेत नव्हता. यामुळे या समितीची

बाजू लंगडी पडली होती. दुसरं म्हणजे बंडखोरांमध्ये असलेल्या वेगवेगळ्या गटांना आंतरराष्ट्रीय समुदायातले निरनिराळे देश पाठीशी घालत होते. यामुळे त्यांच्यामध्ये जशी फूट पडत होती तशीच फूट या देशांमध्ये असल्याचं स्पष्ट झालं. अशा परिस्थितीत आपण एकटे पडलेलो असल्याची समितीच्या सदस्यांची भावना झाली होती. याखेरीज समितीच्या अध्यक्षानं सीरियाई सरकारशी युद्धबंदीविषयीची चर्चा करण्याची भूमिकाही स्वीकारली होती. समितीमधल्या इतरांना हे अजिबात मान्य नव्हतं. त्यानं आता राजीनामा दिल्यामुळे या समितीच्या विश्वासार्हतेविषयी प्रश्नचिन्ह निर्माण झालं.

२०१३च्या मे आणि जून महिन्यात सीरियाई सरकारनं बंडखोरांकडून काही प्रदेश परत मिळवले; तर इतर काही प्रदेश बंडखोरांनी जिंकून घेतले. २१ ऑगस्ट रोजी एक अत्यंत धक्कादायक घटना घडली. दमास्कसमधल्या एका प्रांतात रासायनिक शस्त्रांचा हल्ला झाला. यात शेकडो निष्पाप लोकांचा जीव गेला. त्यात स्त्रिया आणि लहान मुलं यांचा समावेश होता. 'सरिन' नावाच्या अतिविषारी वायूमुळे ठार झालेले स्त्री-पुरुष आणि त्यांच्या जोडीला दगावलेली असंख्य लहान मुलं हे दृश्य धक्कादायक आणि दारुण होतं. जे लोक या हल्ल्यातून वाचले त्यांनी काही रॉकेट्सद्वारे हिरवट रंगाचा धूर पसरला असल्याचं सांगितलं. हा वायू हुंगल्यामुळे अनेक जणांना आचके आले, त्यांना श्वास घेणं कठीण झालं आणि तडफडून त्यांचा मृत्यू झाला. ही रासायनिक शस्त्रांची भानगड नक्की होती तरी काय?

रासायनिक हल्ल्यांचा पहिला ठोस पुरावा पहिल्या महायुद्धाच्या काळात मिळाला. बेल्जियममधल्या एका गावातून जाणारा मार्ग वापरून जर्मनीला फ्रान्सवर हल्ला करायचा होता; पण या गावाच्या संरक्षणासाठी मित्रराष्ट्रांचं सैन्य नेमण्यात आलं होतं. जर्मनीनं या सैनिकांवर विषारी वायू सोडला. या रंगीत वायूच्या नाकातोंडात जाण्यानं तब्बल साडेसहा हजार सैनिक गुदमरून, खोकून, तोंडातून फेस येऊन ठार झाले. यामागचा वायू म्हणजे एकंदर १६८ टन वजन असलेला क्लोरिन होता. काही आठवड्यांनंतर जर्मनीनं परत एकदा मित्रराष्ट्रांवर क्लोरिनचा हल्ला केला. खरं म्हणजे क्लोरिन जमिनीशी समांतर असलेल्या वातावरणात राहतो आणि फार फार तर सहा-सात फूट उंचीपर्यंत जातो. त्यामुळे माणूस जमिनीपासून उंचीवर गेला तर त्याचा जीव वाचू शकतो. हे त्या सैनिकांना माहीत नसल्यामुळे त्यांची पंचाईत झाली. साहजिकच, पुन्हा एकदा मित्रराष्ट्रांचं भारी नुकसान झालं. खरं म्हणजे पहिल्या वायुहल्ल्याच्या आधीच मित्रराष्ट्रांना याची चाहूल लागली

होती; तरीही त्या संदर्भात त्यांनी कोणतंच पाऊल उचललं नाही. इतकंच नव्हे; तर १९००च्या आंतरराष्ट्रीय पातळीवरच्या एका करारानुसार रासायनिक शस्त्रं किंवा वायू यांचा वापर करायचा नाही, असं सगळ्या देशांनी मान्य केलेलं असूनसुद्धा जर्मनीनं सरळसरळ याचं उल्लंघन केलं; शिवाय, आपल्या कृत्याचं समर्थनसुद्धा केलं!

जर्मनांच्या रासायनिक हल्ल्यांना तोंड देता-देता इंग्लंडमध्येही सॉल्सबरी पार्क इथे रासायनिक 'शस्त्रांवर' प्रयोग सुरू झाले. तिथल्या जोसेफ बारक्रॉफ्ट या संशोधकाला हायड्रोजन सायनाइड या वायूविषयी समजलं. या वायूमुळे सजीवांचा मृत्यू होऊ शकतो; पण तो किती प्रमाणात हुंगल्यामुळे असं घडू शकतं, हे माहीत नाही, असं त्याच्या कानांवर आलं. त्याबरोबर त्यानं आपल्या पाळीव कुत्र्यावर एक प्रयोग करून बघायचं ठरवलं. आपल्याच प्रयोगशाळेत त्यानं हा वायू सोडला. त्याबरोबर ७५ सेकंदांनी कुत्रा मेला. स्वतः बारक्रॉफ्ट दगावला नसला तरी त्याला चांगलीच चक्कर येऊन मळमळल्यासारखं होत होतं. काही हिशेब लावून त्यानं माणसाला मारण्यासाठी किती प्रमाणात हायड्रोजन सायनाइड वापरावं लागेल, याचे अंदाज बांधले.

यानंतर क्लोरिनपेक्षा १८ पट जास्त मारक असलेल्या फॉस्जेनविषयी जर्मनांना समजलं. क्लोरिन आणि फॉस्जेन यांच्यामधला महत्त्वाचा फरक म्हणजे फॉस्जेन माणसाच्या शरीरात गेला तरी पहिले एक-दोन दिवस घसा खवखवणं किंवा डोळे चुरचुरणं यांच्याशिवाय फारसा त्रास जाणवत नाही. त्यानंतर मात्र सगळं शरीर फॉस्जेननं भरून जातं, रक्तदाब वाढतो आणि हृदयविकाराचा झटका येऊन माणूस मरतो. या वायूचा वापर जर्मनांबरोबरच मित्रराष्ट्रांनीही केला. त्याच्या टप्प्यात आलेली सगळी जीवसृष्टी नष्ट झाली! रासायनिक वायूंच्या अस्त्रांच्या या माऱ्यामधली एक प्रमुख अडचण शत्रूपर्यंत हे वायू पोहोचवण्यातली असायची. त्यासाठी हे विषारी वायू नळकांड्यांमधून सोडले जायचे. त्यासाठी वारा कुठल्या दिशेनं वाहतो आहे हे बघणं गरजेचं असायचं. कारण वारा उलट्या दिशेनं वाहत असेल तर हे वायू शत्रूच्या दिशेनं जाण्याऐवजी स्वतःच्याच दिशेनं यायचे आणि त्यामुळे स्वतःच्याच सहकाऱ्यांवर रासायनिक वायूंचा हल्ला व्हायचा. ही अडचण 'लिव्हन्स प्रॉजेक्टर' नावाच्या उपकरणामुळे दूर झाली. ब्रिटिश सैन्यात कप्तान असलेल्या लिव्हन्सनं जमिनीवर उभ्या केलेल्या या यंत्रातून तोफेच्या गोळ्यांप्रमाणे सुमारे एक मैल अंतरापर्यंत वायूनं भरलेल्या नळकांड्या सोडणं शक्य झालं.

पहिल्या महायुद्धामध्येच महाविषारी 'मस्टर्ड गॅस' म्हणजे डायक्लोरेथाइल सल्फाइड नावाच्या वायूचा वापर करण्यात आला. मोहरीच्या तेलासारखा वास असलेल्या या रसायनाचा त्वचेशी संबंध आला की तिथे काही तासांनी प्रचंड फुगीर फोड येतात, ते अत्यंत वेदनादायी असतात. लवकरच त्या माणसाला प्रचंड वेदना होऊन उलट्या होतात. त्वचारोगापासून फुप्फुसं निकामी होण्यापर्यंत अनेक प्रकार घडून हाल होऊन माणूस मरतो. १९१७मध्ये या वायूच्या हल्ल्यामुळे ठार झालेल्या ब्रिटिश सैनिकांची संख्या एकूण दगावलेल्या सैनिकांच्या संख्येच्या ७० टक्के म्हणजेच सव्वा लाख इतकी होती! या प्रकारामुळे पहिल्या महायुद्धानंतर झालेल्या व्हर्सायच्या करारामध्ये रासायनिक शस्त्रांच्या वापरावर परत एकदा बंदी घालण्यात आणायचे प्रयत्न झाले; पण अमेरिकेमधल्या रसायननिर्मिती उद्योगानं त्याला विरोध केला. त्याबरोबर इतरही काही देशांनी या बंदीला विरोध केला आणि फार फार तर आपण याचा वापर स्वत:हून करणार नाही, असं मान्य केलं. आपल्यावर रासायनिक हल्ला झाला तर मात्र आपण त्याला त्याच प्रकारे उत्तर देऊ, असं या देशांचं म्हणणं होतं.

दोन महायुद्धांच्या मधल्या काळात मुसोलिनीनं इटलीच्या साम्राज्यशाहीचा विस्तार करण्यासाठी आताच्या इथिओपियावर म्हणजेच तेव्हाच्या ॲबिसिनियावर मस्टर्ड गॅसच्या बॉम्ब्जचा मारा केला. त्यातच १९३६मध्ये जर्मनांच्या हातात अत्यंत घातक 'नर्व्ह गॅस' आला. जेरार्ड श्रेडर या शास्त्रज्ञानं या वायूचा मारा काही कुत्र्यांच्या अंगावर केल्यावर त्या कुत्र्यांची शरीरं आणि त्यांची बुबुळं आक्रसली. सांधे आखडून घेत त्यांनी काही क्षणांमध्येच आपले प्राण सोडले. या वायूमुळे सजीवांची आपले स्नायू आकुंचन करण्याची क्षमता निघून जाते आणि श्वसनसंस्थेसकट सगळीकडचे स्नायू-सांधे आपोआप आखडत जातात. हा वायू हिटलरनं मोठ्या प्रमाणात तयार करून घेतला. जर्मनी तो वापरण्याच्या बेतात होतीसुद्धा; पण दुसऱ्या महायुद्धामधल्या काही घडामोडींमुळे या वायूचा वापर टळला. अन्यथा, दुसऱ्या महायुद्धाचा निकालही कदाचित फिरला असता, असं मानलं जातं. अर्थातच, याचबरोबर या वायूच्या वापरामुळे माणूस आणि निसर्ग यांचा किती महाप्रचंड संहार झाला असता याची तर कल्पनासुद्धा करवत नाही.

नंतरच्या काळात अमेरिकेनं व्हिएतनाममध्ये रासायनिक शस्त्रांचा वापर केला. इतकंच नव्हे; तर इराणविरुद्धच्या युद्धात इराकच्या बाजूनं अमेरिका लढत होती आणि सद्दाम हुसेननं रासायनिक शस्त्रांचा वापर केल्यावर त्याकडे साफ

दुर्लक्षही करत होती! आता सीरियात असादनं खरंच आपल्याच देशवासीयांवर किंवा आपल्या विरोधात बंडखोरी करणाऱ्यांवर रासायनिक शस्त्रांचे हल्ले केले आहेत का, याविषयी बरेच तर्कवितर्क लढवले गेले. सीरियात वापरण्यात आलेला सरिन हा वायू जेव्हा द्रवरूपात असतो तेव्हा तो रंगहीन, चवहीन आणि वासहीन असतो. सरिन अगदी वेगानं द्रवरूपातून वायुरूपात जात असल्यामुळे त्याचा धोका खूप जास्त असतो. १९८० ते ८८ या काळातल्या इराक-इराण युद्धात सद्दाम हुसेननं इराणच्या विरोधात सरिनचा वापर केला होता. सरिन अत्यंत ज्वालाग्राही असल्यामुळे तो जास्त काळ साठवून ठेवता येता नाही.

हा हल्ला आपण केला नसल्याचं सीरियाई सरकारच्या वतीनं सांगण्यात आलं खरं; पण यावर कुणाचा विश्वास बसला नाही. हा हल्ला नक्की कुणाच्या आदेशांनुसार झाला आणि त्यामागचा हेतू काय होता, हे मात्र कुणालाच समजलं नाही. कहर म्हणजे या घटनाक्रमामुळे आंतरराष्ट्रीय पातळीवर सीरियाचा सुरू असलेला एकांतवास काही प्रमाणात कमी झाला! याचं कारण म्हणजे आंतरराष्ट्रीय समुदायानं सीरियामधल्या रासायनिक शस्त्रांचा म्हणजेच विषारी वायूचा वापर करून करण्यात आलेल्या हल्ल्याचा तीव्र निषेध केला. त्यावर सीरियानं आपल्यालाही अशी रासायनिक शस्त्रं आपल्या देशात नको असल्याचं सांगितलं. आंतरराष्ट्रीय समुदायाचे निरीक्षक सीरियात यावेत आणि त्यांच्या देखरेखीखाली या शस्त्रांची वासलात लावण्यात यावी, अशी मागणी सीरियाई सरकारनं मान्य केली. अशा प्रकारे पूर्णपणे वाळीत पडलेला सीरिया पुन्हा इतर देशांशी चर्चा करण्यासाठी मोकळा झाला. इतके दिवस नॅशनल कोअ‍ॅलिशन सीरियाचं प्रतिनिधित्व अरब राष्ट्रांच्या संघटनेत करत होती. आता पुन्हा सीरियाई सरकारकडे ही महत्त्वाची जबाबदारी आली. खरं म्हणजे अमेरिकी राष्ट्रपती बराक ओबामा यांनी पूर्वीच सीरियामध्ये रासायनिक शस्त्रांचा वापर झाला तर अमेरिकेचा संयम संपेल आणि अमेरिका आपलं लष्कर सीरियात घुसवेल, असं म्हटलं होतं. आता खरोखरच अमेरिका अशी कारवाई करणार अशी शक्यता व्यक्त केली जात होती. अमेरिकी राजकारणामध्ये मात्र वेगळेच वारे वाहत होते. ओबामांनी घेतलेल्या कुठल्याच निर्णयाला पाठिंबा द्यायचा नाही असं आक्रमक धोरण विरोधी रिपब्लिकन पक्षानं आखलेलं होतं. त्याला अनुसरून सीरियामध्ये आपलं लष्कर घुसवण्याच्या ओबामांच्या निर्णयाला अमेरिकी संसदेनं विरोध केला. याखेरीज, रशियानं आपला मताधिकार वापरून संयुक्त राष्ट्रसंघाच्या सुरक्षा परिषदेतही सीरियावर लष्करी हल्ला करण्याचा प्रस्ताव

हाणून पाडला. यामुळे बशर अल-असादचा जीव भांड्यात पडला. अनेक जण सीरियामधल्या परिस्थितीला इराकमध्ये अमेरिकेनं केलेल्या घुसखोरीला कारण ठरवत होते. इराकमध्ये अमेरिकेनं केलेली कारवाई अर्धवट आणि चुकीची असल्यामुळे तिथे दहशतवाद पसरला आणि तो सीरियात पसरला, हे अगदी उघड होतं. स्वाभाविकपणे अमेरिकेला आता सीरियाच्या संदर्भातही एकदम आक्रमक भूमिका घेणं अवघड होऊन बसलं.

२०१३ हे वर्ष संपण्याच्या सुमाराला काही अतिकट्टर इस्लामी संघटना सीरियाच्या बंडखोर लष्कराशी लढत होत्या. अलेप्पोनजीकच्या काही भागांवर या संघटनांनी आपलं वर्चस्व निर्माण केलं. स्वाभाविकपणे या बंडखोर लष्कराला पाठिंबा देण्यासंबंधी आंतरराष्ट्रीय समुदायाच्या लोकांमध्ये संभ्रम निर्माण झाला. डिसेंबर महिन्यात अमेरिका आणि इंग्लंड यांनी बंडखोर सीरियाई लष्कराला दिलेल्या पाठिंब्यामध्ये घट केली. बंडखोरांमध्ये असलेली फूटही टिकाऊ स्वरूपाची नव्हती. म्हणजेच बंडखोरांच्या एका गटामधला माणूस आपला गट सोडून दुसऱ्या गटात जाई. यामुळे नुसता गोंधळ माजे. कुठेच एकवाक्यता नसे. तसंच या बंडखोरांना मिळत असलेल्या विदेशी मदतीचं नक्की काय होतं, याचा हिशेब लावणंही जवळपास अशक्य होऊन बसलं. इतर देशांमधून सीरियामध्ये आलेले हल्लेखोर नक्की कुणाच्या बाजूनं आणि कुणाविरुद्ध लढतात, हे कित्येकदा समजत नसे. तसंच या लोकांची संख्या खूप वाढल्यामुळे मुळात हे यादवी युद्ध सीरियाई राजवटीच्या विरोधात सुरू असल्याचंच अनेक जण विसरून गेले. त्यांचे आपापसातले हिशेब चुकते केले जाऊ लागले. अफगाणिस्तान किंवा सोमालिया या देशांसारखी विलक्षण अस्थिरता आता सीरियातही बघायला मिळणार, असं लोक म्हणायला लागले.

सीरियाच्या संदर्भात व्यक्त केली जात असलेली भीती चुकीची नव्हती. २०१३च्या एप्रिल महिन्यात स्वत:ला इस्लामिक स्टेट ऑफ इराक अँड शाम (आयसिस) म्हणवून घेत असलेल्या संघटनेनं सीरियामधल्या राका शहरावर ताबा मिळवला. अमेरिकेनं सद्दाम हुसेनला घालवून देण्यासाठी इराकवर केलेल्या आक्रमणानंतर तिथे प्रचंड अस्थिरता निर्माण झाली. इराकला नमवल्याच्या भ्रमात असलेल्या अमेरिकेला लवकरच भीषण परिस्थितीला तोंड द्यावं लागलं. बगदाद शहरामध्ये गुन्हेगारांनी थैमान सुरू केलं. सगळीकडे लुटालूट आणि हिंसाचार यांचं राज्य सुरू झालं. त्यात भर म्हणून सहा आठवड्यांनंतर सद्दाम हुसेनचा गुप्त पोलीस

विभाग तसंच त्याचे इतर खास रक्षक यांची पदंच नव्हे, तर संपूर्ण इराकी लष्करच अमेरिकेनं बरखास्त केलं. यामुळे जवळपास तीन लाख इराकी सैनिकांना बेकारीचा सामना करावा लागला. त्यामुळे लष्करी प्रशिक्षण घेतलेल्या या युवकांमध्ये प्रचंड चीड निर्माण झाली. अमेरिकेनं इराकमध्ये कमीत कमी सैनिक पाठवायचं ठरवलेलं असल्यामुळे आता इराकमध्ये ना धड मूळचे इराकी पोलीस किंवा सैनिक असायचे, ना धड अमेरिकन सैनिक असायचे. त्यामुळे कायदा नावाची गोष्टच उरली नाही. घुसखोरी, हिंसात्मक कारवाया, लूटमार यांचं थैमान माजलं.

२० मार्च २००३ या दिवशी अमेरिकेनं इराकची मोहीम सुरू केली आणि ९ एप्रिलला सद्दामची सत्ता इतिहासजमा झाली. या काळात फक्त १२२ अमेरिकन सैनिकांचे प्राण गेले. साहजिकच, आपण आपल्या सैनिकांची खूपच कमी जीवितहानी होऊ दिल्याचं समाधान बुश यांना वाटत होतं. पण इराकमध्ये तयार केलेल्या अनागोंदी कारभारामुळे पुढच्या दोन वर्षांमध्ये तब्बल २००० अमेरिकन सैनिकांचे प्राण गेले. तसंच २.०६ लाख अमेरिकन सैनिकांनी या युद्धामुळे झालेले आजार आणि विकार तसंच त्यांना आलेलं अपंगत्व यांच्यासाठीची भरपाई मागितली. त्याहून कितीतरी जास्त पटींनी इराकी लोकांची हत्या झाली, हा भाग तर वेगळाच होता. त्यातच इराकमध्ये नवी सत्ता आणि नवी समाजव्यवस्था यांची आखणी नक्की कशी होणार आणि ती कोण करणार, हेही स्पष्ट झालेलं नसल्यामुळे अमेरिकाविरोधी गटांनी नुसता गोंधळ माजवून ठेवला. त्यांच्यातही एकमेकांमध्ये प्रचंड मोठ्या प्रमाणावर भांडणं सुरू होती. साहजिकच, इराकमधली परिस्थिती हाताबाहेर गेली. याशिवाय, अमेरिकेला बसलेला दुसरा धक्का म्हणजे जवळपास दहा महिने अमेरिकेच्या एका खास टीमनं इराकमध्ये बारकाईनं तपासणी करूनसुद्धा या टीमला इराकमध्ये जैविक किंवा रासायनिक अस्त्रांच्या निर्मितीचे कुठलेही पुरावे मिळाले नाहीत. हे कळताच बुश यांनी तातडीनं आपली भूमिका बदलली आणि इराकच्या लोकांना मुक्त करण्यासाठी तसंच तिथे लोकशाही वातावरण निर्माण करण्यासाठी आपण इराकवर कारवाई केल्याचं सांगायला सुरुवात केली.

इराकमध्ये शिया लोकांचं प्रमाण सुन्नी लोकांहून बरंच जास्त आहे. उरलेले लोक कूर्द पंथाचे आहेत. अमेरिकेनं २००१च्या गाजलेल्या ९/११ प्रकरणानंतर आधी अफगाणिस्तान आणि त्यानंतर इराक इथे लष्करी कारवाई करून दोन्ही देश खिळखिळे करून टाकले. इराकवरच्या अमेरिकी हल्ल्यामुळे अनेक दशकांपासूनची सद्दाम हुसेनची एकहाती सत्ता संपुष्टात आली. सद्दाम सुन्नी होता. सुन्नी पंथीयांची

संख्या इराकमध्ये कमी असूनसुद्धा सद्दामचं राज्य असल्याचा फायदा उठवून सुन्नी पंथीयांनी इराकमध्ये आपलं वर्चस्व निर्माण केलं होतं. सद्दामला अमेरिकेनं हटवल्यामुळे अचानकपणे सुन्नी पंथीय दबावाखाली आले आणि सैरभैर झाले. लष्कर, गुप्तचर यंत्रणा आणि इतर सरकारी विभाग इथे काम करणारे सगळे लोक एकाएकी बेकार झाले. यापैकी लष्करी प्रशिक्षण घेतलेले सुमारे पाच लाख जण होते. आता तेसुद्धा पुढे काय करायचं या विवंचनेनं घेरले गेले. यामधल्या काही हजार लोकांना अमेरिकी लष्करानं अटक करून 'कॅम्प बुक्का' नावाच्या तुरुंगात डांबलं. एकूण १६,००० लोकांना इथे ठेवता येईल इतकी त्याची क्षमता होती. या तुरुंगात कैद्यांना सहानुभूतीनं वागवण्यात येईल असं अमेरिकेनं जाहीर केलं. तसंच त्यांना रोजगार मिळवून देणाऱ्या गोष्टींचं प्रशिक्षण घेणं, आपल्या कुटुंबीयांना अधूनमधून भेटणं, तंदुरुस्ती राखण्यासाठी खेळ खेळणं, पुस्तकं वाचणं, सिनेमे बघणं शक्य होतं. या कैद्यांचं दोन गटांमध्ये विभाजन करण्यात आलं. पहिल्या गटामध्ये सद्दाम हुसेनच्या 'बाथ' पक्षाचे सदस्य आणि याच पक्षानं उभ्या केलेल्या लष्करामध्ये लढलेले लोक होते; तर दुसऱ्या गटामध्ये इतर सगळे गुन्हेगारी प्रवृत्तीचे किंवा आक्रमक लोक होते. त्यातल्या त्यात प्रत्यक्ष हिंसाचार करणारे आणि तो न करणारे अशा लोकांना वेगळं ठेवणं, तसंच शिया आणि सुन्नी लोकांना वेगळं ठेवणं इतपत व्यवस्था उभ्या करण्यात आल्या. हळूहळू या तुरुंगात इतर गटही तयार करण्यात आले. वेगवेगळ्या गटांमधल्या लोकांना वेगवेगळ्या रंगाचे कपडे घालायला देण्यात आले. ही सगळी अमेरिकी सरकारकडून प्रसारित करण्यात आलेली अधिकृत माहिती झाली!

अमेरिकेच्या वतीनं या तुरुंगाचं व्यवस्थापन सांभाळणाऱ्या लष्करी अधिकाऱ्यानं अगदी गाजावाजा करून आपण या तुरुंगातल्या कैद्यांना कशी चांगली वागणूक देणार आहोत हे सांगितलं. त्याच्या दोनच आठवड्यांनंतर या तुरुंगात थैमान माजलं. या तुरुंगात बाहेरून अवैधपणे वस्तू आणल्या जातात अशा संशयावरून अमेरिकी लष्करी पोलिसांनी झडती घेतली तेव्हा दहा हजार कैदी त्यांच्यावर तुटून पडले. अमेरिकी लष्करी पोलिसांनी केलेल्या गोळीबारात चार जण ठार झाले आणि सहा जण जखमी झाले. यानंतर दोन महिन्यांनी या तुरुंगातून पळून जाण्यासाठी कैद्यांनी ३५७ फूट लांबीचं भुयार तयार केल्याचं अमेरिकी लष्करी अधिकाऱ्यांच्या लक्षात आलं. यातून मार्ग काढण्यासाठी अमेरिकी लष्करी अधिकाऱ्यांनी एक बेत आखला. कैद्यांमधल्याच काही जणांना हाताशी धरून नक्की काय सुरू आहे,

याची बित्तंबातमी काढायचं त्यांनी ठरवलं. यासाठी त्यांनी काही मोहरे निवडले. ते इतर कैद्यांवर नजर ठेवतील आणि आतल्या गोटातल्या बातम्या वेळेतच अमेरिकी लष्करापर्यंत पोहोचवतील असं ठरलं. या 'नेत्यांनी' शरिया कायद्याचा अगदी कट्टर अर्थ लावून म्हणजेच 'तकफिरी' म्हणून ओळखल्या जाणाऱ्या संकल्पना वापरून चक्क तुरुंगातच आपला न्यायनिवाडाही सुरू केला. उदाहरणार्थ, धर्मावर विश्वास न ठेवणाऱ्या सहकैद्यांच्या जिभा हासडणं किंवा त्यांचे डोळे फोडणं अशा निर्घृण शिक्षा ते देत असत. यामधले अनेक जण पूर्वी ओसामा बिन लादेनच्या कुप्रसिद्ध 'अल कायदा'चे सदस्यही होते. अमेरिकी लष्करानं याकडे नुसता काणाडोळा केला असंच नाही; तर काही कैद्यांना शिक्षा मिळावी म्हणून या प्रकारच्या न्यायालयांसमोर उभंही केलं.

२००४च्या रेडक्रॉस संघटनेच्या अहवालानुसार, या तुरुंगात डांबण्यात आलेल्या लोकांपैकी जवळपास ९०% लोक निरपराध होते. त्यांना चुकून अटक करण्यात आली होती. २००७च्या सुमाराला या तुरुंगात असलेल्या २६,००० कैद्यांपैकी फक्त २,००० जण इराकमध्ये सुरू असलेल्या हिंसाचारामध्ये थेट सहभागी झाले होते; तर उरलेल्यांना काही कामच उरलेलं नसल्यामुळे किंवा इतर काही कारणांमुळे ते यात ओढले गेले होते.

२००४ ते २००९ या काळात एकंदर सुमारे एक लाखांहून जास्त इराकी लोक या तुरुंगामध्ये होते. यामधल्या बहुसंख्य निरपराध आणि मध्यममार्गानं चालणाऱ्या इराकी नागरिकांना सक्तीनं धार्मिक कट्टरवादाचं प्रशिक्षण घ्यावं लागलं. याला नकार देण्याचे परिणाम अर्थातच महाभयानक असत. अगदी थोडक्यात सांगायचं तर, कट्टरवाद्यांना तिथे भरती करण्यात आलेल्या तरुणांना सक्तीनं कट्टर बनण्यासाठीचं प्रशिक्षण देण्यासाठी पूर्ण मुभा होती. अमेरिकेनं याकडे साफ दुर्लक्ष केलं. याखेरीज, स्फोटकं कशी वापरायची, हिंसाचार कसा घडवून आणायचा, आत्मघाती हल्ले कसे करायचे यासाठीसुद्धा इथे भरती झालेल्या युवकांना प्रशिक्षण देण्यात आलं. इथे सुमारे वर्षभर राहून जेव्हा हे लोक पुन्हा आपल्या घरी परतत तेव्हा त्यांच्यात आमूलाग्र बदल झालेला असे. पूर्वी कौटुंबिक आयुष्य सुखात जगणारे, अधूनमधून दारूसुद्धा पिणारे हे लोक आता टोकाचे कट्टरवादी झालेले असत. अशा प्रकारे कट्टरवादी लोक घडवण्याचा एक कारखानाच या तुरुंगात अव्याहतपणे सुरू राहिला.

इथेच भविष्यात 'आयसिसचा खलिफ' म्हणून ओळखला जाणारा इब्राहिम इब्न अवाद अल-बद्री अल-समराई ऊर्फ अबू बासुद्धा होता. इथे अबू बावरसुद्धा

कट्टरवादाचे आणि दहशतवादाचे संस्कार झाले, का ते घेऊनच तो या तुरुंगात आला होता, याची कल्पना नाही. २००४च्या फेब्रुवारी महिन्यात त्याला अटक झाली असली तरी त्याच्यापासून फार धोका नसल्याच्या कारणावरून त्याला त्याच वर्षीच्या नोव्हेंबर महिन्यात तुरुंगातून सोडून देण्यात आलं. 'रस्त्यामध्ये दादागिरी करणारा माणूस' यापलीकडे त्याच्यावर फारसे आरोप नव्हते. आपणच आयसिसचे प्रमुख असल्याचा दावा करणाऱ्या अबू बाचं फक्त एकच छायाचित्र उपलब्ध आहे. तुरुंगात असताना कळकट अवस्थेतला अबू बा त्यात दिसतो. १९८९मध्ये बगदादमध्ये अबू बा मुस्लीम धर्माचा अभ्यास करण्यासाठी प्रथम आला असं मानलं जातं. अबू बा कॅम्प बुक्काच्या तुरुंगात नक्की किती काळ होता याविषयीही अनिश्चितता आहे. काही जण तो तिथे फक्त दहा महिने नव्हता, तर तब्बल पाच वर्षं होता असं म्हणतात. खरं म्हणजे अमेरिकी लष्कराकडे सगळी कागदपत्रं असतात; पण कदाचित अबू बाला सोडल्यानंतर त्यानं माजवलेलं थैमान बघता मुद्दामच ही अनिश्चितता अमेरिकेनं निर्माण केली असावी, असं मानलं जातं. याखेरीज या तुरुंगात सुरू असलेल्या प्रकारांना अमेरिकी लष्कराची मूकसंमती होती हेसुद्धा अगदी स्पष्टपणे दिसून आलं असतं; म्हणून अबू बाच्या संदर्भात ही संदिग्धता कायम ठेवली गेली असणार, असंही वाटतं. तुरुंगात अबू बाकडे तर अमेरिकी लष्करामधले अनेक जण सन्मानाच्या नजरेनं बघायचे, असंही म्हटलं जातं! अबू बाला तिथे इतर कैद्यांना भेटण्याची परवानगी होती. याचा आणि तिथे पाच वर्षं राहायला मिळाल्याचा फायदा त्यानं उठवला, असं म्हणायला भरपूर वाव आहे.

प्रत्यक्षात अमेरिकेनं इराकमध्ये केलेल्या अनधिकृत हल्ल्यामुळे आणि या हल्ल्यानंतर तिथे आपला ठिय्या कायम ठेवल्यामुळे परिस्थिती आणखीनच खराब होत गेली. म्हणूनच शहरंच्या शहरं नष्ट करून, जिथेतिथे बॉम्ब्जचा वर्षाव करून, सर्वसामान्य लोकांना बेघर करून लोकशाही प्रस्थापित होते का, हा प्रश्न अमेरिकेला विचारणं गरजेचं आहे. २००६च्या जुलै महिन्यात संयुक्त राष्ट्रसंघानं जारी केलेल्या एका अहवालात इराकमध्ये दररोज १०० सर्वसामान्य नागरिक अमेरिकेच्या हल्ल्यांमुळे ठार झाले असल्याची धक्कादायक आकडेवारी जारी केली होती. हजारो इराकी नागरिकांना संशयास्पद कारवाया केल्याच्या आरोपांवरून पकडण्यात आलं होतं. त्यांना आपली बाजू मांडण्याची किंवा वकिलाची मदत घेण्याची कुठलीही संधी न देता अमर्यादित काळासाठी तुरुंगांमध्ये डांबण्यात आलं. काहींना काही महिन्यांनी सोडून देण्यात आलं, तर उरलेल्यांची सुटका झालीच नाही. या लोकांचा

अपमान करण्यापासून त्यांचा लैंगिक, विकृत किंवा अत्यंत थरकाप उडवणारा छळ करेपर्यंत सगळ्या गोष्टी करण्यात आल्या.

यामुळे इराकमध्ये अनेक आक्रमक संघटना उदयाला आल्या. त्यापैकी आयसिस एक होती. आता सीरियामध्येही यादवी युद्ध सुरू असल्याचा फायदा उठवून आयसिसनं इराकपाठोपाठ सीरियामध्ये आपले पंख पसरवायला सुरुवात केली. जगभरातल्या सुन्नी मुस्लिमांनी एकत्र येण्याची गरज असल्याचं ही संघटना सांगत असे. पूर्वी इराकच्या लष्कराकडून मिळालेल्या लष्करी प्रशिक्षणाच्या जोरावर आयसिसनं आपला दबदबा निर्माण केला. इंटरनेटचा अत्यंत प्रभावी वापर करून आयसिसनं तरुणांना आपल्या जाळ्यात ओढलं. अत्यंत क्रूर कारवायांना मानसिक दबावाची जोड देत आयसिसनं आपल्या विरोधकांना प्रचंड हादरे दिले. ख्रिस्ती आणि यझिदी अशा मुस्लिमेतर लोकांचे आयसिसनं हाल केले. त्यांच्यावर धर्मांतराची सक्ती करण्यात आली. त्याला विरोध करणाऱ्यांचा खात्मा केला जाई. लहान मुलांचाही छळ होई. मुली आणि स्त्रिया यांच्यावर लैंगिक अत्याचारांचं संकट पसरलं. शिया पंथीयांचीही कत्तल होई.

लवकरच सीरिया देशाचा निम्मा आणि इराक देशाचा एक-तृतीयांश भाग आयसिसनं गिळंकृत केला. म्हणजेच इथे मूळ सरकार नावापुरतंच राहिलं. आयसिसच इथला कारभार चालवायला लागली. भौगोलिक आकाराचा विचार केला तर इराक हा देश साधारण ४.३७ लाख चौरस किलोमीटर आणि सीरिया हा देश साधारण १.८७ लाख चौरस किलोमीटर एवढ्या आकाराचा आहे. सोपा हिशेब लावला तर आयसिसकडे यापैकी सुमारे २ लाख चौरस किलोमीटर भागाचं नियंत्रण आहे. नॉर्दन आयर्लंडसकट इंग्लंडचं आकारमान २.४० लाख किलोमीटर आहे. म्हणजेच आयसिसचं साम्राज्य इंग्लंडपेक्षा ४० हजार चौरस किलोमीटर इतक्यानंच कमी आहे! आयसिसच्या ताब्यात असलेल्या भूमीत साधारण ६० लाख लोक राहत होते.

२०१४च्या ऑक्टोबर महिन्यात आयसिसनं आपलं स्वतःचं 'चलन'ही तयार केलं. तेच आता या भागांमध्ये वापरलं जाई. २०१५च्या जानेवारी महिन्यात इराकच्या मोसूल शहरात आयसिसनं स्वतःची बँक सुरू केली आणि इस्लामिक बँकिंगच्या तत्त्वांनुसार तिचा कारभार सुरू केला. इस्लामच्या तत्त्वांनुसार कर्जांवर व्याज आकारणं पाप म्हणजेच 'हराम' असतं. आपला स्वतःचा ध्वज, स्वतंत्र पोलीस यंत्रणा, नंबर प्लेट्स हे सगळं आयसिसकडे होतं. भविष्यात कदाचित

अफगाणिस्तानमधल्या तालिबानप्रमाणेच आयसिस आंतरराष्ट्रीय पातळीवर आपल्याला स्वतंत्र ओळख मिळावी यासाठी धडपड सुरू करेल, असं मानलं जाई.

आयसिसला मानणारे लोक इस्लाममधल्या 'सलाफी' संकल्पना उचलून धरतात. त्यानुसार इतके दिवस सुरू असलेलं युग संपून आता इस्लामचा विजय घडवून आणणारा काळ सुरू झाला होता. या काळाचे तीन टप्पे असतात, असं सलाफी विचारसरणी म्हणते. पहिला टप्पा सलाफी इस्लामवर सगळ्यांचा दृढ विश्वास बसण्याचा असतो. दुसरा टप्पा 'हिजरा' म्हणून ओळखला जातो. यात 'पापी' प्रदेशांमधून बाहेर पडून सगळे मुसलमान लोक 'पवित्र' भूमीमध्ये एकत्र येतात. तिसऱ्या आणि शेवटच्या टप्प्यात पवित्र धर्मयुद्ध म्हणजेच 'जिहाद' करून इस्लामी राष्ट्र निर्माण केलं जातं. धर्माचा दुरुपयोग करण्यासाठी धडपडणाऱ्या आयसिससारख्या संघटना या तत्त्वांचा वारंवार पुनरुच्चार करत राहतात. यामधला दुसरा टप्पा आयसिसच्या दृष्टीनं खूप महत्त्वाचा आहे. तरुणांना भरीला पाडून आणि त्यांना दहशतवादाच्या मार्गानं जाणंच हिताचं आहे हे पटवून देऊन इस्लामच्या नावाखाली लढायला प्रवृत्त करणं, हे आयसिसचं मुख्य ध्येय आहे. यासाठी अनेक व्हिडिओंचा वापर आयसिस करतं. ठिकठिकाणांहून आलेले मुसलमान तरुण आपले पासपोर्ट अत्यानंदानं कसे जाळून टाकतात, हे त्यात दाखवलं जातं.

२०१४च्या अखेरीला सीरियामधल्या सुमारे दोन लाख लोकांचा यादवी युद्धामध्ये मृत्यू झाल्याची माहिती समोर आली. किमान ३२ लाख लोकांनी आपला जीव वाचवण्यासाठी सीरियातून पळ काढला होता. सुमारे ६४ लाख ५० हजार लोक सीरियामध्येच विस्थापित झाले होते. तसंच यादवी युद्धाच्या सपाट्यात सापडून जवळपास ४६ लाख लोक जीवन-मृत्यूच्या संघर्षात आपला आजचा दिवस ढकलत होते. असं असूनही सीरियामधले काही भूभाग पूर्णपणे सीरियाई सरकारच्या ताब्यात होते. उदाहरणार्थ, दमास्कसहून टॅक्सी करून शेजारच्या लेबेनॉनच्या बैरुत शहरात जाणं आणि तिथून उलट प्रवास करून दमास्कसला येणं शक्य होतं. दमास्कस ते अलेप्पो या पट्ट्यामधल्या मोठ्या भागावर सीरियाई लष्करानं घनघोर संघर्षानंतर आपलं वर्चस्व परत एकदा निर्माण केलं होतं.

सीरियाई सरकारला बंडखोरांच्या विरोधातल्या यादवी युद्धात प्रामुख्यानं रशिया आणि इराण यांनी मदत केली आहे. साधारण १९७९पासूनच इराण आणि सीरिया यांच्यामधले संबंध चांगले आहेत. इस्रायल, अमेरिका आणि सौदी अरेबिया यांच्यासारख्या देशांचे दोघं शत्रू असल्यामुळे ते एकत्र आले आहेत.

इराणनंच हिझबुल्ला ही संघटना उभी केली. हिझबुल्ला आणि सीरिया यांनी एकमेकांना अनेकदा मदत केली आहे. अरब देशांपैकी फक्त सीरियाचाच इराणला पाठिंबा आहे. तुर्कस्थानपासून जॉर्डनपर्यंत आणि सौदी अरेबियापासून संयुक्त अरब अमिरातींपर्यंत जवळपास सगळे देश अमेरिकी अमलाखाली आहेत. साहजिकच, इराणच्या दृष्टीनंही या शत्रूंमध्ये सीरियासारखा एकमेव मित्र टिकवून धरणं अत्यंत गरजेचं आहे. सीरियात सत्ताबदल झाला तर तिथे अमेरिका आणि इस्रायल यांना धार्जिण असलेली नवी राजवट येणार, याची इराणला कल्पना आहे. असं घडलं तर इराणभोवतीचा अमेरिकी आणि इस्रायली विळखा घट्ट होणार, हे नक्की आहे.

सर्वसाधारणपणे नैसर्गिक साधनसंपत्ती किंवा आंतरराष्ट्रीय राजकारणाच्या दृष्टीनं मोक्याची जागा या गोष्टी अमेरिकेला ठिकठिकाणी लुडबूड करण्यासाठी उद्युक्त करतात. वरवर मात्र आपण जगाचे तारणहार असल्याचा बुरखा अमेरिका धारण करते. सीरियामध्ये नैसर्गिक साधनसंपत्ती जवळपास नाहीच. तरीही, सीरियावर कब्जा करण्यासाठी अमेरिका उत्सुक आहे. याचं मुख्य कारण म्हणजे सीरियाचं भौगोलिक ठिकाण. तुर्कस्थान, इराक, लेबेनॉन, इस्रायल आणि जॉर्डन या देशांबरोबर सीरियाच्या सीमारेषा आहेत. इराणहून विमानं सीरियाला येतात. अमेरिकेनं सातत्यानं सीरियाला इराणपासून वेगळं करण्याचा प्रयत्न केला आहे; पण तो हाणून पाडण्यात आला आहे. जर अमेरिकेचा हा हेतू सफल झाला असता तर बशर अल-असादची तथाकथित पापं विसरून अमेरिकेनं असादला पायघड्या घालून त्याचा आदरसत्कार केला असता. याखेरीज कतार देशातून सौदी अरेबिया,

जॉर्डन, सीरिया आणि तुर्कस्थान अशा मार्गानं थेट युरोपपर्यंत नैसर्गिक वायू वाहून नेण्यासाठीची योजनाही आखण्यात आली होती. असादनं यात सहभागी व्हायला नकार दिल्यामुळे हे सगळे देश चिडले. असादनं पुढचं पाऊल टाकत इराणमधला नैसर्गिक वायू इराक, सीरिया आणि लेबेनॉन इथून वाहून नेण्यासंबंधीचा करार केला. इराणला कंगाल करून अडचणीत आणण्यासाठी अमेरिका आणि इस्रायल प्रयत्नशील असताना त्यांना असादच्या या निर्णयामुळे आणखी हादरा बसला.

२०१८च्या सुरुवातीला सीरियाई बंडखोरांची ताकद घटत असल्याचं चित्र दिसायला लागलं. परत एकदा बशर अल-असादनं सीरियावरचा आपला कब्जा घट्ट केला. रशिया आणि इराण यांच्याकडून असादला होत असलेली मदत अत्यंत महत्त्वपूर्ण ठरत होती. सीरियाचा केव्हाच पाडाव होईल असं भाकीत करणारे अभ्यासक असादच्या चिवटपणामुळे थक्क झाले होते! इतर अनेक देशांमधले हुकूमशहा उठावांमध्ये ठार झाले असले किंवा तुरुंगवासात गेले असले तरी असाद मात्र खंबीरपणे उभा होता!

अमेरिकेच्या राष्ट्रपतिपदी डोनाल्ड ट्रम्प यांची निवड झाल्यावर सीरियाच्या संदर्भातलं अमेरिकेचं धोरण पुन्हा बदलत असल्याची चिन्हं दिसायला लागली. आपण आयसिसचा सीरियामध्ये पराभव केलेला असल्यामुळे या युद्धात आता आपण लढत राहण्याची गरज नसल्याचं मत ट्रम्प यांनी २०१८च्या डिसेंबर महिन्यात ट्विटरवरून व्यक्त केलं. याला कडाडून विरोध झाला. अमेरिकी संरक्षण खात्यामधल्या वरिष्ठांनीच ट्रम्प यांच्या या मताशी असहमती व्यक्त केली. दरम्यान आपण आयसिसच्या ८,००० लोकांना पकडलेलं असून त्यांच्यावर खटला भरण्याची जबाबदारी आता युरोपीय देशांनी घ्यावी असं ट्विट २०१९च्या फेब्रुवारी महिन्यात ट्रम्प यांनी केलं.

अशा घनघोर युद्धाच्या कोंडीत सापडलेल्या सर्वसामान्य सीरियाई नागरिकांची परवड मात्र सुरूच राहिली!

□□□

संदर्भ सूची

1. *Syria: A Recent History*, John Mchugo, Saqi Books
2. *Inside Syria: The Backstory of Their Civil War and What the World Can Expect*, Reese Erlich, Prometheus Books
3. *The Rise of Islamic State: ISIS and the New Sunni Revolution*, Patrick Cockburn, LeftWord Books
4. *A History of the Modern Middle East,* (Fourth Edition), William L Cleveland and Martin Bunton, Westview Press
5. *Islamic State: Rewriting History*, Michael Griffin, Pluto Press
6. *Islamic State: A Brief Introduction*, Charles R Lister, HarperCollins Publishers India
7. *Islamic State: The Digital Caliphate*, Abdel Bari Atwan, Saqi
8. *पॅलेस्टाईन-इस्रायल: एका अस्तित्वाचा संघर्ष*, अतुल कहाते, मनोविकास प्रकाशन
9. *संकट आयसिसचे*, अतुल कहाते, मनोविकास प्रकाशन
10. *The Palestine Israel Conflict*, George Harms with Todd M Ferry, Pluto Press
11. *A History of the Arab Peoples*, Albert Hourani, Faber and Faber
12. *The Modern Middle East: A Political History Since the First World War*, Mehran Kamrava, University of California Press
13. *A History of the Modern Middle East*, William Cleveland and Martin Bunton, Westview Press
14. *Israel / Palestine*, Alan Dowty, Polity Press
15. *The Ethnic Cleansing of Palestine*, Ilan Pappe, Oneworld Publications Limited
16. *Devil's Game: How the United States Helped Unleash Fundamentalist Islam*, Robert Dreyfuss, A Holt Paperback
17. *The Fifty Years War: Israel and the Arabs*, Ahron Bregman and Jihan El-Tahri, Penguin Books, BBC Books
18. *The Unmaking of the Middle East*, Jeremy Salt, University of California Press

आमची अन्य आरोग्यविषयक वाचनीय पुस्तके

मंत्र आरोग्याचा
डॉ. श्री. बालाजी तांबे
रु. २००

मधुमेह से मुक्ति... एक नयीं आशा
डॉ. जगन्नाथ दीक्षित
रु. २४०

बिना प्रयास वजन घटाए
डॉ. जगन्नाथ दीक्षित
रु. १९९

Life Style Diseases Management
Dr. Suhas Erande
रु. १५०

मनमोकळी आरोग्यचर्चा :
डॉ. ह. वि. सरदेसाई यांच्याशी
अनुराधा औरंगाबादकर
रु. २००

निदान
डॉ. सुरेश शिंदे
रु. १९०

* 9 7 8 9 3 8 9 8 3 4 3 8 3 *

FCW - #0140 - 061026 - C0 - 216/140/9 - PB - 9789389834383 - Matt Lamination